# சிக்கந்தாபுரம்
## (நாவல்)

கா. ரபீக் ராஜா

நன்னூல்
பதிப்பகம்
மணலி-610203
திருத்துறைப்பூண்டி

**சிக்கந்தாபுரம்**
(நாவல்)
நூலாசிரியர்: **கா. ரபீக் ராஜா** ©
முதல் பதிப்பு: செப்டம்பர்-2023
பக்கங்கள்: 238

வெளியீடு:
**நன்னூல் பதிப்பகம்**
தொடர்பு எண்: 99436 24956
மணலி, திருத்துறைப்பூண்டி - 610 203
nannoolpathippagam@gmail.com

விலை ரூ.250

# SIKKANDHAPURAM
Author: **Rafeek Raja** ©
First Edition: September-2023
Pages: 238

Published by:
**Nannool Pathippagam**
Contact No. 99436 24956
Manali, Thiruthuraipoondi - 610203
nannoolpathippagam@gmail.com

ISBN 978-93-94414-80-8
**Price: ₹ 250**

அட்டை மற்றும் உள்பக்க வடிவமைப்பு: சு. கதிரவன்

Printed at : ASX Printers, Chennai - 5.

எப்போதும் என்னை உற்சாகப்படுத்தும்
பேரா. ஹாஜாகனி அவர்களுக்காக...

## நூல் பற்றி...!

நம் அனைவரின் மீதும் சாந்தியும் சமாதானமும் நிலவட்டுமாக...

உங்கள் கரங்களில் இருக்கும் இந்த 'சிக்கந்தாபுரம்' என் முதல் நாவலாகும். நீண்ட நாட்களாக கருவாக இருந்த ஒன்று முழு வடிவமாக உருவெடுத்த நாளை என்றும் நினைவில் வைத்திருப்பேன். சிறுவயது ரமலான் மாதங்களில் என் இரவு நேர தொழுகை காரைக்குடி கபர்ஸ்தான் பள்ளிவாசலில்தான். அது வீட்டில் இருந்து இரண்டு கிலோமீட்டர் இருக்கும். ஒன்பது மணி தொழுகைக்கு எட்டு மணியில் இருந்தே புறப்பட்டு விடுவோம். ரமலான் மாதம் முழுவதும் இது சாகசம் போல் தோன்றும். இந்த பள்ளிவாசலுக்கு அருகில் ஒரு சினிமா தியேட்டர் உண்டு. திரையரங்கு சப்தம் தொழுகையை பாதிக்காது என்றாலும் சில சண்டை காட்சிகள், பாடல் காட்சிகளின்போது சப்தம் கேட்கும். அந்த தருணம்தான் இந்த நாவலில் முதல் விதை. சாத்தியங்களும், சம்பவங்களையும் மாற்றிப் போட்டு சிந்திக்கும் யுக்தி தான் ஒரு கதையாக உருவெடுக்கிறது என்பார் எழுத்தாளர் அசோகமித்திரன். அப்படித்தான் இந்த கதையும் சாத்தியமானது.

சிக்கந்தாபுரம் எனும் இந்த நாவல் இஸ்லாமியர்கள் பற்றி பேசுகிறது. ஆனால் இது இஸ்லாமிய நாவல் அல்ல. அனைத்து தரப்பு வாசகர்களும் சிக்கலின்றி வாசிக்கும் வண்ணம்தான் நாவலின் உள்ளீடு அமைந்துள்ளது. நண்பர்களுக்கு வாசிக்க கொடுத்த போது அவர்களும் இதைத்தான் சொன்னார்கள்.

இந்த நாவலில் நிறைய பேரின் மேலான ஆலோசனை இருக்கிறது. குறிப்பாய் சபிதா காதர், எழுத்தாளர் ஸ்ரீனிவாசன் பாலகிருஷ்ணன், எழுத்தாளர் கௌரி முத்துகிருஷ்ணன், மூஃபினா

ஷாஜஹான் ஆகிய நண்பர்களின் பங்கு அளப்பரியது. குறிப்பாக இக்றா பதிப்பகம் ஆமினா முஹம்மத் நாவலின் இறுதி வடிவத்திற்கு உறுதுணையாக இருந்தார். நாவலின் எல்லா பக்கத்திலும் இவரது உழைப்பு இருக்கிறது.

எப்போதும் எனக்கு உறுதுணையாகவும் உற்சாகமளிக்கும் பேராசிரியர். ஹாஜாகனி அவர்களின் பேரன்பு இந்த நூலின் வாயிலாக இன்னும் அதிகமாக கிடைத்துள்ளது. என் மீது அளவு கடந்த நம்பிக்கை வைத்து நூலை வெளியிடும் நன்னூல் பதிப்பகம் மணலி அப்துல் காதர் அவர்களுக்கு என் அன்பான நன்றிகள்.

*rabeek1986@gmail.com* — அன்புடன்
காரைக்குடி. — கா.ரபீக் ராஜா
*9788777543*

# 1

இருவரும் நடந்து வரும் போது கொஞ்சம் குளிர்தான். நேற்று இரவு பெய்த லேசான மழை ஆங்காங்கே சேறு சகதியை பாதையில் உருவாக்கி இருக்கிறது. இன்னும் நூறு அடி நடந்தால் குளம் வந்துவிடும். வழக்கமாக உற்சாகமாக விசில் அடித்து வரும் சுந்தரத்துக்கு ஏனோ அன்று அதில் உடன்பாடு இல்லை. கந்தன், குளம் தென்படுவதற்கு முன்பே ஆடை ஒவ்வொன்றாக களைய தொடங்கிவிடுவான்.

சரியாக குளம் வந்தவுடன் அவனும் உள்ளாடையுடன் நிற்பதும் ஏக காலத்தில் நிகழ்ந்திருக்கும். பின்பு சினிமாவில் ஒருவன் பின்னந்தலையில் தாக்கினால் அடி வாங்கியவன் மூர்ச்சையாகி விழுவது போல குளத்தில் விழுவது அவனுக்கு மிகவும் பிடித்தமான ஒன்று. அன்று அவனும் மிகுந்த யோசனை யாக எதையும் களையாமல் அப்படியே வந்தான்.

தூரத்தை அடைந்த பிறகுதான் குளத்துக்கு வந்ததை இருவரும் அறிந்தார்கள். எப்போதுமே இருவரும் நேற்று பார்த்த படம் பற்றித்தான் விவாதித்துக் கொள்வார்கள். கூடவே, வேலை பார்க்கும் தியேட்டரின் முதலாளி சாகுல் ஹமீது குணாதி சயங்களை விமர்சனம் செய்வார்கள். உடன், ஓடிக்கொண்டு இருக்கும் திரைப்படத்தின் காட்சிகளை சரியான வரிசையில் அடுக்கி அதற்குள் கேள்விகளை கேட்டுக்கொள்வது அவர்களுக்கு பிடித்தமானது. ஒரே படத்தை எழுபது எண்பது முறைக்கு மேல் கூட பார்த்திருக்கிறார்கள்.

“நம்ம பொழப்பு இன்னும் எத்தனை நாளுக்குன்னு தெரியலை யேடா” என்றபடி சுந்தரம் சட்டையை கழற்றும் போது மேலிருந்து இரண்டாவது பட்டன் கையோடு வந்தது. அதை கவனமாக அதே சட்டைப்பையில் போட்டுக் கொண்டான்.

“தேட்டரை இடிக்கவே போறாங்கன்னு முடிவே பண்ணிட்டி யாக்கும்” என்ற கந்தன் அன்று பாலைவனத்தில் நடப்பது போல குளத்தில் நடந்து விழுந்தான். பின்பு, மறைந்து மீண்டும் எழுந்தான்.

“ஜமாத்ல பேசுறத பாத்தா அப்படித்தான் தெரிது. எனக் கென்னவோ நம்பிக்கையில்ல” என்றான் சுந்தரம்.

“அப்படியெல்லாம் சொல்லாத. நம்ம ஓனர் அப்படியெல்லாம் விட மாட்டாரு. தேட்டர் அவருக்கு உசுரு! அதுவுமில்லாம அவரு கோளாறு புடிச்சவர்னு ஊர்ல எல்லா பயலுக்கும் தெரியும்!”

“எந்த மயிறா இருந்தாலும் அவருக்கும் வயசாகிட்டே போகுதுல. அவருக்கு அப்புறம் யாரு?”

“போனவாட்டி புது ஜமாத் தலைவர் வந்ததும் நம்ம மேனேஜர் சொன்னாரு, நம்ம பாய் இனி தியேட்டரெல்லாம் நடந்த மாட்டாருன்னு. ஆனா, அந்த தலைவரை ஃப்ரெண்டாக்கி தொடந்து நடத்தீட்டுதான இருந்தாரு!” என்ற கந்தன் லைபாய் சோப்பை தலையில் போட்டுத் தேய்த்தான்.

“எனக்கென்னவோ நம்பிக்கை இல்ல. நம்ம பாய் முன்ன மாதிரி தடாலடியா எதையும் பண்ணுறதில்ல. எதுக்கும் பக்கத்து டவுனுல ரெண்டு பேருக்கும் வேலைக்கு சொல்லி வப்போம்!”

“தரித்திரம் புடிச்ச மாதிரி பேசாத, அதெல்லாம் ஒன்னும் ஆகாது. எதாவது ஒரு ஏற்பாடு பண்ணுவாரு. இத்தனை வருசமா ஒத்த ஆளா இருந்து சமாளிக்கிறது ஒன்னும் லேசுப்பட்ட விசியம் இல்ல. இனியும் சமாளிப்பாரு!”

“ஒரு மசூதிக்கு எதுத்தாப்ல தேட்டர் இருக்குறது எங்கயாவது கேட்ருக்கியா? அதை நடத்துறதும் ஒரு பாயிங்குறதாலதான்

இவ்வளவு வருசமா பிரச்சினை இருந்தும் பெருசா இடிக்காம போய்ட்டு இருக்கு. இல்லேன்னா நடக்குறதே வேறையா இருந்திருக்கும்!"

"உனக்கு நைட்டு கொஞ்சம் பாட்டில் ஓவரா போகும் போதே தெரியும்! அட, அந்த மடம் ஆகாட்டி, சந்தமடம். சாகுல் தேட்டர் இல்லாட்டி ஒரு சகுந்தலா தேட்டர் கிடைக்காமலா போகுது?" என்ற சுந்தரம் வாயில் தண்ணீரை அடக்கி பின்பு சற்று தள்ளி கொப்பளித்தான். கொப்பளித்த அந்தத் தண்ணீர் தன்னை மீண்டும் வந்து அடையாது என்பது போல மீண்டும் முழ்கினான்.

கந்தனும் சுந்தரமும் பள்ளிவாசல் எதிரே இருக்கும் தியேட்டரில் தான் வேலை பார்க்கிறார்கள். கந்தன் தியேட்டரில் கேண்டின் வேலை தவிர துப்புரவு வேலையையும் பார்த்துக் கொள்வான். சுந்தரம் டிக்கெட் கிழித்துக் கொடுப்பான். கொஞ்ச நாட்களாக ஆபரேட்டர் இல்லாவிட்டால் ப்ரொஜெக்டர் இயக்கவும் கற்று வருகிறான். அதுவரை வேலை பார்த்து வந்த மேனேஜர் பணியிலிருந்து விலகியதால் சுந்தரம் தியேட்டர் கணக்கை ஓனர் சாகுலுடன் சேர்ந்து பார்த்து வருகிறான்.

பள்ளியின் மேல்நிலை படிப்பை முடித்து வசதியாக போய்விட்டது. இருவருக்கும் அருகே இருக்கும் புதுப்பட்டிதான் ஊர். படம் பார்த்தே தியேட்டரில் வேலைக்கு சேர்ந்து விட்டார்கள். இருவரும் படித்த காலம் தொட்டு நண்பர்கள். எப்பொழுதாவது ஊருக்கு போய் வருவார்கள். எண்பது சதவீத தியேட்டர் தொழிலாளர்கள் ஒருவித சினிமா ஈர்ப்புடன் தான் இந்த வேலைக்கே வருகிறார்கள் என்பதற்கு கந்தனும் சுந்தரமும் கூட உதாரணங்கள் தான்.

"உனக்கு இந்த பாய்ங்களை பத்தி தெரியாது. எப்ப அடிச்சுக்கு வானுங்க எப்ப கூடிக்குவானுங்கன்னு தெரியாது. நம்ம ஓனர் நல்ல பாய்தான். ஆனா, பாரு அவரும் ஒரு பாய்.! அத ஞாபகம் வச்சுக்க!" என்றபடி குளத்தை விட்டு வெளியே வந்து சோப்பை பிதுக்கி கழுத்திலிருந்து நுரை பொங்க தேய்க்க ஆரம்பித்தான்.

"அது என்னமோ உண்மதான். நானும் கண்கூடா பாத்திருக்கேன். நம்ம சம்சு பாய் மகனுக்கும் கசாப்புக்கடை

அம்மான் ராவுத்தர் மகனுக்கும் கடையில் செம சண்ட. அடிச்சிட்டு உருண்டு கிடந்தாய்ங்க. எல்லாம் சேந்து விளக்கி விட்டாலும், ம்மால உன்ன வெட்டாம விட மாட்டேன்னு ரெண்டு பயலும் திமிறிக்கிட்டு கிடந்தானுங்க. ரம்ஜானுக்கு பாத்தா ரெண்டு பயலும் ஒரே புல்லட்ல போயிட்டு இருக்காய்ங்க. பாத்துட்டு மிரண்டு போயிட்டேன்!"

"எப்படி ஒன்னா சேந்தானுங்கலாம்?" என்ற சுந்தரம் மீண்டும் தண்ணீரில் இறங்கினான்.

"அத ஏ கேக்குற, மசூதில பக்கத்துல நின்னு தொழுதுட்டு இருந்தானுங்கலாம். தொழுக முடிஞ்சு ஒருத்தன் சலாமலேக்கும் சொன்னானாம். பதிலுக்கு இன்னொருத்தன் வாலேசலாம் சொல்லிட்டு கட்டிப்புடிச்சு முத்தம் குடுத்து ஒன்னா வந்துருகானுங்க!" இதை கேட்டவாறே சந்தரம் மீண்டும் முங்கி எழுந்தான். பதிலை எதிர்பாராத கந்தனும் ஒரு முங்கு போட்டான்.

"நம்ம ஊர்ல இந்த மாதிரி சம்பவம் நடந்தா வக்காலி வெட்டுக்குத்துதான். மாறி மாறி ஜெயிலுக்கு போயிட்டு வந்துருப்பானுங்க. இவனுங்கள பாரு ஒரு சலமலேக்கும்ல எல்லாத்தையும் முடிச்சு வச்சுட்டானுங்க!" என்றான் கந்தன்.

"அதுனால தான் எனக்கும் பயம். ஒரு பாய் தேட்டர இடிக்க சொல்றான். இன்னொரு பாய் இடிக்க மாட்றான். ரெண்டு பாய்க்கும் ஒரு நாள் அசலாமலேக்கும் நடந்தா தேட்டர் இடிஞ்சு போயிரும். நீயும் நானும் வேற இடம் பாக்கணும்!" என்றவாறு குளத்திலிருந்து முழுவதுமாய் வெளியே வந்தான் சுந்தரம்.

"ஜட்டி கிழிஞ்சிருக்கு பாரு!" என்று குளத்திலிருந்து சிரித்தான் சுந்தரம்.

"ஊருக்குதான் ஜட்டி. எனக்கில்ல. உள்ள போட்டுறது கிழிஞ்சா என்ன புதுசா இருந்தா என்ன?"

"அது சரி!" என்றவாறு சுந்தரம் குளத்திலிருந்து வெளியே வந்தாலும் அருகில் இருக்கும் துவைக்கும் கல்லில் நின்றான். இளம்வெயில் அப்போதுதான் எட்டிப் பார்த்தது. கொஞ்சம்

குளிருவது போல இருந்த கந்தனுக்கு அந்த துவைக்கும் கல்லில் இருந்த காய்ந்த சூடு இதமாக இருந்தது.

“நம்ம பாய்க்கு ஜமாத்துல அந்த பெரியவரு தலைவரா இருந்த வரைக்கும் எந்த கவலையும் இல்ல. அவரு போனதுக்கு அப்புறம் தான் பிரச்சினையே”

“ஆமா கேக்கணும்னு நினச்சேன். அடுத்து யாரு ஜமாத்துல தலைவராம்? பெரியவரு ஜெயிச்சப்ப அவர் வீட்ல பிரியாணி போட்டாங்க. இந்தத்தடவை யாரு பிரியாணி?” காதில் துண்டு நுனியை நுழைத்தவாறே கேட்டான் கந்தன்.

“அதான் பிரச்சனைன்னு பள்ளிவாசல்ல வேலை பாக்குற முத்தலீபு பாய் சொன்னாரு!” என்ற சுந்தரம் துண்டை தவறவிட்டு பிடித்தான்.

“என்ன பிரச்சனை?”

“என்ன தேட்டரை இடிக்க சொல்லியா?”

“அந்த பிரச்சனதான் பல வருசமா ஓட்டிட்டு இருக்கே. இது வேற. அதாவது ஜமாத்ல எலெக்சன் வைக்க போறாங்களாம்!”

“என்ன கூத்தா இருக்கு! எலெக்சன் வைக்க இது என்ன சட்டமன்றமா?” என்று சிரித்தான் கந்தன்.

“அது தெரில. எதோ பேசி முடிவு பண்ணிருக்காங்களாம். முத்தலீபு தான் மாஞ்சு மாஞ்சு சொல்லிட்டு இருந்தாரு!”

“சர்தான். இங்க சாலமலேக்கும் வேல செய்யல போல!”

“ஆமா, அவங்க பெரிய ஜமாத்ல இருந்து ஆளுங்க வருவாங் கலாம். போலீஸ் கூட நிக்குமாம். எமெல்யே எலேக்சன் மாதிரி சீட்டு குடுத்து ஓட்டு போடுவாங்களாம். அனேகமா அன்னிக்கு நம்ம தேட்டர்ல பகல் காட்சி கேன்சல் ஆகும்னு நினைக்கிறேன்!”

“ஆமா, யாருக்கும் யாருக்கும் போட்டியாம்?”

“ரெண்டுமே பெரிய கை. காதர்கனி ராவுத்தருக்கும், செல்லப்பா ராவுத்தருக்குதான் போட்டினு பேசிக்கிறாங்க!”

"சொந்தமே இல்லாத பாய்ங்க அடிச்சிட்டு அப்புறம் ஒன்னா நிக்கிறாங்க. ஒன்னுமண்ணா இருக்குற பாய்ங்க மல்லுக்கு நிக்கிறாய்க. இந்த பாயிங்களை புருஞ்சுக்கவே முடியலப்பா!" என்றபடி இருவரும் செல்லும் போதே வெயில் நேற்று பெய்த மழையின் குளிரை தளிர்த்து உஷ்ணத்தை தகிக்க தொடங்கி யிருந்தது.

"ஆமா ரெண்டு பேருமே சொந்தக்காரனுங்க ஆச்சே என்ற கந்தன் துண்டை உதறி தோளில் போட்டான்!" அது உஷ்ணம் கலந்த குளிரை கொடுத்தது. ●

## 2

தமிழகத்தில் இருக்கும் ஆயிரக்கணக்கான கிராமங்களில் சிக்கந்தாபுரம் கிராமமும் ஒன்று. முழுக்க மலைகளால் சூழப்பட்ட இந்த கிராமத்தை அரசாங்கம் பஞ்சாயத்து என வரையறுத்து வைத்திருந்தது. ஊரில் மக்கள் தொகையே சொற்பம் என்றாலும் அதில் இஸ்லாமியர்களே அதிகம். மற்ற சமூகத்தை சார்ந்த மக்கள் இவர்களோடு சுமுகமாகவே பழகி வந்தார்கள்.

ஊரில் மூன்று பெரிய வீடுகள் இருந்தது. ஒன்று காதர்கனி ராவுத்தர், இரண்டு செல்லப்ப ராவுத்தர், மூன்றாவது ஊரிலிருக்கும் ஒரே திரையரங்கமான பரக்கத் தியேட்டர் அதிபர் சாகுல் ஹமீது வீடு. யார் வீடு பெரிதாக உள்ளது என்பது குறித்து மூவருக்கும் போட்டி இருந்தாலும் நேர் போட்டி காதர்கனி ராவுத்தருக்கும், செல்லப்ப ராவுத்தருக்கும் தான். இப்போது வரை கிராம மக்களுக்கு யார் வீடு பெரிது என்கிற குழப்பம் சர்ச்சையாகவே தொடர்கிறது.

எதேச்சையாக சாகுல் ஹமீது புதிய அம்பாசிடர் ஒன்று வாங்க மறுநாள் காதர்கனி ஒன்றை இறக்கினார். விஷயம் அம்மை நோயால் படுத்திருந்த செல்லப்பா ராவுத்தருக்கு அறிய வர சட்டையே போடாமல் டவுனுக்குச் சென்று ஒரு அம்பாசிட்டர் புக் செய்தார். கார் வர நாட்கள் ஆகும் என சொல்லப்படவே அது நாள் வரை ஊருக்கு வராமல் டவுனில்

இருக்கும் வீட்டில் தான் தங்கியிருந்தார். கார் வந்ததும் அதை ஊர்வலமாக எடுத்து வர ஊரே அல்லோலகப்பட்டது.

காதர்கனி செல்லப்பா ஆகிய இருவரின் போட்டி குறித்து சாகுல் ஹமீது அவ்வளவாக ஆர்வம் காட்டாமல் இருந்தாலும் ரகசியமாக கவனித்து வருவார். இருவருக்கும் பகிரங்கமற்ற போட்டியாளர் சாகுல் ஹமீது என்பது ஊருக்கே தெரியும்.

செல்லப்பா நல்ல மனிதரிலும் கெட்ட மனிதரிலும் சேர்ந்து கொள்ள இயலாத ஒரு தூய சந்தர்ப்பவாதியாக தான் இதுநாள் வரையிலும் இருந்து வருகிறார். உலகில் எல்லா மனிதனும் ஒரு வகையில் அப்படிதான் என்றாலும் இவரது சந்தர்ப்பவாதம் குறித்து இவரே பல நேரம் எண்ணி வருத்தப்பட்டிருக்கிறார் என்றாலும், மறுநாள் அதே சந்தர்ப்பத்தை உருவாக்கி வருத்தப்படுவதை இரவு நேர வழக்கமாக கொண்டவர்.

எதிலும் வெற்றியை விரும்புவார். குறிப்பாய் காதர்கனியை தோற்கடிப்பதில்!

டவுனில் பெரிய சூப்பர் மார்கெட், நான்கு மொபசல் பஸ் தவிர தனியாக டிராவல்ஸ் வேறு நடத்துகிறார். இரு மகள்கள். அலிமா கல்லூரி இறுதியாண்டு படிக்கிறாள். இளையவள் தானியா ஐந்தாம் வகுப்பில். செல்லப்ப ராவுத்தருக்கு மகள்களின் படிப்பு குறித்த பிரத்யோக அக்கறை எதுவும் இல்லை. மனைவி அமீராவின் பிடிவாதத்தால் தான் மூத்தவள் கல்லூரிக்குச் செல்கிறாள். இறுதியாண்டு முடித்ததும் மாப்பிள்ளை பார்த்து முடிக்க வேண்டும் என்னும் முனைப்புடன் இருப்பதால் அலிமா கல்லூரிக்குச் செல்லும் போதெல்லாம், "எப்பம்மா படிப்பு முடியுது?" என்று கேட்கத் தவறுவது இல்லை. இப்போதெல்லாம் அலிமா "அத்தா காலேஜுக்கு போறேன்" என சொல்வதேயில்லை.

பதினைந்து வயதிலேயே குரான் முடித்தவள் என்றாலும் மேற்கத்திய கலாசாரம் மீது கொஞ்சம் ஈர்ப்புடன் இருப்பவள். இளையவள் தானியா அத்தா பிள்ளை. தன் கணவருக்கு இருதய நோய் வந்ததிலிருந்து இளையவளை டாக்டராக்கி பார்க்க வேண்டும் என அமீராவுக்கு ஆசை.

செல்லப்ப ராவுத்தருக்கு இரவில் சரியான தூக்கம் இல்லாது போயிருந்தது. படுத்துதான் உறங்கினார். எனிலும், ஆழ்ந்த உறக்கம் இல்லாததை உடல் சோர்வு அழுத்தமாக உணர்த்திக் காட்டியது. கண் சிவந்து இருந்ததை பார்த்து அவர் மனைவி அமீரா கவலை கொண்டாள்.

செல்லப்ப ராவுத்தருக்கு வயது அம்பதை தாண்டியிருக்கும். கட்டுமஸ்தான உடம்பை சக்கரை வியாதியால் இழந்திருந்தார். கூடவே இருதய பிரச்சனையும் இருந்தது. ஆனாலும், அந்த குரல் அவரின் உடல் வலிமையை காட்டிலும் மிகுந்த கம்பீரத்தை கொடுத்தது.

*"ஏங்க இதெல்லாம் நமக்கு தேவையா?"* அமீராதான் தொடங்கினாள்.

*"ஏன்டி இப்பவே உங்க அண்ணனுக்கு ஜமாத்துல இப்பவே ஓட்டு சேர்க்க ஆரம்பிச்சிட்டியா?"* என்ற செல்லப்ப ராவுத்தரின் குரலில் கடும் வெறுப்பு!

*"இல்லங்க, நா கவலைப்படுறது உங்கள நினச்சுதான். அல்லாஹ் குடுத்த பரக்கத்து நம்மகிட்ட கொட்டி கெடக்கு. எதுக்கு....?"*

*"அவன் ஒரு ஈனப்பயடி! அந்த நாய் தலைவரானா ஊருக் குள்ள எவண்டி என்னய மதிப்பான்? நோன்புக்கு கஞ்சி காச்சுறதுல இருந்து ஈதுகாவுல தொழுகை வைக்கிற வரைக்கும் அந்தப்பய சொல்றதை என்ன கேட்டுட்டு சும்மா இருக்கச் சொல்றியா?"*

*"இல்லங்க இருக்குற வேலையே உங்களால சமாளிக்க ஒடம்பு ஒத்துக்க மாட்டுது!"* என்ற அமீராவின் குரலில் கவலை இருந்தது.

*"நா மவுத்தே ஆனாலும் தலைவராத்தான் சாவேன்!"* என்ற செல்லப்ப ராவுத்தரின் குரலில் உறுதி.

அமீரா கண்கள் லேசாக கலங்கியிருந்தது. அதை உணர்ந்தவராக பேசிய செல்லப்ப ராவுத்தர் குரலில் கொஞ்சம் கனிவு தென் பட்டது, *"ஏன்டி நா என்ன தலைவர் வெறிபிடிச்சா அலையிறேன்?*

எத்தனை தடவ ஜமாத்துல அன்னபோஸ்ட்டா என்னைய கேட்டாங்க. ஆசை இருந்தா எனக்கு அப்பவே போயிருக்க மாட்டேன்?"

"தெரியுங்க, ஏற்கனவே நமக்கும் அவங்களுக்கும் ஆகாது. இப்ப வீம்புக்கு நிக்கிற மாதிரி ஆயிடாதா?"

"வீம்புக்குதான் நிக்கிறேன். என் உசுரா நினச்சு வளத்த தங்கச்சிய கொன்ன கொலைகாரன்டி உன் அண்ணன்!"

"முடியாமத்தானங்க மவுத்தா போனாங்க! மச்சிக்கு அல்லா குடுத்த ஆயிசு அவ்வளவுதான்" என அமீராவை கட்டுப்படுத்த முடியாத அளவிற்கு அவளையும் தாண்டி ஒரு கேள்வி வந்து விழுந்தது.

"நீ முடியாம கிடந்தா நா சாக விட்ருவனா? சொல்லுடி?"

அமீரா மௌனமாக நின்றாள்.

"சரி முடியாம கிடந்து செத்தா. தங்கச்சி செத்து நாப்பது கூட ஆகல அதுக்குள்ள புது மாப்ளயா வந்து நின்னான். அதுவும் யாருக்கும் சொல்லாம திருட்டுக்கல்யாணம். அல்லாஹ்வுக்கு அடுக்குமா இவன் செஞ்சது? அரிப்பெடுத்த தாயோளி மவனுக்கு அதுக்குள்ள என்ன அவசரங்குறேன்?"அமீராவின் பதிலை எதிர்பார்த்தார்.

"ஏ தங்கச்சி எப்ப சாவா, நம்ம எப்ப புதுமாப்ளகணக்கா திரியலாம்னு தானே கணக்கு போட்டுட்டு இருந்துருக்கான்?"

செல்லப்பா தொடர்ந்தார், "நீ சொல்லி எந்த விஷயத்தையும் தட்டுனது இல்ல, இந்த விஷயத்தில் நீ தலையிடாத இது என் கௌரவப்பிரச்சனை!" என்றபடி நழுவிய கைலியை தொந்திக்கு மேல் தூக்கி கட்டியபடியே அறையை விட்டு வெளியேறினார்.

அமீராவுக்கு கொஞ்சம் கலக்கமாக இருந்தது. அண்ணனுக்கும் கணவனுக்கும் இடையே மாட்டிக் கொண்டோமே என்று.

"பொண்ணு எடுத்து பொண்ணு குடுக்குறது உள்ளாங்கை சிரங்கு மாதிரி அது தலைமுறை தாண்டினாலும் கோளாறு

புடிச்சது. ஒன்னு பொண்ண எடு, இல்லன்னா பொண்ண குடு. ஒன்ன எடுத்துட்டு இன்னொன்ன குடுக்க இது சந்த யாவாரம் இல்ல!" என்று அவள் நன்னிமா எவ்வளவு முறை எடுத்துச் சொல்லியும் அமீராவின் தந்தை அதை கேட்கவே இல்லை.

திருமணம் வெகு ஜோராக நடந்தது. ஒரு வாரத்திற்கு ஊர் சாப்பாடு நடந்தது. ஊரில் அது போல திருமணம் நடந்ததே இல்லை எனும் அளவிற்கு ஆடுகள் அறுபட்டன. ஆடுகளின் ரத்தம் ஊர் கால்வாயில் ஆறுபோல ஓடியதாகச் சொல்வார்கள். நூற்றுக்கும் மேற்பட்ட சமையற்காரர்கள் தங்கியிருந்து வேலை பார்த்தார்கள்.

மணமக்களான நான்கு பேரையும் ஊரில் ஆச்சரிய பொருள் போல பார்த்தார்கள். அல்லாவின் ஆசீர்வாதமிக்கவர்களால் மட்டுமே இப்படி வெகு சிறப்பாக திருமணம் செய்ய முடியும் என ஊரில் பேசிக்கொண்டார்கள். திருமணம் முடிந்து மூன்றாவது மாதத்தில் அமீரா நல்ல சேதியாக வாந்தி எடுத்தாள்.

அடுத்த இரண்டு வாரம் கழித்து அவளது அண்ணி ரசிதாவும் வாந்தி எடுத்தாள். அது ரத்த வாந்தி. பதறியடித்து மருத்துவ மனையில் சேர்த்து விட்டு பக்கம் பக்கமாக பரிசோதனைத் தாள்கள் வந்தது.

அது அனைத்திலும் ராசிதாவுக்கு ரத்த புற்றுநோய் என்று முடிவுகள் சொன்னதும் வீட்டில் வரிசைகட்டி நின்ற எல்லா மகிழ்ச்சியும் வேறு பக்கம் ஓடியது.

காதர்கனியும் மனைவியை பல பெரிய ஊர்களுக்கு அழைத்துக் கொண்டு மருத்துவம் பார்த்தார். எதுவும் பலனளிக்காமல் ஒரு மொஹரம் மாதத்தில் அல்லாஹ்விடமே போய் சேர்ந்தாள். ஒரு மரணம் இரு வீட்டு உறவை முற்றாக துண்டித்துவிட்டது. எப்போதும் ஒரே மாதிரியான உடையணிந்து வலம் வரும் காதர்கனி செல்லப்பா ராவுத்தர் நட்பும் முடிவுக்கு வந்தது.

"என்னம்மா ஒரு ரெண்டு நாளா ஒரு மாதிரியாவே இருக் கீங்க?" என்ற வேலைக்காரி சாவித்திரி அமீராவிடம் காபியை நீட்டினாள்.

சிறுவயதில் இருந்தே இங்கு தான் வேலை பார்க்கிறாள். இவளது கணவன் செவ்வந்தியப்பன் தன் அண்ணன் காதர்கனி வீட்டிற்கு வேலைக்கு அனுப்பிய அமீரா இவன் மூலம் அங்கு என்ன நடக்கிறது என்பதை அவ்வப்போது அறிந்து கொள்வாள். இது தவிர செல்லப்பா இல்லாத நேரத்தில் அண்ணனிடம் பகையை மறந்து விட பேசுவாள். அந்த பேச்சு இப்போது வரை நீள்கிறதே தவிர செல்லப்பா - சாகுல்ஹமீது பகை தொடரவே செய்கிறது. அதே போல் பிடிக்கா விட்டாலும் இரண்டாந்தாரமாய் அண்ணனுக்கு மனைவியான அண்ணி ஜமிலாவுடன் ஒரு நல்லுறவை உருவாக்கியிருக்கிறாள் அமீரா.

“தெரியாதவ மாதிரிதான் கேப்ப. அங்க என்ன நிலவரம்ன்னு உன் புருசன்ட கேக்க சொன்னேனே கேட்டியா?”

“இல்லம்மா, ரெண்டு நாளா குவாரி வேலைன்னு வண்டி அங்கதான் கிடக்காம். வர இன்னும் ரெண்டு நாளாகும்னு தகவல் சொல்லி அனுப்புனாரு!”

“என்னமோ போடி, ரெண்டு பேரும் பழையபடி ஒன்னு மண்ணா சேரணும்னு நா அல்லாட்டா நா துவா கேக்காத நாளே இல்ல. நம்பிக்கையா இருக்குற ஒவ்வொரு நாளும் அதுல ஏதாவது மண்ணு விழுந்துருது. அல்லாவுக்கே இவங்க சேர்றதுல நாட்டம் இல்லையோ என்னவோ? இந்த ஜமாத்ல போட்டி அறிவிச்சதுமே என்னோட ஈரக்குல நடுக்கம் இன்னும் நிக்கல!”

# 3

அந்த கல்குவாரியில் லாரிகள் மிகுந்த கவனமாக ஊர்ந்து கொண்டிருந்தன. மிகப்பெரிய குழியில் லாவகமாக இறங்கிச் சென்று பெரும் பாறைகளை நிதானமாக வெளியே கொண்டு வந்தன. கிஞ்சித்தும் தூய்மையற்ற அழுக்காடையில் தொழி லாளர்கள் மலையை குடைந்து கொண்டிருந்தார்கள்.

காதர்கனி ராவுத்தர் உச்சியிலிருந்து பார்க்கும் போது லாரி, தொழிலாளர்கள் எல்லாம் பூச்சிகள் போல நெளிந்து கொண் டிருந்தார்கள். அவ்வளவு தூசி மாசுகளுக்கு மத்தியில் அவர் மட்டும் வெள்ளை வேட்டி சட்டையில் அப்பழுக்கில்லாமல் இருந்தார்.

காதர்கனி ராவுத்தர் வயதை ஐம்பது என்றால் யாரும் நம்பமாட்டார்கள். ஆறடிக்கும் குறையாத உருவம். அதற்கு ஏற்றார் போல முறுக்கேறிய தேகம். தலையில் ஆங்காங்கே வெள்ளை, கருப்பு முடிகள் சரிவிகிதத்தில் இருந்தது. எப்போதும் தூய சவரம் செய்யும் அவர் ஹஜ்ஜுக்கு சென்றதில் இருந்து தாடியுடன் காட்சியளிக்கிறார். கம்பி நீட்டிய வெள்ளி முடிகள் அவரது கம்பீரத்துக்கு கூடுதல் தகுதியாக அமைந்துவிட்டது.

மனைவி ரசிதா இறந்ததும் ஆள் உடைந்து போனார். மூன்று மாதத்துக்கும் குறைவான அவர்களது தாம்பத்தியம் பாதி நாட்கள் மருத்துவமனையில் தான் கழிந்து போனது. மனைவி இறந்த சோகம் ஒருபுறம் என்றாலும் உயிருக்கு உயிராக பழகிய

நண்பன் செல்லப்பா தன்னை ஏமாற்றி தன் தங்கையை கட்டி வைத்து விட்டானே என்ற கோபமும் பகையாக மாறியது. தன்னை விட அவன் தான் இந்த திருமணத்தில் மிகுந்த ஆர்வமாக இருந்தது, திட்டமிட்ட சதியாக காதர்கனி உறுதியாக நம்பினார்.

மருத்துவமனை சிகிச்சையில் இருந்த போது மனைவி ரசிதா, திருமணம் ஆவதற்கு முன்பு மூக்கில் பலமுறை ரத்தம் வந்ததாகவும் அது சில்லு மூக்கு உடைந்ததால் வந்ததாக இருக்கலாம் என கை வைத்தியம் மட்டுமே பார்த்திருக்கிறார்கள் என்றும் சொல்லியிருக்கிறாள். அவர்கள் முறைப்படி வைத்தியம் பார்த்திருந்தால் மூன்று மாதத்தில் தனியாக நின்றுகொண்டிருக்கும் துர்பாக்கிய நிலை வந்திருக்காதே என்ற ஆதங்கம் காதர்கனிக்கு!

ரசிதா இறந்த இருபதாவது நாளில்தான் யூசுப் பாய் காதர்கனியை பார்க்க வந்திருந்தார். இவர் ஒருவகையில் காதர்கனிக்கு தூரத்து சொந்தம்.

"நீ பொண்டாட்டிய சாகக்குடுத்துட்டு உக்காந்திருக்க! சொல்றேன்னு தப்பா நினைக்காத காதரு. எத்தனை நாளைக்குதான் தனியாவே இருக்கப்போற? இதுல உன்னோட தப்பு எதுவுமே இல்ல. நீயா அந்த புள்ளைய கழுத்து நெருச்சா கொன்ன? அதுக்கு அல்லா குடுத்த ஹயாத்து அவ்வளவு தான். நா சொல்றாத கேளு, இப்படியே தனியா இருந்தா பைத்தியம்தான் பிடிக்கும்!" என்ற யூசுப்பின் முகத்தை பார்த்தார் காதர்கனி.

"என்ன பாக்ற, நல்ல சேதியாதான் கொண்டு வந்துருக்கேன். உனக்காக இல்லாட்டியும் உன்னோட சொத்துபத்துக்கு வாரிசு இல்லேன்னா நல்லவா இருக்கும்?"

"நீங்க என்ன சொல்ல வர்றீங்ன்னு நல்லாவே புரியுது மாமா. அதுக்கு இப்பென்ன அவசரம்?"

"என்ன மாப்ள? அவனவன் பொண்டாட்டி கல்லுக்குண்டா இருக்கும்போதே ஊருக்கு ஒன்னுன்னு சேத்து வச்சிட்டு இருக்காய்ங்க. நீ என்னடான்னா பொம்பளபுள்ள மாதிரி கண்ண கசக்கிட்டு உட்காந்திருக்க, ஆக வேண்டியத பாப்பியா, சொந்தக்

காரபுள்ள புருஷன் செத்து இத்தா முடுஞ்ச மறுநாளே கல்யாணம் முடிச்சிட்டு அடுத்த எட்டு மாசத்துல வயித்த தள்ளிட்டு நிக்கிது, நீ என்னன்னா...!?"

"நோய்ல செத்துப்போனலும் அவ ஏ பொண்டாட்டி. தொடச்சு போட்டுட்டு போக முடியாது. கொஞ்ச நாள் போகட்டும் பாக்கலாம். இன்னும் நாப்பது கூட முடியல!"

"அட மாப்ள, நாப்பது முப்பது எல்லா நம்ம இஸ்லாத்துல இல்லவே இல்ல. சூட்டோட சூட்டா நிக்காவை முடி! சவுதில நாலு மாடி வீட்டுல அடுக்குக்கு ஒருத்திய வச்சிட்டு திரியிறான்!"

"இல்ல, மாமா நா இருக்குற மனநிலையில கண்டிப்பா முடியாது!"

"இங்கேரு காதரு, புருஷன சாகக்குடுத்த பொண்டுகளே கல்யாணமாகி குழந்த குட்டின்னு மஹபத்தா இருக்குதுங்க. காலம் மாறி போச்சு. மாமா பேச்ச கேளு!" என்று கூறிய காதர்கனியின் பேச்சை கேட்காமல் வெளியே சென்றவர் கையோடு தன் மகள் ஜமீலாவை அழைத்து வந்தார்.

மாமா எல்லா ஏற்பாடோடுதான் வந்திருக்கிறார் என்பதை உணர்ந்தாலும் ஜமீலாவின் அழகு காதர்கனியின் மனதில் எந்த தடையும் ஏற்படுத்தவில்லை. ஜமீலா சினிமாவில் காட்டப்படும் பேரழகி போல மிளிர்ந்தாள். பின்பு காதர்கனி எதுவுமே சொல்லவில்லை.

மனைவி இழந்த சோகம் கூட்டாளி செல்லப்பாவின் துரோகமாக உருமாறியது. திருமணம் எளியமுறையில் காதர்கனி வீட்டில் நடந்தாலும் அன்றும் ஐந்நூறுக்கு பேருக்கு குறையாமல் விருந்து நடந்தது.

இந்த திருமணம் நடந்த போது தான் ஊரில் இல்லாதது எதேச்சையாக நடந்தாலும் அது திட்டமிட்டு நடந்ததாகவே செல்லப்பாவால் கருதப்பட்டது. அதன் பிறகு இருவருக்குமான இடைவெளி அறிவிக்கப்படாமலே இன்னும் பெரிதானது.

காதர்கனி ஜமீலாவுக்கு திருமணம் முடிந்து இரண்டு ஆண்டுகளுக்கு பின் தான் ரஹ்மான் பிறந்தான். இவனும்

இப்போது வளர்ந்து கல்லூரிக்கு செல்கிறான். செல்லப்பா மகள் படிக்கும் அதே கல்லூரியில் இவன் இப்போது தான் முதலாம் ஆண்டில் சேர்ந்திருக்கிறான். மிகுந்த அமைதியானவன். ஒரே மகன் என்பதால் காதர்கனி மகன் மீது உயிரே வைத்திருந்தார். நீண்ட வருடங்களுக்கு பிறகு இப்போது ஜமீலா மீண்டும் கர்ப்பமாக இருக்கிறாள்.

சில வருடத்துக்கு முன்பு தான் ஜமீலாவின் அத்தா யூசுப் இறந்து போனார். பெரிய வசதிகள் இல்லாத யூசுப் பாய் திட்டம் போட்டு தான் தன் மகளை காதர்கனிக்கு மணம் முடித்து கொடுத்ததாக வரும் பேச்சில் உண்மை இல்லாமலில்லை.

அதோடு அவரது ஒரே மகனும் ஜமீலாவின் தம்பியுமான இப்ராஹிம் இப்போது காதர்கனி வீட்டில் தான் இருக்கிறான். வெள்ளந்தியாக பேசும் இப்ராஹீம் பாதி நாட்கள் சாகுல் தியேட்டரில் தான் இருப்பான். ஒரே நாளில் ஒரே படத்தை நான்கு காட்சிகள் பார்த்து விட்டு அதன் வசனத்தை ஒரு நோட்டில் எழுதி வாசித்து மகிழ்வது அவனது அன்றாட நிகழ்வு. இதுகுறித்து காதர்கனி எதுவும் சொல்வதில்லை.

காதர்கனிக்கு பின் அவரது தொழில் தொடங்கி அனைத்து வேலைகளையும் பார்த்துக் கொண்டால் நம் மகன் ரஹ்மானுக்கு ஒரு துணையாக இருக்குமே என்று நினைத்த ஜமீலாவுக்குதான் இதில் பெரிய ஏமாற்றம். என்றாவது ஒரு நாள் திருந்தி விடுவான் என்று நம்பும் போதெல்லாம் மாலை காட்சி இடைவேளையில் எதையாவது கொறித்துக்கொண்டு இருப்பான் அவன்.

காதர்கனி செல்லப்பா இருவருக்குமான வசதிகள் அதிகரிக்க அதிகரிக்க இருவரின் சாம்ராஜ்யம் இரண்டானது. கிராமத்தில் இரண்டு பேருக்குமான விசுவாசிகளும் தனித்தனியாக உருவாகியிருந்தார்கள். வெறும் செல்லப்பாவாக அறியப்பட்டவர் ஒரு நாளில் மரியாதை நிமித்தமாக பெயரில் ராவுத்தரை சேர்த்துக்கொண்டார்.

காதர்கனி ஒரு படி மேலேறி இதை ஒரு விழாவாக உருவெடுத்தார்.

"காதர்கனி ராவுத்தர் நடத்தும் முதலாம் ஆண்டு கபாடிப் போட்டி"

மறு வாரம் செல்லப்பா ராவுத்தரால் அதை விட வெகு சிறப்பாக மற்றொரு கபாடி போட்டியும் நடந்து இரவு விருந்தும் அளிக்கப்பட்டு இரண்டு மூன்று அடிதடி சம்பவங்களோடு போட்டி நிறைவுற்றது.

# 4

‘சாகுல் தியேட்டர்’ உரிமையாளரான சாகுல் ஹமீது தனது தியேட்டரில் இரவு காட்சி முடிந்ததும் அங்கேயே படுத்து உறங்குவது வழக்கம். ஆங்காங்கே குழி விழுந்த முகம், பெரிய கண்கள், பான்பராக் குதப்பும் வாய், சிலோன் கைலி, முழுக்கை சட்டை என்றாலும் அதை முஷ்டி வரை மடித்து விட்டு ஒரு முஸ்லீம் என்பதற்கான எந்த அடையாளமும் அவரிடம் இருக்காது.

அவரிடம் வேலைபார்க்கும் கந்தன், சுந்தரம் இவரை ஒரு நாளும் ஓர் இஸ்லாமியாராக கற்பனை செய்து பார்த்தது இல்லை. ஒரு ரமலான் நாளில் தொப்பி போட்டு அவசர அவசரமாக எதிரே இருந்த பள்ளிக்கு தொழ ஓடிய போது தான் முழுமையாக இவரை இஸ்லாமியர் என்று நம்பினார்கள்.

சாகுல் பாய் வயது அறுபதுக்கு குறையாமல் இருக்கும். இவரது தந்தை கொழும்பில் வியாபாரம் செய்தவர். சொந்தமாக ஒரு கப்பல் கூட வைத்திருந்ததாக சொல்வார்கள். ஒரு விபத்தில் சிறுவயதிலேயே அவரது தந்தை இறக்க எல்லா பொறுப்புகளும் சாகுல்ஹ மீது மீது விழுந்தது. தந்தையை போல பெரிய தொழிலதிபராகி சாம்ராஜ்யத்தை விரிவுபடுத்துவார் என்று நம்பப்பட்டது. ஆனால், தந்தை இறந்து போன இரண்டாவது மாதத்தில் பள்ளிவாசலுக்கு எதிரே இருந்த ஒரு பெரிய மைதானம் சுத்தப்படுத்தபட்டது.

அந்த மைதானம் சாகுல் ஹமீது குடும்பத்தின் பூர்வீக சொத்து. மளமளவென்று வேலைகள் நடக்க அடுத்த இரண்டரை மாதத்தில் அது திரையரங்கு என்றானது.

ஒரு தொழுகை பள்ளிவாசலுக்கு எதிரே ஒரு சினிமா தியேட்டரா? என்று உள்ளூர் மக்கள் சிலர் கொந்தளிக்க செய்தாலும் பலர் உள்ளூர் பொழுதுபோக்குக்கு இதைவிட வேறு சிறந்த ஒன்று கிடைக்காது என மகிழ்ந்து கொண்டார்கள். இதையும் மீறி கிளர்ச்சி செய்ய நினைத்தால் சாகுல் ஹமீது மீதான இன்னொரு முகம் அவர்களின் முன் வந்து போனது. யாரையும் கை நீட்ட சாகுல் ஹமீதால் முடிந்தது. ஆனால், எளிதில் கை நீட்டிவிட மாட்டார். எதையும் தனியாக செய்வதே அவரது வழக்கம். அப்படிப்பட்ட தனியாள் ஒருவரை ஊரே பார்த்து தயங்குவது ஒரு மரியாதையாக இருக்கலாம்.

இப்போது வரை திருமணமே செய்து கொள்ளாத சாகுல் ஹமீதுவின் ஒரே சொந்தம் அவரது அம்மா நாயகம் அம்மாள். இயற்பெயர் கதிஜா. கதிஜாவின் கணவன் இறந்ததும் நான்கரை மாதம் இத்தாவில் இருந்த அவரிடம் நபிகள் வந்து பேசியதாகவும் இனி அவரது கட்டளைப்படிதான் நடப்பேன் என்றும் கூறிவந்தார். அன்று முதல் காலை சாப்பிடுவது முதல் இரவு தூங்குவது வரை அனைத்தும் நபிகளின் சொற்படிதான் நடக்கும் என்று அடம் பிடித்தவரை ஒருகட்டத்தில் அனைவரும் அவர் போக்கில் விட்டனர்.

ஊருக்குள் பாதிபேர் அவருக்கு மனநோய் என்றும் மீதி பேர் நிஜமாகவே நபிகள் வந்து பேசுவதாக கூறி வந்தார்கள். எப்படி பேசினாலும் மாதம் ஒரு முறை கிராம மக்கள் அவர் வீட்டின் முன்பு கூடிவிடுவார்கள். நாயகம் அம்மாள் ஒரு முறை கட்டிய சேலையை மறுமுறை கட்டுவதில்லை. எனவே, மாதம் ஒருமுறை அவரது சேலைகள் கால் விலைக்கு விற்கப்படும்.

அதை வாங்குவதற்கு கிராமமக்களுக்குள் போட்டி நிகழும். அவர் கட்டிய சேலையை கட்டினால் நபிகளின் ஆசீர்வாதம் நம்மை வந்து அடையும் என்பது ஒரு புறம் என்றாலும் இந்த விலைக்கு சேலை கிடைப்பது அரிதானது. சாகுல் ஹமீது

எதையும் கண்டு கொள்வதில்லை. தன் அம்மாவின் வரவு செலவு எதையும் அவர் கண்டு கொள்வதில்லை.

சாகுல் ஹமீதின் ஒரே கவனம் தியேட்டர் மட்டுமே. கிட்டத்தட்ட மனைவியாக பாவித்தார். அவருக்கு பிடித்த படம் என்றால் இரவுக்காட்சி முடிந்ததும் அவருக்காக பிரத்யோக காட்சி திரையிடப்படும். தியேட்டரின் மையமாக உட்காந்து கொண்டு சுருட்டு பிடித்து ரசித்துக்கொண்டே திரையில் உலாவும் கதாப்பாத்திரங்களோடு உரையாடுவது அவருக்கு பிடித்தமான ஒன்று.

தியேட்டரை தன் வீடாகவும், சினிமா கதாப்பத்திரங்களை தன் குடும்ப உறுப்பினராகவும் ரகசியமாக பாவித்தார். காட்சிகள் ஓடும் போதெல்லாம் தன் குடும்பம் மக்களோடு உரையாடுவதாக நினைத்துக்கொள்வார்.

சாகுல் ஹமீதுக்கும் நாயகம் அம்மாளுக்கும் உரையாடல்கள் எதுவும் பெரிதாக நிகழ்ந்ததில்லை. அப்படியே நிகழ்ந்தாலும் அது பெரும்பாலும் சண்டையில் தான் முடியும்.

“உனக்கு நிக்காஹ் பண்ண சொல்லி நபி கட்டளையிட்டு இருபது வருஷமாகுது!” என தொடங்கும் பேச்சு பெரும்பாலும் சண்டையின் தொடக்கமாக இருக்கும்.

“உனக்கு நபிகள் கட்டளை கொடுக்குற மாதிரி எனக்கும் கட்டளை வரும்!” என்றே சாகுல் முடித்துக் கொள்வார்.

இருவரும் பேசிக்கொள்வதை இரு மனநோயாளிகள் பேசிக்கொள்வதைப் போலத்தான் வீட்டு வேலைக்காரர்கள் பார்ப்பார்கள். சில நேர சம்பாசனைகள் அப்படித்தான் இருக்கும். சிறுவயதில் கணவனின் இழப்பை தாங்க முடியாத ஒரு பெண்ணும் ஒரு தந்தையின் முறையான வழிகாட்டிதலை பெற இயலாத ஆணும் ஒரே வீட்டில் நெடு ஆண்டுகளாக கோலோச்ச நேர்ந்தால் ஏற்படும் பிழைத்தான் இவர்களது வாழ்வியலாகிவிட்டது.

சிறுவயதில் இருந்தே சாகுல் ஹமீதுக்கு இஸ்லாமிய கோட்பாடுகள் மற்றும் அதன் சார்ந்த நம்பிக்கைகளில் பெரிய

ஈடுபாடு இல்லை. அதுதான் பள்ளிவாசலுக்கு முன்பாக ஒரு தியேட்டர் கட்டும் துணிச்சலை கொடுத்தது. தியேட்டரின் காலை காட்சியில் நாகூர் அனிபாவின் “அருள் மழை பொழிவாய் ரகுமானே” பாடல் தான் சாகுல் ஹமீதின் பக்திக்கும் தொழிலுக்குமான அதிகபட்ச புரிதல். வயது கொடுத்த பக்குவம் காரணமாக முன் கோபம் குறைந்து கொஞ்சம் மனிதர்களை மதிக்க தொடங்கியிருக்கிறார்.

தியேட்டரை இடிக்க வைக்க எந்த முயற்சி நடந்தாலும் அதை ஆரம்ப நிலையிலேயே முறியடிப்பது அல்லது அவர்களையே நண்பர்களாக்கி விடுவது இவரது பலம். இல்லையேல், “தியேட்டரை இடித்தே தீருவேன்!” என்று ஜமாத் தலைவராக முதல் சூளுரைத்த மரக்கடை அக்பர் இவரது உயிர் நண்பராக மாறியிருக்க மாட்டார்.

ஒரு நாள் மரக்கடை அக்பர் மாரடைப்பில் இறந்து விட்டதாக தகவல் வர மீண்டும் தியேட்டர் பற்றிய பேச்சு ஜமாத்தில் பேசப்படும் என்பதை இவர் உணர்ந்தே இருந்தார்.

தன்னை சீண்டும் விசயங்கள் நடக்கும் போது அவர் காட்டும் விசித்திரமான எதிர்வினை ஊர் பிரசித்தி பெற்ற ஒன்று. ஒருமுறை வெளியூரில் இருந்து ஜமாத்துக்கு வந்த ஒரு கோஷ்டி பள்ளிவாசலுக்கு எதிரே ஒரு சினிமா கொட்டகை இருப்பது வெட்கக்கேடு என்றும் அதை ஒரு முஸ்லீமே நடத்துவது மானக்கேடான விஷயம் என்று கூறி சாகுல் ஹமீதிடம் பேசப் போவதாக கூறினார். உள்ளூர் ஆட்கள் எவ்வளவு தடுத்தும் அவரை சந்திப்பதில் உறுதியாக நின்றது அந்த கோஷ்டி!

தியேட்டர் உள்ளே ஒரு ஜெயசங்கர் படம் ஓடிக்கொண்டிருக்க வெளியே அந்த கோஷ்டியில் நீண்ட தாடி வைத்திருந்த ஒருவரை சாகுல் தியேட்டர் வளாகத்தில் வைத்து அடி வயிற்றில் ஓங்கி குத்த அவர் “அல்லாவே” என்று கதறியது ஊர் எல்லை வரை கேட்டது. அப்போதும் கோபம் அடங்காதவராக சாகுல், ஜமாத் தலைவரின் அன்புக்கு கட்டுப்பட்டு அவிழ்த்து வைத்திருந்த கூம்பு குழாய் இரண்டை மீண்டும் அதே இடத்தில் கட்டினார்.

மனிதன் என்பவன் மிருகமாகலாம் எனும் ஸ்ரீனிவாசன் மெல்லிய குரல் கொண்டு பாடிய அந்த பாடலை வெள்ளிக்கிழமை

ஜும்மா நேரத்தில் விசேஷமாக ஒலிபரப்பு செய்தார். உள்ளே ஓதிக்கொண்டிருந்த அஜ்ரத் எங்கே திருமறை வசனங்களை மறந்து பாடல் வரியை பாடி விடுவோமோ என்று பயந்தார்.

தியேட்டர் வாசலில் நின்று ஆவேசமாக பீடி குடித்துக் கொண்டிருந்த அவரை மரக்கடை அக்பர் வந்து சமாதானம் செய்ய முயற்சித்த போது அடுத்த பாடலாக சிங்கார வேலனே தேவா பாடலில் காரகுறிச்சி அருணாசலத்தின் நாதஸ்வரம் பக்கத்து ஊர்வரை கேட்டது. எவ்வளவு சொல்லியும் கேட்காத அவர் இறுதியில் நண்பருக்காக மனமிறங்கி சின்னஞ்சிறிய வண்ண பறவை பாடலில் எஸ்.ஜானகி ஹம்மிங் செய்த நேரத்தில் குழாயை கழற்ற சொன்னார். அப்படி செய்யும் போது தொழுகையும் முடிந்திருந்தது. அந்த சம்பவத்திலிருந்து தான் நிதானமாக இருக்கும் அவர் எந்நேரமும் பழைய சாகுல் ஹமீதாக மாறலாம் என்பதை உணர்ந்தனர்.

# 5

அம்பா எப்போது இந்த பள்ளிவாசலுக்கு வந்தார் என்பதை யாராலும் அறிய இயலாது. இன்னும் சொல்லப்போனால் பள்ளிவாசல் கட்டுவதற்கு முன்பே கூட வந்திருக்கலாம். நாடு விடுதலையாகி பத்து ஆண்டுகள் ஆனாலும் சுதந்திரம் என்றால் என்னவென்று தெரியாத சூழலில் தான் அந்தப்பள்ளிவாசல் கட்டப்பட்டது. ஒருநாள் வெயில் அடித்துக்கொண்டிருக்கும் போதே மழை பெய்தது.

பள்ளி கட்டிய புதிது. வெள்ளை வெள்லேறேன்று அடித்துக் கொண்டிருந்த கந்தக வெயிலை மேலும் உஷ்ணப்படுத்த எங்கேயோ திரண்ட மேகங்கள் சரமாரி மழையாக பொழிந்தது. அப்போது தான் அம்பா பள்ளிவாசலில் தஞ்சம் புகுந்தார். மழை விட்டதும் சென்று விடுவார் என்று தான் மழைக்கு ஒதுங்கிய சக ஒண்டிகள் கருதினார்கள். ஆனால், இப்போதுவரை இவர் மழை ஒதுங்கிய இடத்திற்கு வெகு அருகில்தான் நின்று கொண்டிருகிறார். மழை விட்டதும் எல்லோரும் அவரவர் செல்ல வேண்டிய இடத்திற்கு செல்ல இவர் மட்டும் பள்ளியில் தேங்கி நின்ற நீரை அகற்றிக்கொண்டிருந்தார். பின்பு உரச்சாக்கு ஒன்றை நன்கு உதறிவிட்டு கால் துடைத்துச் செல்ல பணித்தார். அப்போது அவர் வயது ஒரு முப்பது இருக்கலாம். ஒளியேறிய கண்களில் அப்படி ஒரு விரக்தி. இதற்கு மேல் ஒரு மனிதன் சிகப்பாக இருக்க முடியாது என்பது போல ஒரு பச்சரிசி நிறம்.

அந்தக் காலத்தில் அறிவிக்கப்படாத பள்ளிவாசல் தலைவராக இருந்தவருக்கு பள்ளி வேலைகள் செய்ய ஒரு பொறுப்பான ஆள் தேவைப்பட்டதால் அன்று முதல் அம்பா பள்ளிப் பணியாளராக நியமிக்கப்பட்டார். மூன்று வேளைக்கு சாப்பாடு மட்டுமே சம்பளமாக சொல்லப்பட்டது. தலைவர் கூறியது அவருக்கு புரிந்ததா என்று தெரியவில்லை எனிலும் அனைத்துக்கும் சம்மதம் என்று தலையாட்டி வைத்தார்.

முதலில் அவரை வாய் பேசத்தெரியாத ஊமை என்றே கருதி வந்தனர். ஒரு நாள் கீழே சிந்திக்கிடந்த நோன்புக்கஞ்சியில் கால்வைத்து வழுக்கி கீழே விழும் போது "யா அல்லாஹ்" என்று கத்திய போது தான் அவருக்கு பேச வரும் என்றே தெரிந்தது. உனக்கு பேச வருமா என்றதற்கு எதோ ஒரு பாஷையில் அம்பா பதில் சொல்ல அதிலிருந்து யாரும் அவரிடம் எதுவும் கேட்பதில்லை. அம்பாவும் எதுவும் பேசுவதில்லை. தன் மொழியும் அவர்களுக்கும் அவர்கள் மொழி இவனுக்கும் தெரியாத ஊரில் எல்லோரும் ஊமைகளே. இரண்டு மூன்று வருடம் கழித்துதான் அது ஹிந்தி கலந்த வினோத வடமொழி என்று தெரிந்தது.

மொழியை கண்டுபிடித்த கிராம மக்களில் சிலர் அவரை பாகிஸ்தானில் இருந்து வந்தவர் என்றும் கருதினார்கள். இதற்கெல்லாம் இடம் கொடுக்காமல் ஆச்சரியமாக அம்பா நான்கு வருடத்தில் தமிழில் தேர்ச்சி பெற்றார். இந்தளவுக்கு தமிழ் பேச வருமா என்பது போல சிறப்பான உச்சரிப்பு கொண்ட தமிழ் அவருக்கு கை வந்தது. இயல்பில் கற்பவனுக்கும் கட்டாயத்தில் இருப்பவனுக்குமான வித்தியாசம் அது. எப்போதும் குரான் படித்துக் கொண்டிருந்த அவரை பாசமுடன் அம்பா என்றே அழைத்தார்கள்.

வீட்டுக்கும் அழைத்து உணவும் கொடுத்தார்கள். பள்ளிவாசல் இமாம், மோதினார் இல்லாத நேரத்தில் இவர் தொழுகை வைப்பார். தொழுகை நேரங்கள் தவிர ஊர் அரசமர நிழலில் பீடி குடிப்பார். அதிகமாய் மூக்குப்பொடி போடுவார். இதுவரை தலையில் இருக்கும் குல்லாவை கழற்றி யாரும் பார்த்தது இல்லை. குளிக்கும் போது கூட குல்லாவோடு தான் இருப்பதாகவும் சொல்வார்கள்.

நியாயமாக வயது இப்போது எழுபதுக்கு மேலே தான் இருக்கும். முகம் குறுக்கே பாயும் கோடுகள் இல்லாவிட்டால் இவருக்கு ஐம்பதுக்கு மேலே யாரும் சொல்ல மாட்டார்கள். நன்கு பழகிய ஆட்களாகி விட்டால் மணிகணக்கில் உரையாடுவார். உரையாடல்கள் அனைத்தும் கேள்வி பதிலாக இருக்கும். இவரிடம் பத்து நிமிடம் நின்று பேசியவர்கள் குடும்ப ரகசியத்தில் பாதியை இவரிடம் உளறி வைத்திருப்பார்கள். திருமணமே ஆகாமல் ஒரு மனிதர் இப்படியும் இருக்கலாம் என்று இவரை பள்ளி மஹல்லாவாசிகள் சில நேரம் அதிசயத்து பார்ப்பார்கள்.

எந்த விதமான அலங்காரமும் இல்லாத அம்பா ஊர்மக்களை நன்கு விளங்கி வைத்திருக்கிறார். இந்த மகல்லாஹ்வாசிகள் யார்? இவர்களுக்குள் நிலவும் கருத்துகள் என்ன? இறைவன் பற்றிய புரிதல்கள் என்ன என்பதை கவனித்துக் கொண்டு தான் இருக்கிறார்.

ஒரு முறை ஊர்த்தலைவர் இவரின் திருமணம் பற்றி பேச்சு எடுத்தார். கணவனை இழந்த ஒரு பெண்ணுக்கும் அம்பாவுக்கு மணமுடிக்க ஒரு பேச்சு எழுந்தது. அம்பாவை எப்படியேனும் ஊர்வாசியாக்கி விட வேண்டும் என்பதே அவரின் முனைப்பாக இருந்தது. அதற்கு இன்று வரை உரிய பதில் கூறவில்லை. இது வரை இருபதுக்கும் மேற்பட்ட ஜமாத் தலைவர்கள் மாறினாலும் அம்பாவின் இடம் அப்படியே இருக்கிறது. பள்ளிக்கு வந்த இமாமிடமும், எப்போதும் கருத்து வேறுபாடு கொள்ளும் மோதினார்களுடனும் சமரசம் கொண்டே இருந்தார். நோன்பு மாதத்தில் கஞ்சிக்கு வெள்ளைப்பூண்டு, வெங்காயம் உரிப்பார். மாலை கஞ்சி விநியோகம்.

அம்பாவை அதிசயமாக சாகுல் ஹமீது தியேட்டரில் பார்க்கலாம். அது என்னவோ தெரியவில்லை ஏவிஎம். ராஜன் படத்தின் போஸ்டரை மட்டுமே நிமிடக்கணக்கில் பார்த்துக் கொண்டிருப்பார். தொடர்ந்து மூன்று மணி நேரத்துக்கு மேலாக அம்பா பள்ளியில் இல்லா விட்டாலும், ஏவிஎம். ராஜன் போஸ்டர் ஒட்டப்பட்டு இருந்தாலும் நிச்சயம் அவர் சாகுல் தியேட்டரில் தான் இருப்பார் என்று உறுதியாகச் சொல்லலாம். உலகளாவிய ஆசைகளற்ற அவருக்கு கொட்டகை சினிமாவும், ஏவிஎம். ராஜனும் ஆசுவாசமாக இருந்தனர்.

# 6

“ஏன்டி புள்ளையா பெத்து வச்சுருக்க? எல்லா சைத்தா புடிச்சதா வந்து பொறந்திக்ருக்குங்க! என்ற மோதினார் முத்தலீபு மனைவியை பார்த்து சலித்துக்கொண்டார்.

மனைவி “அஸ்தபிருல்லா! புள்ளைங்களை சைத்தான்னு சொல்லாதீங்க, எல்லா வம்பாடு பட்டு பெத்தது!”

“யாரு இல்லேன்டா, ஜமாத்தாளுங்க உக்காந்து பேசீட்டு இருக்கும்போது இதுங்க எல்லா சினிமா கொட்டகைக்கு வந்து காசு கேக்குதுங்க. பள்ளிவாசல் பெருசுங்க என்னைய என்ன நினப்பாங்க?”

“என்ன நினப்பாங்க? என்னமோ எந்த தொப்பியும் கொட்டகைக்குள்ள போகாத மாதிரி!”

“வாய் ஒனக்கு ரெம்பதான்டி நீளுது. அந்த சினிமா கொட்டகைக்கும் நம்ம பள்ளிக்கும் ஒற்ற பிரச்சனை உனக்கு தெரியாதாக்கும்!”

“பெரிய மனுசங்க நமக்குத்தான் தெரியும். பச்ச மண்ணுங்களுக்கு என்ன தெரியும்? டீவி பொட்டி இருந்தா அதுங்க ஏ சினிமா பாக்க திரிய போதுங்க?”

“ஏன்டி பஞ்சாயத்து டிவில பாத்தா நம்ம நவ்வப்பு வம்சத்துக்கு இழுக்கு வந்துருமோ?”

"எது நம்ம பஞ்சாயத்து டிவியா? அது பாதி நாலு பூட்டிதே கெடக்கு. மீதி நாளு மொஹரம், மிலாது நபி, நோம்புன்னு தொறக்குறதே இல்ல. இதுல எங்க போய் அங்க ஒன்றது?"

"எல்லாத்துக்கும் பதில் பேசி என்னய சாவடிக்காத, கொஞ்ச நாளைக்கு நம்ம பக்கிகள சினிமாவுக்கு காசு வாங்க பள்ளி பக்கம் அனுப்பாத! ஜமாத்ல எலக்சன் வருது. கொட்டகையை யாரு காலி பண்ணி குடுக்குறாங்களோ அவங்களுக்கு தான் ஓட்டு போடணும்ன்னு பெரிய தலைங்க எல்லாம் சேந்து பேசி வச்சிருக்காங்க. அடுத்து இந்த மகால்லாவுல இருந்துட்டு யாரெல்லாம் பரக்கத் கொட்டகைக்கு ஒதுங்குறானோ அவனுங்க எல்லாரையும் ஜமாத்ல இருந்தே ஒதுக்கி வைக்கப்போறங்களாம்!"

மோதினார் மனைவி எதையும் கேட்காதது போல பாத் திரத்தை தேய்க்க ஆரம்பித்தாள்.

"ஏன்டி நா சொல்றது காதுல விழுகுதா இல்லையா?" மோதி னார் சற்று உரக்கக் கூறினார்.

"எந்த ஊர்லயும் இல்லாம எதோ அல்லா புண்ணியத்துல நம்ம ஊர்ல ஒரு சினிமா கொட்டக இருக்கு. அது பொறுக்கலையா இந்த தொப்ப துலுக்கனுங்களுக்கு!"

"கத்தி பேசாதடி தரித்திரம் புடிச்சவளே, எவன் காதுலயாவது விழுந்து தொலைக்கப்போகுது!"

"விழுந்தா என்னவாம்? எதோ பொழுதுபோக்க அங்கதான் நம்ம பொம்பள புள்ளைங்க போகுதுங்க. அசலூர்ல இந்த மாதிரி போக முடியுமா?"

"செத்த சும்மாருடி, நம்ம ஒண்டி இருக்குறதே இந்த நிர்வாகம் குடுத்த இடத்துலதான்!"

மனைவி எதோ முனங்க அது மோதினார் காதில் விழவில்லை. எனிலும் அது என்னவென்று கேட்ட விரும்பாமல் தொழுகைக்கு பாங்கு சொல்ல பள்ளி நோக்கி விரைந்தார். ●

# 7

“ஜும்மாவுக்கு போயிட்டு வந்ததுல இருந்து உங்க முகமே சரியில்லையே!” என கேட்ட மனைவி ஜெரினாவை இமாம் நூர் கண்டு கொள்ளாதது போல முகத்தை கழுவினார். முகத்தில் இருந்த தண்ணீர் அவரது நீண்ட தாடிக்குள் ஊடுருவியது.

“எல்லா அல்லா நாட்டம் படிதான் நடக்கும். அல்லா ஏதோ சொல்ல நினைக்கிறான் என்னனுதான் புரியல!” என்றபடி தாடியில் இருந்த நீரை துண்டால் ஒற்றி எடுத்தார்.

“நீங்களா ஒண்ணும் கேக்கலையே, அவரா தானே கேட்டாரு, இப்ப புடி குடுக்காம பேசுனா என்ன அர்த்தமாம்?” அவர் மனைவியின் பேச்சில் கொஞ்சம் ஆதங்கம் இருந்தது.

“இதெல்லாம் போய் கேக்க முடியுமாம்மா? அவருக்கு என்ன பிரச்சனையோ, அது அல்லாஹ்வுக்குத்தான் தெரியும்” என்ற இமாம் நூர் பேச்சில் கொஞ்சம் விரக்தி.

ஒரு நாள் பாத்தியா ஓதுவதற்கு இமாம் நூர் புதுப்பட்டி ஜவுளிக்கடை அதிபர் முஸ்தபா வீட்டுக்கு சென்றிருந்தார். ஓதி முடித்ததும் இமாமை அழைத்த முஸ்தபா அடுத்த முறை உம்ராவுக்கு அழைத்துச் செல்வதாக கூறியிருந்தார். மேலும் எல்லா செலவையும் தானே ஏற்றுக்கொள்வதாகவும் பாஸ்போர்ட் மட்டும் எடுத்து தயாராக வைத்துக்கொள்ளும்படியும் சொல்லி யிருந்தார். இதை சற்றும் எதிர்பாராத இமாம் நூர் இவையாவும் அல்லாஹ் தனக்கு கொடுத்த நற்கூலியாக கருதினார். அத்தோடு

நில்லாமல் எதிர் தென்படும் மஹல்லாவாசிகள் அனைவரிடமும் உம்ரா செல்வதாக மகிழ்வுடன் தெரிவித்தார்.

நேற்று பாஸ்போர்ட் கைக்கு வந்ததும் அதை ஆவலாக எடுத்துக்கொண்டு புதுப்பட்டி ஜவுளிக்கடை அதிபர் முஸ்தபா கடைக்கு சென்ற போது விரும்பத்தகாத நிகழ்வுகள் அரங்கேறியது. எப்போதும் மகிழ்வுடன் வரவேற்கும் முஸ்தபா அன்று வெறும் தலையாட்டிதோடு வெளியே சென்று விட்டார். சற்று நேரத்தில் வந்து விடுவார் என்று காத்திருந்த இமாம் நூருக்கு மதியம் லுஹர் தொழுகைக்கு வேறு நேரம் ஆகி கொண்டு இருந்தது.

தொழுகைக்கு உரிய நேரத்தில் பள்ளிக்கு வரவில்லை என்றால் பள்ளியின் நிர்வாக அறையில் ஓர் உண்டியல் ஒன்று இருக்கும். அதில் இமாம் பள்ளிக்கு வராத நேரமும் நாளும் குறித்து வைத்த சீட்டு ஒன்று போடப்படும். பின்பு இமாமுக்கு சம்பளம் போடும் நாளன்று அந்த உண்டியல் பள்ளி கணக் காளரால் அந்த சீட்டு எண்ணப்படும். தொழுகைக்கு வராத நேரங்களை கணக்கிட்டு அதை சம்பளத்தில் கழித்து கொடுக்கும் முறை பல காலமாக இருந்து வருகிறது. பள்ளியின் முதல் நிர்வாகியால் கொண்டு வரப்பட்ட இந்த நூதன வருகைப் பதிவேட்டு முறை இன்றளவும் கடைபிடிக்கப்பட்டு வருகிறது.

ஒருமுறை இமாம் நான்கு நாட்கள் தீவிர காய்ச்சலில் பீடிக்கப்பட்ட போதும் இந்த துண்டுச் சீட்டுமுறை நிர்வாகத்தால் சீரியமுறையில் கடைபிடிக்கபட்டு வந்தது. வெறுத்துப்போய் நியாயம் கேட்ட போதும் நிர்வாகத்தால் சரியான பதில் கிடைக்கவில்லை. சொற்ப வருமானத்திலும் இறை மொழியை கம்பீரமாக எடுத்துரைக்க வேண்டிய நிலை யாருக்கும் வரக் கூடாது என்று இமாம் எப்போதும் அல்லாவிடம் வேண்டிக் கொள்வார்.

பள்ளிவாசலில் வேலை பார்க்கும் பணியாளர்கள் மற்றும் இமாம்களை கண்ணியப்படுத்துங்கள் எனப் பல வெள்ளிக்கிழமை பிரசங்க நிகழ்வுகளிலும் நிர்வாகத்திற்கு மறைமுக கோரிக்கை வைப்பார். ஒரு வெள்ளிக்கிழமை இது குறித்து தீவிரமாக கர்ஜிக்க ஜமாத் தலைவர் மூலம் இனி இது குறித்து பயானில் பேசினால்

எந்த பயனும் இருக்காது மாறாக உங்கள் பணி பறிக்கப்படலாம் என்று சிறு எச்சரிக்கை செய்யப்பட்டது.

மறு வாரத்திலிருந்து இமாம் நபிகளாரின் அழகிய பொறுமை பற்றி சொற்பொழிவாற்றினார்.

இப்படிப்பட்ட சூழலில் தான் புதுப்பட்டி ஜவுளிக்கடை அதிபர் முஸ்தபாவுக்காக இமாம் காத்திருந்தார். இனியும் காத்திருந்தால் வருமானத்தில் துண்டு விழுந்துவிடும் என்பதால் அவரசஅவரசமாக சைக்கிளை மிதித்து பள்ளிக்கு விரைந்தார்.

தொழுகை ஆரம்பிக்க சில நொடிகளே இருந்திருந்தது. துண்டு சீட்டை உண்டியலில் யார் போடுவது என முத்தலீபு மோதினாருக்கும், கணக்காளருக்கும் ஒரு சிறு பிணக்கு வரும் முன்பே கை கால்களை கழுவி ஒதுவெடுத்து ஓட்டமும் நடையுமாய் பள்ளிக்குள் ஓடினார் இமாம் நூர்.

தொழுகையில் இமாம் நூருக்கு மனம் லயிக்கவில்லை.

புதுப்பட்டி ஜவுளிக்கடை நோக்கியே இருந்தது. எனிலும் மனதை தொழுகையில் ஒருங்கிணைக்க படாதபாடுபட்டார். தொழுகையில் ஏதேனும் தவறு செய்தால் ஊரில் அதை ஒருவாரமாக பேசுவார்கள். இமாமும் ஒரு மனிதன்தானே என கிஞ்சித்தும் இரக்கம் காட்ட மாட்டார்கள்.

பள்ளி நிர்வாகமும், “என்ன இமாமுக்கு இப்பெல்லாம் மனசு இங்கில்ல போல! வேறு பள்ளிவாசலுக்கு போகப் இடம் பாக்குறீன்ங்களா?” என்று குத்தலாக பேசுவார்கள்.

தொழுகை முடிந்ததும் மீண்டும் புதுப்பட்டி ஜவுளிக்கடை நோக்கி சென்றார். அங்கு முஸ்தபா இல்லை. மீண்டும் காத்திருப்பு தொடங்கியது. சற்று நேரத்தில் வந்த முஸ்தபா பாயிடம் கடந்த வாரங்களில் அவர் முகத்தில் தென்பட்ட கனிவு ரேகைகள் காணாமல் போயிருந்தது. வந்தவர் பேசவே இல்லை. வெகுநேரம் பார்த்த கணக்கு வழக்குகளை ஆராய்ந்து விட்டு என்ன என்பது போல இமாமை பார்த்தார். இமாம் நூர் மிக பவ்யமாக அவரது பாஸ்போர்ட்டை எடுத்து நீட்டினார்.

சிக்கந்தாபுரம் 36

பாஸ்போர்ட்டை வாங்காமல் குரலை சரிசெய்து பேசினார் முஸ்தபா.

"தோ பாருங்க இமாமு, மாஷா அல்லாஹ் பாஸ்போர்ட் எடுத்துருகீங்க சந்தோசம். ஆனா, பாருங்க கொஞ்ச பணம் முடையா இருக்கு. இன்ஷா அல்லாஹ் அடுத்த வருசம் உம்ராவுக்கு நிய்யத்து வைங்களேன்" என்றதும் இமாம் நூருக்கு நெற்றி சுருங்கியது.

தேக்கிவைத்த சொற்களை மேசை மீது விரித்த திருப்தியில் முஸ்தபா சிரித்தார். எதுவும் பேசாமல் பாஸ்போர்ட்டை எடுத்து ஜிப்பாவில் திணித்தார் இமாம். டீ வந்தது வேண்டாவெறுப்பாக குடித்துவிட்டு சைக்கிளை உதைத்த போது மனமெங்கும் பாரம்.

"யா அல்லாஹ் என்ன இது உன் அடியானுக்கு வந்த சோதனை!" நாமாகவே எதுவும் கேக்காமல் வந்த வாய்ப்பை ஊரெங்கும் கொட்டடித்து சொல்லாத குறையாக சொல்லிய பின்பு உமராவுக்கு போகவில்லை என்றால் இமாம் பெருமைக்கு பொய் சொல்லியதாக கருதமாட்டார்களா? எந்த கேள்விக்கும் விடை தெரியாமல் தான் வீட்டுக்குள் நுழைந்தார். ●

# 8

ரகுமான் இன்று தான் கல்லூரிக்கு முதல் நாள் போகிறான். ஊரிலிருந்து சுமார் முப்பது கிலோ மீட்டர் தொலைவில் இருக்கும் கல்லூரி அது. தினமும் பஸ்ஸில் போவதாக ஏற்பாடு. குடும்பத்தில் முதன்முதலாக கல்லூரிக்குச் செல்லும் வாரிசு என்பதால் அன்று அம்மா ஜமீலா இருபத்தியொரு பிச்சைக்காரர்களுக்கு மதிய உணவுக்கு ஏற்பாடு செய்திருந்தாள்.

அலிமாவை அதே கல்லூரியில் தான் படிக்கிறாள் என்று இவனுக்கு ஏற்கனவே தெரியும். இருவரும் ஒரே துறை என்பது இப்போதுதான் தெரிந்தது. காதர்கனிக்கு அப்படியெல்லாம் படிப்பின் மீது ஒரு நல்ல அபிப்பிராயம் இருந்ததில்லை. தான் ஆண்டுகொண்டிருக்கும் தொழில்களையும் மரியாதையையும் ஆள்வதற்கு குறைந்தபட்ச கணக்கு தெரிந்தால் போதும் எனக் கருதுபவர்.

ரகுமானோ படிப்பு மற்றும் மேற்படிப்பு இந்த கிராமத்திருந்து ஒரு விடுதலை கொடுக்கும் என நினைத்தான். அம்மா ஜமீலாவுக்கு மகன் எப்போதும் தன்னுடன் இருந்தால் போதும் என இறைவனிடம் பிரார்த்தனையில் கேட்பாள்.

இருவரும் அவரவர் வகுப்பறைக்குள் சென்று உட்கார்ந்து கொண்டார்கள். இப்போது அலிமாவுக்கு ஒரு பயம் வந்து சென்றது. இருவரும் ஒரே கல்லூரியில் மற்றும் ஒரே துறையில் படிப்பது அத்தாவுக்கு தெரிந்தால் என்னாகுமோ என்று லேசாக

கலக்கம். எதையும் யோசிக்காமல் கல்லூரிக்கே செல்ல வேண்டாம் என்று சொல்லி விட்டால் தனக்காக பரிந்து பேச யாரிருப்பார்? நிலைமை கை மீறிவிட்டால் அம்மாவால் ஒரு கட்டத்துக்கு மேல் அத்தாவிடம் பேசவே முடியாது. இந்த ஒரு வருடம் வரை இந்த செய்தி அத்தா காதுகளுக்கு போகாமல் இருக்க வேண்டும். அப்படி போகாமல் இருந்தால் ஏழு வியாழக்கிழமை தொடர்ந்து நோன்பு வைப்பதாக அல்லா ரசூலிடம் ஓர் ஒப்பந்தத்துக்கு வந்தாள்.

“என்ன புள்ள ஓ மாமா மகே நம்ம டிபார்மென்ட்தான் போல” அலிமா தோழி சுதா கிண்டல் செய்தாள்.

“சும்மாருடி, நானே அல்லா அல்லான்னு இருக்கேன், இவ வேற!” குரலில் உண்மையான பரிதவிப்பு.

“மாமி மகன்தானே?”

“இல்ல!”

“அப்றம்?”

“மாமியே இல்ல, அப்புறம் எப்படி மகன் வரும்?”

“என்ன இருந்தாலும் முறை வரும்ல?”

“எங்க மாமி மௌத்தா போனப்பவே எல்லா முறையும் முடிஞ்சிருச்சுடி. நீ பேசாம இரு. உனக்கு எதுவும் தெரியாது!”

“அப்ப நீ பேச மாட்டியா?”

“எதுக்குடி பேசணும்? அவனே ஒரு சின்னப்பய. அவன்கிட்ட எனக்கென்ன பேச்சு?”

“ஓ பெரிய பயலா இருந்தா பேசுவியோ? உன்னவிட உயரமா இருக்கான். யாரும் அவனை உன்ன விட இளையவன்னு சொல்ல மாட்டங்க!” என்று குறும்பாக சிரித்தாள்.

“ச்சீ, நா அந்த அர்த்ததுல சொல்லல்ல!” என வெட்கம் போன்ற ஒரு முகபாவனையை வெளிக்காட்டினாள்.

ரகுமானுக்கு கிராமத்தை தாண்டிய உணர்வு புதிய உற்சாகத்தை கொடுத்திருந்தது. ஒரு கிராமத்தின் நான்கு தெருவில் எதிர்கொள்ளும் அன்றாட நிகழ்வை அன்று மாற்றிக்காட்டிய பொழுதாக இருந்தது. வழக்கமாக பார்க்கும் முகங்கள், ஊர்க் குளம், பெரிய ஆலமரம், ஜமாத் தேர்தல் தொடர்பாக அத்தா வோடு எப்போதும் ஆலோசனையில் இருக்கும் மஸ்தான் பாய், ஜாபர் வாத்தியார், கமால் பாய்களின் கட்டை குரல்கள் தாண்டி இது வேறு உலகமாக இருந்தது.

அலிமாவைப் பற்றியும் நினைத்தான். இன்னும் சொல்லப் போனால் தான் கல்லூரி படிக்க அவளும் காரணமாக இருந் திருக்கிறாள். பேசுவதற்கு சந்தர்ப்பம் அமைந்தால் பேசலாம் என்ற முடிவில் தான் இருக்கிறான். பேச வாய்ப்பு கிடைத்தால் நிச்சயம் அவள் பேசமாட்டாள்.

ஊர்க்காரரர்களில் ஒருவர் பார்த்தாலும் காரியம் கெட்டது. முதல் நாள் வகுப்பு உடன்படிப்பவர்கள் ஒருவருக்கொருவர் அறிமுகம் செய்து கொண்டார்கள். இவனைப்போலவே ஒரு பெரிய மரவியாபாரி மகன் ராஜசேகர் நண்பனாகக் கிடைத்தான்.

பள்ளி போல சீருடை இல்லாமல் இருப்பது கட்டற்ற சுதந்திர உணர்வை கொடுத்தது. அன்று நடந்த ஐந்து மணிநேர வகுப்பும் இனி கற்கப்போகும் பாடங்கள் பற்றிய வழிகாட்டும் குறிப்புகளாக இருந்தது. ரகுமான் படிப்பின் மீது அக்கறை கொண்டவனாக இருந்தாலும் பள்ளி போல வலியுறுத்தி படிக்கச்சொல்ல மாட்டார்கள் எனும் முறை அவனுக்கு பிடித்திருந்தது.

# 9

வீட்டில் விளக்கு மின்னி மின்னி மறைந்தது. அந்த விளக்கின் வெளிச்சத்தில் தான் செவ்வந்தியப்பன் சாப்பிட்டுக் கொண்டிருந்தான். உள்ளே இருட்டாக இருந்தாலும் மின்னி எரிந்த விளக்கின் ஊடாக வெளிச்சத்தை கணித்து பார்த்து பாத்திரம் கழுவிக் கொண்டு இருந்தாள் சாவித்திரி. கழுத்தில் மஞ்சள் தாலி கயிறு வியர்வை சேர்ந்த அழுக்கில் தன் பொன்னிறத்தை இழந்திருந்தது. பாத்திரம் தேய்த்து கையை இழுக்க இழுக்க வளையல் பாத்திரத்துடன் இடித்து வினோத உரசும் சபதத்தை எழுப்பியது. அவள் வளையலை ஆவேசமாக மேலே ஏற்றிக்கொண்டாள்.

"ஏன்டி வீட்ல ஒரு லைட்டு மயிரு ஒழுங்க வச்சிக்க மாட்டியா?"

"ஆமா நாந்தேன், லைட்ட எரியவிட்டு அதுல நின்னு ஆட்டிட்டு இருக்கேன்!" பாத்திரத்தை இன்னும் அழுத்தமாக தேய்த்தாள்.

"திமிரு ஓவராயி போச்சுடி ஒனக்கு." வெகு அலட்சியமாக சோறை உருட்டி உள்ளே தள்ளினான்.

உண்மையில் செவ்வந்தியப்பன் சாவித்திரியின் வார்த்தைக்கு கட்டுப்பட்டவன் தான் என்றாலும் அவ்வப்போது அவளை சீண்டி விட்டு வேடிக்கை பார்ப்பான். இருவரும் காதலித்து திருமணம் செய்து கொண்டவர்கள். ஒரே ஜாதி என்றாலும்

அதற்குள் இருக்கும் உட்பிரிவின் படி இவளுக்கு இவன் அண்ணன் முறை. தூரத்து உறவுகள்.

வருடம் இரண்டு திரும்பியும் வாரிசு உருவாகாமல் இருப்பது குறித்து சாவித்திரிக்கு நிறைய வருத்தம். சாதி நம்பிக்கையின் படி அண்ணன் உறவு கொண்ட ஒருவனை கட்டியதால்தான் கரு உருவாகவில்லையோ என்று சில நேரம் தனியே அழுவாள். குழந்தை உருவானால் அதை வைத்து வீட்டுடன் ஒட்டிக் கொள்ளலாம் என்பது அவளது எண்ணம்.

“ஆமாமா, நகநட்டு செஞ்சு பரப்பி விட்டுருக்க. கழுத்துல முக்கா கிலோ ரெட்ட வடம் தொங்குது. அதான் திமிரு!” என் பதை ஒரு நடனம் போல அழகாய் அபிநயம் பிடித்துக் காட்டினாள்.

“ஏன்டி இப்ப கேட்டேன்னு அளக்குற?” என போலி வீரத்தை முடிந்த மட்டில் காட்டுவதென்று தீர்மானம் செய்தது போல லேசாய் குரலை உயர்த்திப் பார்த்தான்.

“அளக்காம, வீட்ட விட்டு போயி மூனு நாளாச்சு, மானம் போச்சுன்னு எங்கேயோ போய் உக்காந்துட்டு இப்பத்தான் வர. வந்ததும் வராததுமா புகார் வாசிச்சா அப்புடித்தான்!” இதோடு அவன் அடங்கவேண்டும் என்பது போல அழுத்தம் திருத்தமாக சொன்னாள்.

வெளியே நாய் குரைத்தது.

பதில் பேசாமல் சாப்பிட்டுக் கொண்டிருந்தான். வந்து போகும் நொடி வெளிச்சத்தில் சாவித்திரி முகம் அவனுக்கு வேடிக்கையாக இருந்தது.

“ரெண்டு வருசமாச்சு ஒரு புள்ள உண்டா, குட்டி உண்டா?” சாவித்திரி அழுதாள்.

“எல்லா வரும். வராமா எங்க போகப்போகுது?”

“ஆமா, வண்டிக்கு போறேன் வண்டிக்கு போறேன்னு இந்தா மூணு நாள் போய்ட்டு இப்பதான் வந்த! இந்தா தின்ன, செத்த

நேரத்துல கவட்டைல கைய மடிச்சிட்டு தூங்கிருவ. அப்புறம் எங்கருந்து புள்ள வரும்? வீட்டு பைப்பு வழியாவா?"

"ச்சீ! சனியம் புடிச்சவளே என்னடி பேசுற?" முகத்தை அரு வெறுப்பாய் வைத்துக் கொண்டான்.

"ஆமா, புடிச்சவதான். வேலை இல்லேன்னு அமீராமாட்ட சொல்லி வேல வாங்கி குடுத்தா, அங்கேயே பழியா கிடக்குறது எந்த ஊரு நியாயம்?"

"அடியே, எனக்கென்ன ஆசையாடி? அங்கேயே படுத்து உருள! நைட்டு ஆனா முதலாளி அவரு கூட்டாளி கூட உக்காந்து அப்படி என்னதான் பேசுவார்ன்னு தெரியல. தொரு தொருன்னு உக்காந்து அறுத்து தள்ளுறாய்ங்க! எனக்கும் நல்ல சாப்பாடு வாங்கி தர்றானுங்களா, அதான் தூங்கிடுறேன்!"

வீட்டில் எந்த பேச்சுவார்த்தை இல்லையென்றாலும் சாவித்திரியின் அண்ணன் அவளுடன் பேசி வருவான். அவன்தான் செல்லப்பா வீட்டின் பராமரிப்பு பணிக்காக வந்த போது தான் வீட்டு வேலைக்கு ஆள் தேவை என்று கேள்விப்பட்டு தன் தங்கையை அனுப்பி வைத்தான். பின்பு தன் கணவன் நிலை குறித்து சாவித்திரி அமீராவிடம் சொல்ல அதன் மூலம் தன் அண்ணன் வீட்டு வாகனத்துக்கு செய்வந்தியப்பன் ஓட்டுநராக பணியமர்த்தப்பட்டான்.

அந்த நேரத்தில் காதர்கனிக்கும் செல்லப்பாவுக்கும் நிகழ்ந்த யுத்தம் மிக அமைதியாக நடைபெற்றதால் கணவன் - மனைவி இரு துருவங்களில் வேலை பார்ப்பது பெரிய உறுத்தல்கள் இல்லாமல் இருந்தது.

"தூ துப்புகெட்ட ஜென்மம்!" என்று அவள் துப்புகையில் அவன் மீது கொஞ்சம் எச்சிலும் தெறித்தது.

"அவங்க குடுத்த சோத்த தின்னுட்டு தூங்கிட்டேன்னு சொல்லுறியே, மனுசனா நீ?"

"வேற என்னதான்டி பண்ண சொல்ற?" செவ்வந்தியப்பன் முழுவதும் கீழே இறங்கி வந்தான்.

"இங்கேரு, தங்கச்சிய கட்டிக்குடுத்த ரெண்டு மச்சினனுங்கக் குள்ள ஏதோ போட்டி வரப்போகுதாம்!"

"அடி சக்கண்ணானா, எம்எல்ஏ போட்டியா?" அவன் உற்சாகமானான்.

"ஆமா மண்ணாங்கட்டி போட்டி. உன்னைய நம்பி வண்டில உக்காந்து வர்ற ராவுத்தர நினைச்சா பாவமா இருக்குய்யா!"

"புரியுற மாதிரி சொன்னனாதானே தெரியும்!" என்று செவ்வந்தியப்பன் லேசாய் சிணுங்கினான்.

"அவனுங்க விடிய விடிய உக்காந்து பேசினது என்னென்னு தெரியாதா ஒனக்கு?"

அவன் அமைதியாக நின்று பின்பு அப்பாவியாய் சிரித்தான்.

"ஜமாத் தேர்தலாம்!"

அவன் உற்சாகமாய், "ஆங் ஜமாத்து, ஜமாத்து தேர்தல். ஆமா ஜமாத் எலெக்சன்!' அவள் தலையில் அடித்துக்கொண்டாள். பின்பு அவளே அக்கறையாக பேசினாள்.

"ஐயா செவ்வந்தி சாமி, தெருஞ்சோ தெரியாமலோ ரெண்டு எதிரி வீட்ல ஒரு மூலைக்கு நிக்கிறோம். என்ன சொல்ல வர்றேன்னு தெரியுதா?"

"நீயே சொல்லு சாவிக்குட்டி!"

"தூ, துப்பி துப்பி என்னோட எச்சிக்கு புடிச்ச கேடு! நல்லா கேட்டுக்க, போனாமா வேலைய பாத்தோமான்னு இருக்கணும். அதவுட்டுட்டு அவங்க கூட சேந்துகிட்டு எதாவது பண்ணேன்னு கேள்விபட்டா நடக்குறதே வேற. ஆமா சொல்லிட்டேன்!"

செவ்வந்தியப்பன் ஆழமாக யோசித்தான். பின்பு வெளியே எட்டிப்பார்த்தான். மீண்டும் வெளியே ஒரு நாய் குரைத்துக் கொண்டிருந்தது.

"என்னய்யா, என்ன ஒரு மாதிரியா பாக்குற? அந்த ராவுத்தர் கிட்ட எதையாவது ஔரி தொலைஞ்சிட்டியா?"

“அதெல்லா இல்லடி!”

“யோ, யோ ஒழுங்கா சொல்லிரு!” என்று கெஞ்சினாள் சாவித்திரி.

“ஆமா பெரிய தங்கமல ரகசியத்தை எடுத்து சொல்லிட்டேன், போடி. எதோ மக்கா தண்ணியாம். அது குடிச்சா குழந்தை பிறக்குமாம். அந்தம்மாகிட்ட கேட்டியா?”

“ஆமா, கேக்குறாங்க. முசுலீமு இல்லாதவங்களுக்கு தண்ணி குடுக்க மாட்டோன்னு அந்தம்மா பாட்டுக்கு பேசிருச்சுன்னா மூஞ்சிய எங்க வச்சிகிறதாம். அத விடு நா கேட்டதுக்கு பதில் சொல்லு!”

“ஆமா பெரிய லா பாயிண்டு கேள்வி. சம்சாரத்துக்கு ஒழுங்கா சம்பளம் குடுக்குறானா அந்த காஞ்சபயன்னு ஒருதாட்டி ராவுத்தர் கேட்டாரு!”

“அதுக்கு நீ என்ன சொன்ன?” சற்று ஆர்வமாக கேட்டாள்.

“அதெல்லாம் மாசம் பொறந்தா தங்கமா குடுத்துறாங்கன்னு சொன்னே! இப்ப அதுகென்னவாம்?”

“இப்புடியா மாங்கா மடையனா இருப்ப? எதிரிய பத்தி கேட்டா விட்டோத்தியா எதையாவது சொல்லலாமா இப்படியா புகந்து தள்ளுவ. ஓ சீட்டு சீக்கிரமே பறக்கப் போகுது!”

“தங்கமான மனுஷன். அப்படியெல்லாம் ஈத்தரைதனமா செய்ய மாட்டாரு!”

“ஆமாமா, ஒங்கிட்ட சொன்னாறாக்கும். இந்த அமீராம்மா இன்னிக்கு உன்னைய பத்தி கேட்டதும் கை காலு விறச்சுபோயி ஒரு மாதிரியா ஆயிருச்சு. எங்க இவங்க சண்டையில் நம்ம தல உருளுமோன்னு!”

செவ்வந்தியப்பன் எப்பொழுதாவது கொஞ்சம் விபரமாக பேசுவான்.

“அந்த அமீராம்மாவுக்கு ஒரு பக்கம் வீட்டுக்காரர், இன்னொரு பக்கம் அண்ணே. அதுனால ரெண்டு பக்கத்துக்கும் சேதாரம் உண்டாகாமத்தான் பாத்துக்குவாங்க!”

எனினும் அந்த பேச்சில் சாவித்திரி திருப்தி கொண்டவள் போல தெரியவில்லை.

"ஆயிரந்தான் கூடப் பொறந்த பொறப்பா இருந்தாலும் பிரச்சினைன்னு வந்தா அவ புருஷன்காரன் பின்னாடிதா நிப்பா. இல்லேன்னா வீட்டை அம்போன்னு விட்டுட்டு ஓ பின்னாடி வந்துருப்பனா?"

"ஆமா, அதுவும் கல்யாணம் ஆகாம கூட!" செவ்வந்தியப்பன் அட்டகாசமாய் சிரித்தான்.

விட்டு விட்டு எரிந்த விளக்கு வெளிச்சத்தில் சாவித்திரி முகம் இன்னும் கொஞ்சம் உக்கிரமாய் மாறியது. அவன் படுப்பதற்கு ஆயத்தமானான். ●

# 10

மஸ்தான் பாய் கைக்கு எட்டிவிடும் தூரத்தில் தான் அந்த அரேபிய பேரீச்சைகள் கொண்ட தட்டு இருந்தது. அந்த வகையான பேரிச்சம் பழம் அவருக்கு பிடித்தமான ஒன்று. அவர் தவிர ஜாபர் வாத்தியாரும், கமால் பாயும் அங்கு இருந்தார்கள். சந்திப்பு காதர்கனியின் தலைமையில் தான் நடக்கிறது. நடைபெறப்போகும் ஜமாத் தேர்தலில் வெல்வதற்கான யூகங்களை வகுப்பதற்குதான் இந்த கூட்டம்.

தலைவர் காதர்கனி தவிர துணைத்தலைவராக ஜாபர் வாத்தியாரும் செயலாளர், பொருளாளராக முறையே கமால் பாய், மஸ்தான் பாய் ஆகியோரும் போட்டியிடுவதாக முடிவு செய்யப்பட்டு அதன் தொடர்ச்சியாகத்தான் இந்த கூட்டம் நடக்கிறது. கமால் பாய் ஆரம்பித்தார்,

"போட்டி கொஞ்சம் கடுமையாத்தான் இருக்கும் போல ராவுத்தரே" என்றார்.

முடிவு அறிவிக்கப்படாமல் இருந்தாலும் கூட்டத்தினர் தன்னை தலைவராக ஏற்றுக்கொண்டது குறித்து காதர்கனி உள்ளூர மகிழ்ந்தார். கூட்டம் முடிந்ததும் கமால் பாய் காதர்கனியிடம் கைமாத்ததாக ஒரு தொகை கேட்கவேண்டும் என நினைத்துக்கொண்டார்.

எனினும், காதர்கனி மகிழ்வை வெளிக்காட்டாமல் கொஞ்சம் மிடுக்காகவே பேசினார்.

"அது எனக்கும் தெரியும். ஜெயிக்க என்ன வழி அத மட்டும் சொல்லுங்க! மஸ்தான் பாய் என்ன யோசனையா இருக்கீங்க?"

பேரீச்சையில் கவனமாக இருந்த மஸ்தான் பாய் லேசாக திடுக்கிட்டாலும் சமாளித்து கன்னத்தை தடவியபடி சொன்னார்,

"கமால் பாய் சொன்னதத்தான் யோசிச்சிட்டு இருக்கேன்!"

ஜாபர் வாத்தியார் குரலில் தெரியும் நேர்த்தியால் அவரது பேச்சுக்கு காதர்கனி எப்போதும் மதிப்பு கொடுப்பார்.

ஜாபர் ஓர் அரசு மேல்நிலை பள்ளியில் ஆசிரியராக இருந்து வருகிறார். படிப்பறிவு இல்லாத காலத்திலேயே அவர் தந்தை பியூ வரை படித்தவர். அதன் தொடர்ச்சியாக அந்த குடும்பத்தில் ஜாபர் ஓர் ஆசிரியர். அது போக காதர்கனியின் குவாரி விபரங் களை அவர் தான் கவனித்து வருகிறார். ஜாபர் தொண்டையை சரி செய்து பேசினார்,

"நம்ம ஊர் ஜமாத் தலைவர் தேர்தலில் நின்னு ஜெயிச்சா அது இதோட போற சமாச்சாரம் இல்ல. மூணாயிரம் முஸ்லீம் ஓட்டு தான் நம்மோட பலம். போன தடவை எம்எல்ஏ எலெக் சன்ல நின்ன ரெண்டு பெரிய கட்சிக்காரனும் நம்ம ஜமாத் தலைவர்கிட்ட காட்டுனா பணிவை கண்கூடா பாத்துருக்கேன்!"

மஸ்தான் பாய் யாரும் பார்க்காத போது இரண்டு பேரீச்சை பழத்தை எடுத்து ஒன்றை வாயில் போட்டுக்கொண்டு ஒருவித திருப்தி மனப்பான்மையில் இருந்தார்.

ஜாபர் வாத்தியார், "ஜெயிச்சப்புறம் நம்ம தலைவர் என் னென்ன விஷயம் சாதிச்சிக்கிட்டார்னு எனக்கு மட்டும் தான் தெரியும்.

கமால் பாய் ஆர்வமுடன் கேட்டார், "என்ன சொல்றீங்க வாத்தியாரே, ஜெயிச்சா தலைவர் என்ன சொன்னாலும் நம்ம எம்எல்ஏ கேப்பாரா?"

"பின்ன, கேட்டுத்தானே ஆகணும். சுளையா மூவாயிரம் துலுக்க ஓட்டுனா சும்மாவா கெடக்கு? தொகுதியோட கால்வாசி

சிக்கந்தாபுரம் 48

ஓட்டு நம்மாளுக ஓட்டு. வெற்றி, தோல்வியை தீர்மானிக்கிறது இந்த ஓட்டுதான்!"

காதர்கனி இன்னும் ஆர்வமாக நிமிர்ந்து உட்காந்தார்.

"கேக்க நல்லாத்தான் இருக்கு வாத்தியாரே. இன்னொன்னு என்னைய பொறுத்தவரை ஜெய்கிறது தோக்குறது பத்தி எனக்கு எந்த கவலையும் இல்ல. செல்லப்பாகிட்ட மட்டும் தோக்கக் கூடாது அவ்வளவு தான்!"

கமால் பாய், "வேணும்ன்னா செல்லப்பாகிட்ட பேசிப் பாக்கலாம்!"

"அதுக்கு நா கவுரவமா தோத்துருவேன்!" என கண் சிவக்க பேசியதை பார்த்த கமால்பாய் இன்னும் கொஞ்ச நேரம் காத்திருந்து பேசியிருக்கலாம் என தன்னைத்தானே குறைப்பட்டுக் கொண்டார்.

மஸ்தான் பாய் நாலாவது பேரீச்சை பழ விதையை துப்பினார். தன்னை யாரும் கவனிக்காத போது சாப்பிடுவது, மென்று துப்புவது அவரின் சிறப்புகளில் ஒன்று என கமால் அவ்வப்போது கிண்டல் செய்வார்.

"முதல்ல ஜமாத் நோட்ல இருந்து மொத்த விபரத்தையும் எடுப்போம். மஹல்லாவாசிகளில் மொத்த ஆண், பெண் எல்லாருடைய லிஸ்டயும் எடுத்துட்டு அப்புறமா ஆக வேண்டியத பாப்போம்" என்றார் ஜாபர் வாத்தியார்.

"வெளிநாட்டில பிழைக்க போன ஆளுங்க பேரையும் எடுக்கணும்" என்ற கமால் பாயின் பேச்சை அனைவரும் ஆமோதித்ததும் அவருக்கும் கொஞ்சம் ஆசுவாசமாக இருந்தது. மேலும் காதர்கனியிடம் பணம் வாங்குவதற்கு ஏற்ப சூழல் முகாந்திரம் இருப்பதாகவும் கருதினார்.

"இதுக்காக அங்கிருந்து ஆளுங்க வருவார்களா?" - காதர்கனி.

"அதான் லிஸ்ட் வரட்டும். யாரு யாரு நமக்கு ஓட்டு போடு வாங்கன்னு கணக்கு எடுப்போம் நமக்கு சாதகமான ஓட்டு

இருந்தா எலெக்சன் ஆபீசர்கிட்ட தபால் ஓட்டுக்கு அனுமதி கேப்போம்!" என்றார் ஜாபர் வாத்தியார்.

"நமக்கு சாதகமான இல்லலேன்னா?" என காதர்கானி சந்தேகம் எழுப்பினார்.

"சாதகமான இல்லேன்னா, வெளிநாட்டு ஓட்டுல திருட்டுத் தனம் நடக்குதுன்னு புகார் கொடுப்போம்!"

"அதுக்குள்ள ஊருக்குள்ள ஏதாவது செய்யணும்!" என்றார் மஸ்தான் பாய்.

"நம்மாளுங்க ரொம்ப வெளிய அநியாய வட்டி வாங்கிட்டு திரும்ப கட்ட முடியாம தவிச்சிட்டு கிடைக்காய்ங்க...!" என்ற கமால் பாயின் பேச்சை பாதியுடன் இடை மறித்தார் காதர்கனி,

"காசெல்லம் குடுக்கக் கூடாது. அதெல்லாம் அல்லாஹ்வுக்கே பிடிக்காது. காசுக்கு ஓட்டு போட சொல்றது ஹராம்!" கமால் மஸ்தான் இருவரும் லேசாய் கிசுகிசுத்துக்கொண்டார்கள்.

"ஒரு காலத்துல காலத்துல இவரு தகப்பனாரே வட்டிக்கு வாங்கி கொடுத்து தான் சம்பாதிச்சாரு. காதரு புதுசா ஹராம் பத்தி பேசுறான்!"

"யோ, சும்மாறியா. இந்தாளு குடுக்குற காச மனசுல வச்சிதான் அடுத்த ரெண்டு மாசத்துக்கு மளிகை சாமான் லிஸ்ட்டு போட்டு வச்சிருக்கேன். நீ பேசுறது அவரு காதுல விழுந்தா சோத்துக்கு சங்கட்டமா போயிரும். பேரிச்சம் பழத்தை தின்னுட்டு அல்லான்னு இரு!" என்றார் கமால் பாய்.

குவாரியில் இருள் கவ்வத் தொடங்கியது. கனரக வாகனங்கள் யாவும் உரிய இடத்தை பிடித்து நின்றன. சற்று இரைச்சலுடன் காற்று வீசியது.

"வானம் கம்முற மாறிருக்கு, கிளம்பிருவோமா?" என்றார் ஜாபர் வாத்தியார்.

காதர்கனி "அட இருங்க வாத்தியாரே மெல்ல போலாம். மஸ்தான் பாய், கமால் பாய் வேணா கிளம்பட்டும்!"

**சிக்கந்தாபுரம்**

அவசரப்பட்டு போக வேண்டாம். இது மாதிரியான சந்தர்ப் பங்களில் பணக்காரர்களின் நட்பு இறுதி வரை பலனளிக்க கூடியது. இப்போது கிளம்பிவிட்டால் பின்பு நமது முக்கியத்துவம் இன்னும் குறைத்துவிடும். அந்த வாத்தியார் கை இன்னும் ஓங்கிவிடும் என கமால் பாய், மஸ்தானை பார்த்து எச்சரிக்கை சமிக்ஞை செய்தார். இதை பார்த்ததும் ஒரு கை நிறைய பேரீச்சையை எடுத்துக் கொண்டு கிளம்ப முற்பட்ட மஸ்தான் மீண்டும் உட்கார்ந்து கொண்டார்.

“செல்லப்பா எனக்கு பிடிக்காதவன். அவன கண்டிப்பா இந்த எலெக்சன்ல தோற்கடிச்சு பழி வாங்கிருவேன். அந்த சினிமா கொட்டக சாகுலதான் என்ன பண்றதுன்னு தெரியல!” என மீண்டும் காதர்கனியின் முகம் சிவந்தது.

“இது பொறுமையா பண்ண வேண்டிய விஷயம்!”

“இல்ல வாத்தியாரே, பள்ளிவாசலுக்கு முன்னாடி தேட்டரை கட்டி வச்சு அந்த கிறுக்குத் தாயோளி பண்ற சேட்டைய சின்ன வயசுல இருந்து பாத்துட்டு தான் இருக்கேன். சூட்டோட சூட்டா அதையும் தரமட்டமா ஆகிட்டா அல்லா ரசூலே நம்மள ஜெயிக்க வச்சிருவான்!”

கமால் மஸ்தானிடன் மெல்லிய குரலில் “பழியை எல்லா அல்லா மேல தூக்கி போட்டுட்டு சொந்த பஞ்சாயத்து எல்லாத்தையும் ஜமாத் தேர்தல்ல வச்சே பைசல் பண்ணலாம்ன்னு பாக்குறான் பாத்தியா?” என்ற போது மஸ்தான் எதுவும் பேசவில்லை.

“நீ தட்ல இருக்குறது தீர்ற வரைக்கும் பேச மாட்ட. ஜெயிச்சா நீதான் செயலாளராம். அல்லா ரப்பனா!”

சற்று நேரத்தில் காற்று பலமாக வீச மின்சாரம் துண்டிக்கப் பட்டது. இருள் முழுவதுமாக கவ்வியது. மின்னல் வெளிச்சம் குவாரியின் பரந்த பரப்பளவை இன்னும் அப்பட்டமாக காட்டியது. ஜாபர் பாய் சுருட்டுக்காக வைத்திருந்த தீப்பெட்டியை பற்ற வைக்க முயற்சி செய்தார். காதர்கனி வெளிநாட்டில் இருந்து தருவித்த பேட்டரி விளக்கை பெருமையுடன் உயிர்பித்தார். அறையெங்கும் பிரகாசமானது.

# 11

சாகுல் தன் திரையரங்கு வளாகத்தை சுற்றி நடந்தார். உள்ளே சிவாஜி கணேசனின் படம் ஓடிக்கொண்டிருந்தது. உணர்ச்சிகரமாக வசனம் வளாகம் வரை கேட்டது. எதிரே பள்ளிவாசலில் தொழுகை முடிந்து சிலர் வீட்டுக்குச் சென்று கொண்டு இருந்தார்கள். அது உள்ளே படம் பார்த்து கொண்டிருக்கும் மனிதர்களின் கால்வாசி கூட இல்லை என்பதை நினைத்து சிரித்தபடியே உயரக சுருட்டு ஒன்றை பற்ற வைக்க நினைத்து அப்படியே நீண்ட நேரம் நின்றார். எச்சிலில் சுருட்டு கொஞ்சம் நனைத்தது. ஒரு வழியாக பற்ற வைத்து ஆழ்ந்து இழுத்தார்.

கந்தன் இடைவேளைக்கு ஆயத்தமாகிக் கொண்டிருந்தான். சமோசா, சோளப்பொறி பதார்த்தங்களை பெரிய மேஜையில் பரப்பினான். அப்போது அங்கு சுந்தரமும் வந்துவிட்டான்.

“முதலாளிய பாத்தியா?” என்றான் சுந்தரம்.

கந்தன், “வெளிய உலாத்திட்டு இருந்தாரு. கேட்டுக்கு வெளிய நிப்பாரு. என்ன விஷயம்?”

“படம் மாத்தி நாலு வாரமாச்சு. ஒரு மாசமா சிவாஜி கணேசன் அழுது அழுது எனக்கு நெஞ்சு வலி வந்துரும் போல!”

கந்தன் சிரித்தான்.

“இன்னும் ஒரு மாசமானாலும் பாக்க ஆள் இருக்கே!”

சாகுல் ஹமீது வந்துவிட்டார்.

"என்னங்கடா?" தன் தியேட்டரில் வேலை பார்க்கும் எல்லோரையும் ஒருமையில் தான் அழைப்பார்.

"நாளைக்கும் இதே படமா?"ன்னு கேட்டுட்டு இருந்தேன். சாகுல் ஹமீது மிகவும் யோசித்தார்.

"மோகன் பட பெட்டி வந்துருக்கணுமே. ரெண்டு நாளைக்கு முன்னாடி சொல்லியாச்சே!" என்று மூன்று நாள் தாடியை மெதுவாய் தடவிக்கொண்டார்.

"பெட்டி இன்னும் வரல, கூட்டமும் குறைஞ்சுகிட்டு வருது. மேனேஜர் வேற வேலைய விட்டு போய் ரெண்டு நாளாகுது!" என்று நியாயமான காரணத்தை சொன்னான் சுந்தரம்.

"சரி, இனி கணக்க நான் பாத்துக்கிறேன். பட பெட்டி வர்றது, போறது எல்லா இனி நீயே பாத்துக்க. இனியெல்லாம் மேனேஜர் தேட முடியாது. அடுத்த மாசத்துல இருந்து சம்பளம் உண்டன வாங்கிக்க. என்ன புரியுதா?" என்று கொஞ்சம் அதட்டலாகவே சொன்னார்.

கந்தன் எதையும் கவனிக்காதது போல அடுக்கிய பொருளை மீண்டும் அடுக்கினான். சாகுல் ஹமீது கழிவறைக்கு போய் விட்டார். அவர் செல்வதை ஆவலுடன் எதிர்பார்த்த கந்தன் ஓடிச்சென்று சுந்தரத்துக்கு கை கொடுத்தான்.

"வாழ்த்துக்கள் மேனேஜர் ஸார்!"

"டே சும்மா இருடா. படம் பெட்டி போறது, வர்றததான் பாத்துக்க சொன்னாரு. உடனே மேனேஜருன்னு முடிவே பண்ணிட்டியா?" என்று எந்த உணர்வும் காட்டாமல் சொன்னான் சுந்தரம்.

கந்தன் உற்சாகம் குறையாதவனாய் "சம்பளம் கூட போட்டு தர்றதா சொன்னத நா கேக்கலன்னு நினைச்சிட்டு இருந்தியோ? கவலைப்படாத பார்ட்டி கீர்ட்டி கேக்க மாட்டேன்!"

"அதுக்கு சொல்லடா, மூணு வருஷமா வேல பாக்குறோம். நைட்டு சொல்லிட்டு காலைல மறக்குற மனுஷன். ஏற்கனவே ஒரு தடவை இப்படி சொல்லி மறுநாள் புது மேனேஜர் வந்ததை

மறந்துட்டியா?" என்று சொல்லிய படி நின்றவன் ஏதோ ஞாபகம் வந்தார் போல ஆப்ரேட்டர் மாடி ரூமுக்கு ஓடினான்.

இடைவேளைக்கு மக்கள் கூட்டம் வளாகத்தில் ஒதுங்கி இதுவரை ஓடிய காட்சி பற்றி விவாதித்துக்கொண்டு இருந்தார்கள். சிலர் கழிவறையில் முறையாக சிறுநீர் கழித்துக் கொண்டிருந்தார்கள். அங்கும் இங்குமாய் பாசனம் செய்பவர்களை சாகுல் ஹமீது பார்த்தால் அப்படியே பின்னால் போய் மிதிப்பார்.

உற்பத்தி செய்த சிறுநீரிலேயே பலர் உருண்டிருக்கிறார்கள்.

பல ஒழுங்கற்ற கதைகள் படமாக ஓடினாலும் திரையரங்கை பொறுத்தவரை சாகுல் ஹமீது சில நேரம் ராணுவ ஒழுங்கை எதிர்பார்ப்பார். தியேட்டர் திறந்த புதிதில் எம்ஜிஆர் படம் ஒன்றுக்கு ரசிகர்கள் திரைக்கு அருகில் நின்று ஆடியதை தன் கவுரவத்திற்கு விடப்பட்ட மறைமுக சவாலாக கருதினார். கருதியதன் பேரில் ஆடிய எட்டு பேரில் நான்கு பேரை அடையாளம் கண்டு காட்சி முடிந்ததும் அவர்களுக்கு மட்டும் பிரத்யோக காட்சி ஒன்றைக் காட்டினார்.

அது ஊரில் பெரிய சலசலப்பை ஏற்படுத்தினாலும் சாகுல் ஹமீதை விட சாகுல் தியேட்டரை யாரும் பகைத்துக் கொள்ள விரும்பவில்லை. அவருடைய தனிப்பட்ட விருப்பு வெறுப்பை பல நேரம் திரையரங்கு காட்சியில் கூட காட்டுவார். ஒருநாள் தீவிர பல் வலி காரணமாக அன்று நாலு காட்சிகளும் ரத்து செய்தார். வலியில் துடித்துக்கொண்டிருக்கும் போது காதலிக்க நேரமில்லை படத்தை பார்த்து சிரித்தால் அது சரியாக இருக்காது என்பதே காரணம்.

தியேட்டரை பொறுத்தவரை சாகுலின் குணநல நெளிவு சுழிவுகள் அறிந்தவர்கள் மட்டுமே தாக்குப்பிடிக்க முடியும். இதற்கு முன் வேலை பார்த்த மேனேஜர்களின் எண்ணிக்கை திரையரங்கு ஆரம்பித்த ஆண்டுகளின் மூன்று மடங்கை தாண்டிவிட்டது. கந்தனும், சுந்தரமும் சுந்தரத்துடன் மிகுந்த புரிந்துணர்வுடன் மூன்று வருடங்களுக்கு மேலாக பணிபுரிந்து வருகிறார்கள்.

சாகுல் ஹமீது சில நேரம் தன் தவறுகளை திருத்திக்கொள்ளவும் தவறுவதில்லை. பயந்து போய் அமைதியாக படம் பார்ப்பவர்கள்

**சிக்கந்தாபுரம்** 54

முன்னிலையில் திடீரென மைக்கோடு தோன்றி, “செத்த பொணம் மாதிரி படம் பாக்கவா தேட்டர் கட்டி போட்ருக்கேன்? சிரிச்சு கைதட்டி பாருங்கடா, சைத்தானுக்கு பொறந்தவங்களா?” என்பார்.

அங்கு படம் பார்க்க வருபவர்களுக்கு சினிமா எவ்வளவு சுவாரஸ்யமான நிகழ்வோ அதை விட இரண்டு மடங்கு சாகுல் ஹமீது எனும் சுவாரஸ்யமான வஸ்து!

அந்த திரையங்கு நானூறு பேர் பார்க்கும் வசதி கொண்டது. பள்ளிவாசல் முன்பு அமைந்திருக்கும் இந்த திரையரங்கு பற்றி எப்போதெல்லாம் சர்ச்சை உண்டாகிறதோ அப்போதெல்லாம் அங்கு புதிய மராமரத்து பணி நடக்கும்.

பெரிய பள்ளிவாசல் நிர்வாகிகள் ஒருமுறை அவரை சந்தித்து நடைமுறை சங்கடம் பற்றி தெரிவித்த போது பழைய பெஞ்சு களை புதிய சேர்களாக மாற்றினார். கறையாக இருந்த சுவர் களுக்கு வண்ணம் பூசினார். சாகுல் திரையரங்கு என்பதை நீல ஊதா வண்ணத்தில் இருந்து இளச்சிவப்பாக மாற்றினார்.

கந்தன், சுந்தரம் தவிர கழிவறை சுத்தம் செய்ய ஒரு மூதாட்டி என மூவர் தான் வேலை பார்க்கிறார்கள். இவர்கள் இருவருக்கும் தியேட்டரில் பயன்படாத பழைய பிலிம் ரோல்கள் போட்டிருக்கும் அறையில் தான் தங்குகிறார்கள்.

ஜமாத் தேர்தல் குறித்தும் அதில் இந்த திரையரங்கை வைத்து நிகழும் சூழ்ச்சிகளை சாகுல் ஹமீது அறிந்தே இருந்தார்.

தன்னை வீழ்த்தும் நபர்கள் குறித்து அவ்வப்போது யோசனை செய்தாலும் பெரிதாக அலட்டிக் கொள்வதில்லை. தியேட்டரை ஒரு போதும் விட்டுக்கொடுக்காத உறுதியான மனப்பான்மை கொண்டிருந்தாலும் தனக்கு பிறகு யார் இதை நடத்துவது என்பதை அவ்வப்போது யோசிப்பதுண்டு!

“ஒண்ணு கவுனிச்சியா?”

“என்னத்த?”

“நம்ம பாய் முன்ன போர்சா இல்ல. கொஞ்ச தளண்டு போன மாதிரி இருக்காரு!”

“எனக்கு ஒண்ணும் அப்படி தெரியல. நேத்து கூட தேட்டருக்கு தண்ணிய போட்டு சலம்புன ஒருத்தனை சட்டய புடிச்சு எக்குனாரு!”

“ஒரு வேளை வயசானதுக்கு தக்கன பதுசா நடக்குறார்னு நினைக்கிறேன். முன்ன மாதிரி கவுண்டர் கணக்குல கூட அவ் வளவு கறார் இல்ல. குடுக்குற கணக்கை அப்படியே வாங்கிட்டு போயிறாரு!”

“நீ இதை வச்சு டெய்லி கட்டிங்கு தேத்திடாத. மனுஷன் கண்டுபுடிச்சா இதுவரைக்கும் திரையில பாக்காத படத்தை நமக்கு காட்டிருவாரு!”

“நீ வேணா பாரு. இன்னும் கொஞ்ச நாள்ல நிறையா நடக்கும்னு தோணுது. நேத்து நைட்டு வந்த கனவும் அதைத்தான் சொன்னுச்சு!”

“அப்புடியென்ன பொல்லாத சாமி கனவு?” என்று ஆர்வ மானான் கந்தன்.

“சொன்னா சிரிக்கக் கூடாது. நல்ல இருட்டு. இந்த பள்ளி வாசலில் மட்டும் நல்ல வெளிச்சமா இருக்கு. எதிரே இருந்த நம்ம தேட்டரை காணோம். நம்ம பாய் என்னய கூப்பிட்டு அந்த பள்ளி வாசலுக்குள்ள கூட்டிட்டு போன்னு சொல்றாரு. நா தயங்கி தயங்கி நிக்கிறேன். அவர் சிரிச்சுகிட்டே, நான் பள்ளி வாசலுக்குள்ள போக உன்னோட உதவி எதுக்கு?” பள்ளி வாசலுக்குள்ள ஓடி போறார். கந்தன் கேட்டுவிட்டு ஏதோ ஒரு யோசனைக்குச் சென்றான்.

# 12

“என்ன பிச்சை, ரொம்ப ஆசையா பாக்குற மாதிரி இருக்கு கொஞ்சம் சாப்பிடுறீங்களா?” என்று சிரித்தார் செல்லப்பா!

“அஸ்தபிருல்லாஹ், நாளைக்கு ஜூம்மாவ வச்சிட்டு...!” என பதறினார் பிச்சை.

“நாளைக்கு ஜூம்மா பிரச்சினை இல்லேன்னா ரெண்டு கிளாஸ் சாப்புடுவிங்க போல!” முன்பை விட இன்னும் சத்தமாகச் சிரித்தார்.

அவருடன் சலீமும் சேர்ந்து கொண்டு சிரித்தார். வேறு வழியில்லாமல் பிச்சையும் அவர்களோடு சேர்ந்து சிரிக்க வேண்டியதாகி விட்டது. பிச்சை ராவுத்தரின் தந்தை ஒரு கவிஞர். அவரை போலவே பிச்சையும் கவி எழுத முயற்சி செய்து தோற்றுப்போய் இன்று இரண்டு மகன்களின் சொற்ப வருமானத்தில் வாழ்ந்து வருகிறார்.

“யாரும் தப்பா நினைச்சுக்க வேணாம். ஒரு மாடிவீட்டு துலுக்கன் பணத்திமிருல குடிக்கிறான்னு...!” திடீரென நாகரீக தொனியில் பேசினார் செல்லப்பா. ஆரம்பத்தில் பவ்யம் காட்டுபவர் முடிவில் என்ன செய்வார் என்பது எல்லோருக்கும் தெரியும்.

“அய்யோ பெரிய ராவுத்தரே அப்படி சொல்லாதீங்க. உங்களுக்கு என்ன பிரச்சனைன்னு அல்லாஹ்வுக்குத்தான் தெரியும். நீங்க சங்கடப்பட வேணாம். உங்கப்பாட்டுக்கு

சாப்புடுங்க" பிச்சை தன்னை பெருந்தன்மையாக காட்டிக் கொண்டார் அல்லது அந்த கட்டாயத்துக்குத் தள்ளப்பட்டார்.

"பிரச்சினைன்னு உங்ககிட்ட சொன்னனா?" இப்போது முகத்தை ஒரு மாதிரியாக வைத்துக்கொண்டு கேட்டார். சற்று முன் இருந்த சபை நாகரீகம் செல்லாப்பாவிடம் காணாமல் போயிருந்தது.

இப்படி மாற்றி பேசி எதிராளிகளை கலங்க வைப்பது அவருக்கு பிடித்தமானது. மீண்டும் பணிவாக பேசி ஆவேசத்துக்கு போவதற்கு அதிக நேரம்மெல்லாம் ஆகாது. பிச்சைக்கு ஏற்பட்ட இந்த செய்வதறியாத நிகழ்வை எண்ணி சலீம் நமுட்டுச்சிரிப்பு சிரித்துக் கொண்டார்.

பிச்சையும் திருட்டில் மாட்டிக்கொண்ட சிறுவன் போல முழித்தார். எனினும் இது இருவருக்கும் நிகழும் வழக்கமாக நிகழ்வு தான்.

பார்ப்பதற்கே கண் கவரும் வகையில் இருந்த அந்த வெளி நாட்டு மதுபான பாட்டிலின் மூடியை நளினமாக திறந்த செல்லப்பா அதை முழுமையாக கவிழ்த்தினார். எவ்வளவு கவிழ்த்தாலும் குறைவான மது சொட்டும் வண்ணம் அதன் வாய் அமைக்கப்பட்டது. அதோடு சோடாவை கலந்து ஒரே மடக்கில் குடித்தார். பின் உலர்ந்த பழ வகைகளை கணக்கே இல்லாமல் கொறித்தார்.

"இருதய பிரச்சினை இருக்கறதால டாக்டர் டெய்லி ஒரு முப்பது மில்லி பிராந்தி குடிக்க சொல்லிருக்காரு. அதான் வேற வழியில்லாம குடிச்சிட்டு இருக்கேன். இல்லேன்னா யாரு குடிக்க போறா? இஸ்லாத்துல இதுக்கு அனுமதியே இல்ல ஹராம்ன்னு தெரியாதா என்ன?" என்று முகத்தை இயல்பாக வைத்துக்கொண்டு பேசினார்.

அந்த முழு பாட்டிலில் பல முப்பது மில்லிகள் காணாமல் போயிருந்தது. பிச்சை ஏதோ சொல்ல வந்து பின் அமைதியாக இருந்துவிட்டார்.

"என்ன சொல்றான், அந்த குவாரி முதலாளி? என்னய ஜெயிச்சிருவானா அந்தப் பய?" அந்த அமைதியான இரவின்

சிக்கந்தாபுரம்

அமைதியை செல்லப்ப ராவுத்தர் மேலோட்டமாக கலைத்து போட்டார்.

"என்ன ராவுத்தரே உங்கள ஜெயிக்க முடியுமா?" அவரது ஆவேசத்துக்கு இணையாக பிச்சையும் கொஞ்சம் உரக்க பேசி னார். அந்த மந்தகாச நேரத்திலும் பிச்சையின் உரத்த சப்தத்தை கவனித்து பின் வானத்தை உற்றுப் பார்த்தார்.

சலீம் நாற்பது வயதை நெருங்கிக்கொண்டிருப்பவர். காதர் கனிக்கு ஜாபர் வாத்தியார் எப்படி பலமோ அதே போல் இங்கு சலீமை செல்லப்பா நம்புவார். செல்லாப்பாவிடம் வேலை பார்க்கவில்லை என்றாலும் அவரது பண விவகாரங்களை சலீமோடுவதான் பகிர்ந்து கொள்வார். சலீம் ஒரு பொதுத்துறை வங்கியின் கடை நிலை ஊழியராக இருந்தாலும் வங்கி நிர்வாகம் பற்றி முழுமையாக அறிந்தவன்.

"நம்ம ஊர் ஆளுங்க நிறைய பேர் காதர்கனி குவாரியில் வேலை பாக்குறாங்க. அவங்க ஓட்டை எதிர்பார்க்க முடியாது!" என்றார் சலீம்.

"அவனுங்க குவாரில தானே வேலை பாக்குறாய்ங்க. பண்ணை அடிமை இல்லையே! அவனுக்கு தான் ஓட்டு போடணும்ன்னு சட்டம் எதுவும் சொல்லிருக்கா என்ன?" செல்லப்பா மீண்டும் ஒரு கிளாஸ் அருந்தி முகத்தை சுருக்கிக் கொண்டு கேட்டார். அதில் முகம் கொஞ்சம் சின்னமானது.

"ராவுத்தரே சட்டமில்ல, ஆனா அவனுங்க ஓட்டு போடாம இருந்துற முடியுமா? அதுவும் போக இந்த வருஷம் நோம்புக்கு ரெண்டு மாசம் போனஸ் குடுக்க போறாராம். குவாரி கேஷியர் என்கிட்ட சொன்னான்" என்றார் சலீம்.

"சரி அப்படியே பாத்தாலும் குவாரில ஒரு அம்பது ஓட்டுத்தானே போகும்?"

"அதை அம்பது ஓட்டா பாக்கக் கூடாது ராவுத்தரே, அம்பது குடும்பமா பாக்கணும். குடும்பத்துக்கு ரெண்டு ஓட்டுனாலும் கணிசமா ஒரு பங்கு அங்கிட்டு போகிறத பாக்க வேணாமா? அந்த அம்பது பேருக்கு சொந்தம்னு இருப்பானுங்க அவனு

களையும் பாக்கணும்" என்று தன் கருத்தில் கொண்டு உறுதி யுடன் பேசினார் சலீம்.

"சரி அந்த குவாரியில வேலை பாக்குற ஆளுங்க எல்லாரையும் பாத்து பேசுவோம். பத்துல ஒருத்தன் குவாரிக்கு போறான். ஆனா, நம்ம பஸ்ல எல்லாரும்தானே போறாங்க?" என அத்தியாவசிய நடவடிக்கையில் தன் பிடியை இறுக்கிய திருப்தி யில் மீசையை முறுக்கினார் செல்லப்பா.

சலீம் "ராவுத்தரே தயவுசெய்து அந்த மாதிரி விஷயத்தில் கை வச்சிடாதீங்க. நாளைக்கு மறுமையில் அல்லாஹ்வுக்குப் பதில் சொல்லணும்."

"ச்சே ச்சே சும்மா ஒரு பேச்சுக்கு சொல்லி பாத்தேன். அப்படி செய்வானா சலீமு. உங்க அத்தாகிட்ட கேட்டுப்பாரு. நம்ம ஊருக்கு எவ்வளவு செஞ்சிருக்கேன்னு!" என கொஞ்சம் இறங்கி வந்ததை போல பேசினார் செல்லப்பா.

பிச்சை நிஜமாகவே யோசித்துப் பார்த்தார். செல்லப்பா செய்த முக்கிய உபயோகங்கள் என்னென்ன என்று. மூன்று மாதத்துக்கு முன்பு கூட கடன்பட்ட ஒருவனின் இடத்தை அடிமாட்டுக்கு விலைக்கு வாங்கி போட்டதை தான் பகடியாக சொல்கிறாரோ என நினைத்தார்.

"அப்படியே அந்த சாகுல் ராவுத்தருக்கும் ஒரு பாடம் சொல்லி குடுக்கணும். துலுக்க பயலா பிறந்துட்டு சினிமா கொட்டகை கட்டி ஊருக்குள்ள சீட்டி அடிக்கிற பயலுகளை உண்டு பண்ணிட்டான். இஸ்லாத்துக்கே உண்டான களங்கம் அந்த களவாணிப்பய!" என்றவாறு புட்டியை முழுமையாக காலி செய்தார்.

"இந்த நேரத்துல எதாவது பண்ணா பெரிய பிரச்சனையாகும். அவரும் உங்க அந்தஸ்துக்கு குறைஞ்சவர் இல்லையே?"

"யாரு அந்த பயலா, சிலோன்ல களவாணித்தனம் பண்ணிட்டு இங்க பணம் சேத்த பயலோட மகனுக்கும் எனக்கும் ஒரே அந்தஸ்தா? மரியாதையே இல்லாம சேர்ந்த காசு எல்லாமே காயிதத்துக்கு சமானம். என்ன சொல்ற சலீமு?"

இனி பேசினால் இவர் சொல்வதை விடியும் வரை உட்கார்ந்து கேட்கும் படி இருக்கும் என்பதை உணர்ந்த சலீம் ஆமோதிப்பது தலையாட்டினான்.

“எலெக்சனுக்கு எப்ப தாக்கல் பண்ணலாம்? என்றார் செல்லப்பா.

“காதர்கனி தாக்கல் பண்ணிட்டாரு. இன்னும் ஒரு வாரம் இருக்கு. நாளைக்கு ஜும்மா நாளு. நாளைக்கே தாக்கல் பண்ணிடலாம்!” என்றார் சலீம்.

“ஜெயிச்சு போய் அந்த காதர்கனி வாசல்ல வெடி வைக்கணும். அப்பத்தான் என் தங்கச்சி மௌத்துக்கு ஒரு அர்த்தம் இருக்கும். துள்ளதுடிக்க சாவகுடுத்த ஏ தங்கச்சி கட்டுன சீல வாசம் கூட போகல. அதுக்குள்ள புது மாப்ளயா வந்து நின்னா பாரு. அன்னிக்கே அவனோட ஈர்க்குலைய அறுத்து போட்ருக்கணும். அப்படி அறுத்து போட்ருந்தா ஊர்ல எனக்கு எதிரியே இருந்துருக்க மாட்டான்!” என எப்போதோ நடந்த சம்பவத்தை சற்று முன் நடந்தார் போல கன்னம் நடுங்கப் பேசினார்.

பிச்சைக்கு தூக்கம் வந்தது. செல்லப்பா பேசியபடியே அந்த நீளவாக்கில் இருந்த பெஞ்சில் சாய்ந்து விழுந்தார். சலீமும், பிச்சையும் திடுக்கிடவில்லை. இதை எப்போதும் நடக்கும் சம்பவம் என்பதால் அங்கிருந்து எழுந்தார்கள். அமீரா உலர்பழங்கள் இருந்த தட்டுக்கள் அனைத்தையும் எடுத்து சுத்தப்படுத்திவிட்டு மாடியில் இருந்து இறங்கிப்போனாள். சலீமும் பிச்சையும் கீழே இறங்கி வந்தார்கள்.

பிச்சை, “இந்த குடிகாரப்பய ஜமாத் தலைவரா வந்து எங்கயாச்சும் குடிச்சிட்டு விழுந்து கிடந்தா நீயும் நானும் தான் தூக்கிட்டு வந்து வீட்ல போடணும்.

சலீம் புரியாமல் பார்த்தார், “என்ன பாக்குற? நீதான் துணை தலைவர், நான்தான் பொருளாளர். ஜமாத்ல இதை விட பெரிய என்ன வேல என்ன இருக்கப்போகுது என்றார். சலீம் மெலிதாய் சிரித்தான். இருவரும் அவரவர் வீட்டுக்கு செல்வதற்காக பிரிந்தனர். சலீம் வீட்டுக்குள் சென்ற போது மிகுந்த யோசனை யில் இருந்தான்.

# 13

ரகுமானைப் பார்க்கும் போது சிறுவயது அண்ணனை பார்ப்பது போல இருப்பதாக தன் அம்மா சொல்வதை அலிமா கேட்டிருக்கிறாள். அவள் சொல்வது உண்மை இல்லை என்றாலும் அவன் சிரிக்கும் போது மாமா காதர்கனி போல இருப்பதாகத்தான் அலிமா கருதினாள்.

அன்று மதியம் கல்லூரியில் முன்னறிவிப்பு இல்லாமல் அரை நாள் விடுமுறை அறிவிக்கப்பட்டது. செல்லப்பாவை பொறுத்தவரை கல்லூரி விட்ட ஒரு மணி நேரத்திற்குள் அலிமா வீட்டுக்கு வந்துவிட வேண்டும். இல்லையேல் வீடு இரண்டாகி விடுவது போல செல்லப்பாவுக்கும் மனைவி அமீராவுக்கும் வார்த்தை போர் நடக்கும். நடந்து கொண்டிருக்கும் எல்லா பிரச்சினைகளுக்கும் அலிமா கல்லூரி செல்வது தான் காரணம் என்பது போல செல்லப்பா அடுக்குவார்.

அதோடு அடுத்த மூன்று நாட்களுக்கு வீட்டில் நடக்கும் சிறு சிறு சச்சரவுகளுக்கு இதுவே ஒரு மையப்புள்ளியாக அமையும். ஆகவே, அலிமா முடிந்தளவு சீக்கிரமே வீட்டுக்கு வந்து விடுவாள். ஆனால், இன்று கிடைத்த இந்த நான்கு மணி நேரம் அவளை பொறுத்தவரை அல்லா கொடுத்த பரிசு. எனவே, கல்லூரி அருகில் இருந்த பெரிய திரையரங்கில் படம் பார்ப்பது என தோழி சுதாவுடன் முடிவு செய்தாள். கிட்டத்தட்ட பாதி கல்லூரி அங்குதான் சென்றது.

சிக்கந்தாபுரம்

அவளுக்கு முன்பாகவே திரையரங்கு வளாகத்தில் ரகுமான் நின்றுருந்தான். அவளையும் ரகுமான் பார்த்துவிட்டு மெதுவாக சிரித்தான்.

அவள் பதிலுக்கு சிரிக்கவில்லையே தவிர நிறைய கவலைப் பட்டாள். என்ன தான் இருந்தாலும் மாமா மகன். பதிலுக்கு சிரித்து தொலைத்திருக்கலாம். நம்மோடு சிறுவயது கொண்ட அவனுக்கே வீட்டு சண்டை குறித்த புரிதல், முதிர்ச்சி இருக்கும் போது நாம் அதை பிடித்த தொங்குவது சரியானது அல்ல என்று நினைத்தாள். அம்மா அந்த குடும்பத்துடன் இணக்கமாக இருக்கும் போது நம்மால் ஏன் அப்படி இருக்க முடியவில்லை என்பது குறித்தும் யோசித்தாள்.

மாமா காதர்கனி குறித்து அத்தா செல்லப்பாவின் புரிதல் தான் தனக்கும் புகட்டுப்பட்டுள்ளதோ? அடுத்த முறை பேச சந்தர்ப்பம் கிடைக்கும் போது நிச்சயம் பேச வேண்டும் என நினைத்தாள்.

உள்ளே ஓடிய அந்தப்படத்திலும் ஒரு கிராமத்தில் இரண்டு பண்ணையார்கள் முட்டிக்கொண்டும் மோதிக்கொண்டும் இருந்தார்கள். உச்சகட்ட மோதலில் இடைவேளை போடப் பட்டது.

அலிமா ரகுமானைத் தேடினாள். விரைவில் வெளியாகிறது என ஒட்டப்பட்டிருந்த போஸ்ட்டரை நண்பன் ராஜசேகருடன் ஆர்வமாக வேடிக்கை பார்த்துக்கொண்டிருந்தான்.

"ரகுமான்!"

இடைவேளையில் பதார்த்தங்கள் வாங்க எழுந்த கூச்சலில் அவள் குரல் அவனை தொடவேயில்லை. இம்முறை சற்று உரக்க அழைத்தாள். ரகுமான் சட்டென்று திரும்பி அவளை பார்த்து அதே ஸ்நேகத்தோடு சிரித்தான். கள்ளம் கபடமற்றவன் என்று நினைத்துக்கொண்டாள். எப்படி ஆரம்பிப்பது என புரியாமல் "அஸ்ஸலாமு அலைக்கும்" என்றாள்.

அவனும் பதிலுக்கு ஸலாம் என்றான்.

"மாமா, மாமி எப்படி இருக்காங்க?" என்றாள்.

"ம் நல்லாருக்காங்க!" என்றான்.

கையில் வைத்திருந்த கடலையை அவளிடம் நீட்டினான். அவள் மறுக்கவே அதை அவன் இயல்பாக கருதிக்கொண்டு கடலையை கொறிக்க ஆரம்பித்தான்.

இவன் வெகுளியா? அல்லது நடிக்கிறானா? என்று அலிமா கொஞ்சம் குழம்பினாள்.

"நீ வந்து ஒரு செமஸ்டர் கூட ஆகல. அதுக்குள்ள சினிமாவுக்கு வந்துருக்க? உங்க அத்தாவுக்கு தெரிஞ்சா என்னாகும் தெரியுமா?" என்றாள் கிண்டலாக!

அவன் கொஞ்சம் கூட சிரிப்பு மாறாமல் சொன்னான், "உங்க அத்தா என்ன பண்ணுவாரோ, அதைத்தான் எங்க அத்தாவும் பண்ணுவாரு!"

அவனை முறைப்பது போல பார்த்துவிட்டு சிரித்தாள். அவனும் சிரித்தான்.

"ரெண்டு பேரும் ஒரே டிப்பார்ட்மெண்ட் உனக்கு நோட்ஸ் வேணும்னா வாங்கிக்க!"

"கண்டிப்பா வாங்கிக்கிறேன். ஆமா, ஏ அன்னிக்கு அவாய்ட் பண்ற மாதிரி போனீங்க?"

"தெரியாத மாதிரிதான் கேட்ப! இதுல வேற ஜமாத் எலெக்சன் வேற. என்ன நடக்குமோ, ஏது நடக்குமோன்னு பயமா இருக்கு!"

"பெரியவங்க சண்டை, அவங்களோடயே இருக்கட்டும். அல்லாஹ் எல்லாரையும் ஒன்னாதான் இருக்கச் சொல்லிருக்கான்."

"அட பெரிய மனுசன் மாதிரி பயான்லாம் பண்ற, ஆச்சரியமா இருக்கு!"

"ஜமாத் தேர்தல்ல ஓட்டு போடுற வயசாச்சு. அப்ப பெரிய ஆள்தானே?" என சிரித்தான் ரகுமான்.

---

**சிக்கந்தாபுரம்**      **64**

“ஆமாமா, பெரிய மனுசன் தான். யாருக்கு ஓட்டு போட போற?” என்று மீண்டும் கிண்டல் செய்தாள்.

“அல்லாஹ் யாருக்கு ஓட்டு போட சொல்றானோ அவங்களுக்கு தான் ஓட்டு போடுவேன். அது மாமாவா இருந்தாலும் சரிதான்!”

ரகுமானின் வெகுளியான சிறுபிள்ளையான பேச்சு அவளுக்கு மிகவும் பிடித்திருந்தது.

அவள் வாங்கியிருந்த குளிர்பானத்தை அவனுக்குக் கொடுத் தாள். அதை அவள் தோழி கிண்டல் செய்தாள்.

ரகுமான், “எதுக்கு அந்தக்கா சிரிக்கிறாங்க?”

“ஒண்ணுமில்ல, நீ சாப்பிடு. சும்மா இருடி. அக்கான்னு சொல்ற பயல போய் வம்பிலுக்குற!” என்று அவளை கெஞ்சினாள்.

சுதா, “அவன் உன்னயவே அக்கான்னு கூப்பிட்டாலும் அவன் உனக்கு முறைப்பையன் தானே?” அலிமா காதில் கிசுகிசுத்தாள் சுதா.

“ஏற்கனவே அவங்க அத்தாவுக்கு எங்க அத்தாவுக்கு ஏகப் பொருத்தம். இதுல இது வேற இருந்தா, நாளைக்கே எனக்கு நிக்காஹ் தான். அம்மா காலத்துல கட்டிக்க போறவங்களை கல்யாணத்துக்கு அன்னிக்கு தான் பாக்க முடியுமாம். இப்பதான் கொஞ்சம் மாறிட்டு வருது. அந்த சுதந்திரத்தை நான் கெடுத்துக்க விரும்பல!” அந்த நேரத்தில் ரகுமானுக்கு அந்த கலரை குடித்து முடித்திருந்தான்.

“செமஸ்டர் வரும்போது நோட்ஸ் வாங்கிக்கிறேன். கேட்டா குடுப்பீங்களா? இல்ல அன்னைக்கி மாதிரி முறைச்சிட்டு போயிருவீங்களா?” என்றான் அவன்.

உடனே சுதா, “ஏ தம்பி. உங்களுக்கு இவகிட்ட இருந்து தான் நோட்ஸ் வாங்கணுமா? ஏ எங்ககிட்ட கேக்க மாட்டீங்களா? நானும் காலேஜ்தான் படிக்கிறேன். கேண்டீன்ல மாவாட்டல!” என்று அலிமாவையும் அவனையும் ஒரே நேரத்தில் பார்த்து சிரித்தாள்.

ரகுமான் மெலிதாகச் சிரித்தான். இடைவேளை முடிந்து படம் தொடங்குவதற்கான ஒலி அடித்தது. அவன் கிளம்பிவிட்டான்.

அலிமாவும் சுதாவும் வெளியே நின்றார்கள்.

“அவன் சிரிக்கிறத பாத்தா எனக்கென்னவோ சந்தேகமா இருக்குடி. கல்யாணத்தால பிரிஞ்ச குடும்பம் திரும்ப ஒரு கல்யாணத்தால ஏன் சேரக்கூடாது?” என்று சுதா குறும்பாக சிரித்தாள்.

“ச்சீ அவன் சின்ன பையன் டி!”

“திரும்ப திரும்ப அதையே சொல்லாத! இருந்தா என்ன, உங்க சொந்தத்தில் அப்படி நிறையா மேரேஜ் நடந்துருக்குன்னு நீதானே சொன்ன?”

“உனக்கு விளையாட்டு அதிகமாயிருச்சு. ஒழுங்கா உள்ள வா போகலாம்!”

“நானும் நல்லா கவனிச்சிட்டேன். அந்த பையனை பத்தி பேசும் போதெல்லாம் பேச்சையே மாத்துற. உன்னையெல்லாம் நம்பவே முடியாது!”

“யாரு உன்னைய நம்பச் சொன்னா? மேல என்ன படிக்கலாம். ஹயர் ஸ்டேடிக்கு பாரின் போகலாம். என்ன காரணத்தை சொல்லி என்னோட மேரேஜை இன்னும் எத்தனை வருஷம் தள்ளிப் போடலாம்ன்னு நிறையா யோசிச்சு வச்சிருக்கேன். எதையாவது சொல்லி என்னோட நிக்காஹ்வை நீயே முடிச்சு வச்சிடாதா தாயே!” உள்ளே படம் ஆரம்பித்து விட்டதற்கான ஆர்பாட்ட சப்தம் கேட்டது.

“இப்ப நான் உள்ள போய் படம் பாக்கப் போறேன். வரியா என்ன?” என்று அலிமா சுதாவை பார்த்துக் கேட்டாள்.

“சரி சரி வர்றேன். இந்த படமாவது முழுசா பாப்பியா? இல்ல பாதில எந்திரிச்சு ஓடிருவியா?”

“அது அந்த படத்தை எடுத்தவரோட கவலை. அஞ்சு மணிக்கு மேல எங்க ஊர் பஸ்ஸை பிடிக்கணும்!”

"ஏன்டி இப்படி வீட்டுக்கு பயந்து சாகுற?"

"கல்யாணம் ஆகுற வரைக்கும் வீட்டுக்கு பயந்து தான் வாழணும். படிக்கணும். இல்லேன்னா ஜாலியா பஸ்ல போற சுதந்திரம் பறிபோய், டெய்லி எங்க அம்பாசிடர்ல போய்ட்டு வர்ற மாதிரி ஆயிடும்!" என்றபடி தியேட்டருக்குள் ஓடினாள் அலிமா!

"என்னமோ எங்க வீட்ல டெய்லி ரெண்டு சினிமா பாக்க காசு குடுத்து அனுப்புற மாதிரி பேசுறளே!" என்றபடி தோழி அவள் பின்னால் வேகமாக நடந்து சென்றாள்.

# 14

ஜாபர் வாத்தியார் எப்பொழுதாவது அதிகாலை பஜர் தொழுகையை பள்ளிக்குச் சென்று முடிப்பார். அன்று தொழுகையை முடித்து விட்டு நேராக இமாம் நூரை சந்தித்து ஸலாம் கொடுத்தார்.

இமாம் நூருக்கு ஆச்சரியமாக இருந்தது. காரணம் ஜாபர் வாத்தியார் தான் இந்த ஊரில் இருந்து வந்ததிலிருந்தே தெரியும் என்றாலும் இன்று தேடி வந்து ஸலாம் சொன்னதன் அர்த்தம் அவருக்கு முழுமையாய் புரியவில்லை. எதுவாக இருந்தாலும் அல்லாஹ் நாடியதே நடக்கட்டும் என விட்டுவிட்டார்.

அந்த யோசனையோடு வீட்டுக்கு வந்தார். அங்கு அவருக்கு முன்பாக ஜாபர் வாத்தியார் வாசலில் காத்திருந்தார்.

"ஸலாமலேக்கும்!"

"வ அலெக்கும் ஸலாம்! என்ன வாத்தியாரே இன்னிக்கு ஸலாம் சொல்ல வீட்டுக்கே வந்துருக்கீங்க!"

"ஏ வீட்டுக்கு வரக்கூடாதா?" சிரித்தார்.

"மாஷா அல்லாஹ் நல்லா வாங்க! இல்ல எப்பவும் இல்லாம இப்ப வந்துருக்கீங்க. அதான் கேட்டேன். உள்ள வாங்க வாத்தியாரே!" என இன்னும் மாறா குழப்பத்துடன் வரவேற்றார்.

ஜாபர் உயரம் குறைந்த நிலைக்கதவின் உள்ளே குனிந்து உள்ளே சென்றார். வெள்ளையுடை கொண்டு சீராக தாடி ஒதுக்கப்பட்டு மரியாதைக்குரியவராக காட்சியளித்த இமாம் நூர் அவர்களை போல வீடு அவ்வளவு பிரமாதமாக இல்லை.

வீட்டில் ஆங்காங்கே புகை மண்டியிருந்து, கருப்பு தரித்திருந்தது. அதையும் மீறி அடிக்கப்பட்டிருந்த சுவரின் வண்ணம் வேறு ஒரு புதிய அழுக்கு போல இருந்தது.

ஜாபர் வாத்தியார் தன் வீட்டைச் சுற்றிப் பார்ப்பதை இமாமும் கவனித்து தொண்டையை செருமினார். எதிர்பார்த்தார் போல அது அவரது வேடிக்கையை கலைத்தது.

"நீங்க அந்த ஜவுளிக்கடை முஸ்தபாவை பாத்தீங்க போல!" என்று எடுத்த எடுப்பில் ஆரம்பித்தார் ஜாபர். எதிர்பாராத வகையில் வந்த கேள்வியில் நூர் இமாம் கொஞ்சம் திணறியது வெளிப்படையாக தெரிந்தது. ஜாபர் வாத்தியார் இமாமின் பதிலை எதிர்பார்த்து காத்திருந்தார்.

"உங்களுக்கு எப்படி தெரியும்!"

"பக்கத்து ஊரு. அதுமில்லாம முஸ்தபா நம்ம காதர்கனி ராவுத்தருக்கு தோஸ்து. தெரியாதா என்ன?" என கிண்டல் தொனியில் சிரித்தார்.

டீ கொடுக்க வந்த இமாம் நூரின் மனைவி ஜரினா இக்கட்டான சூழல் கருதி பக்கத்து அறைக்குச் சென்று விட்டாள். ஜாபர் டீயை உறிச்சு விட்டு மீண்டும் தொடங்கினார்.

"நம்ம ராவுத்தர் தான் சங்கடப்பட்டாரு. நம்ம ஊரு இமாமை நம்மதான் கண்ணியம் செய்யனும்னு ஆதங்கப்படவும் செஞ்சார்!"

"இல்ல வாத்தியாரே, அல்லாஹ் மேல சாத்தியமா, உம்ராவுக்கு நானா போய் கேக்கல. அவரே தான் ஏற்பாடு பண்ணுறதா சொன்னாரு. அதை நம்பி பாஸ்போர்ட் எடுத்துட்டு போனேன். அவர் முகம் குடுத்து பேசவே இல்ல. மனசுக்கு ரொம்ப கஷ்டமாப் போச்சு. அல்லாஹ் மேல பாரத்தை போட்டுட்டு

வந்துட்டேன்!” என்று மேலே காட்டிய கையை வெகு நேரம் கழித்து தான் கீழே இறக்கினார்.

“அல்லாஹ்கிட்ட நீங்க ஒப்படைச்ச விஷயம் நம்ம ராவுத்தர் காதுக்கு உடனே வந்துருச்சு. எல்லாமே நன்மைக்குன்னு நினைச்சுகங்க அஜரத்து!”

அவர் புரியாமல் பார்த்தார்.

“என்ன பாக்குறீங்க? உங்க பாஸ்போர்ட்டை எடுங்க!”

ஒரு வகையில் என்ன நடக்கப்போகிறது என விளங்கினாலும் குழப்பத்தோடு பாஸ்போர்ட்டை எடுக்க எழுந்தார்.

உள்ளே அவர் மனைவி ஜரினா வெளியே வரலாமா வேண்டாமா என மனப்போராட்டத்தில் இருந்தாள். பாஸ்போர்ட்டை வாங்கிய ஜாபர்,

“சீக்கிரமே உம்ராவுக்கு ரெடி ஆகுங்க அஜரத்து!”

“இமாம் நூர் மகிழ்வை முழுமையாக எப்படி காட்டுவதென்ற குழப்பத்தில் இருந்தாலும் கொஞ்சம் சிரித்தார்.

“நீங்க வந்து போற டிக்கெட் செலவு, அங்க ஆகுற போக்கு வரத்து செலவு எல்லாத்தையும் ராவுத்தரே பாத்துக்கிறேன்னு சொல்லிட்டாரு! சந்தோசம் தானே?”

“மாஷா அல்லாஹ்! இதைவிட ஒரு அடியானுக்கு என்ன சந்தோஷம் இருந்துட போகுது!” ஜரினாவும் அந்த அறையை விட்டு வெளியே வந்தாள்.

“நீங்க முன்னாடியே நம்ம ராவுத்தர்கிட்ட கேட்டுருக்கலாமே. நம்மாளுக்குன்னா செய்யாமலா இருக்கப் போறாரு? நம்ம மஹல்லா இமாம் அசலூர்காரன்கிட்ட உதவி கேட்டு நின்னது தான் அவருக்கு வருத்தம்!”

“நானா போய் நிக்கல. அவராத்தான் பாஸ்போட் எடுக்க சொன்னாரு. இப்ப பிடி இல்லாம பேசுறாரு. இப்ப வாய்ப்பு நம்ம ராவுத்தர் மூலியமா வந்துருக்கு. இன்ஷா அல்லாஹ்.

உம்ராவுக்குப் போனா முதல் துவா நம்ம ராவுத்தருக்கு தான். அவரு நீண்ட ஆயிசோட சீரும் சிறப்புமா இருக்கணும்!" என்று இமாம் நூர் முற்றிலும் உணர்ச்சி வசப்பட்டவராக காணப் பட்டார்.

"அட ஏங்க கண் கலங்குறீங்க? ஒரு இமாமோட உம்ராவுக்கு உதவி செய்றது எவ்வளவு நன்மைன்னு நம்ம ராவுத்தருக்கு தெரியாதா?"

"நல்லா, நல்லா! ஒருவித குழப்பமாவே இருந்துச்சு வாத்தியாரே, ஊர் முழுக்க கொட்டடிக்காத குறையா சொல்லி வச்சு கடைசில இல்லேன்னா மனசு கனத்து போச்சு. வழக்கம் போல அல்லாஹ் கிட்டயே விட்டுட்டேன். யா ரப்பே நீயே எல்லா ரகசியத்தையும் அறிந்தவன்னு!" இன்னும் கொஞ்சம் கண் கலங்கினார்.

"ராவுத்தர் நேத்து நைட்டே கூப்பிட்டு விஷயத்தை சொல்லிட்டாரு. அதான் விடிஞ்சதும் முதல் வேலையா பாத்து சொல்லிட்டு போகலாம்ன்னு வந்தேன். பள்ளியில் வச்சி சொல்லலாம்ன்னு தான் நினைச்சேன். அங்கு கொஞ்சம் சூழல் சரியில்லாததால் வீட்டுக்கு வந்து சொல்லிருவோம்னு வந்தேன். சரிங்க பாய். நா கிளம்புறேன்!" என்று எழுந்தார் ஜாபர்.

"அட டீயை சாப்பிட்டு போங்க. எந்த ஒரு அடியானுக்கும் கிடைக்காத பாக்கியம் கிடைக்க நீங்களும் ஒரு காரணந்தானே! உங்க வீட்ல எல்லாரும் சவுரியந்தானே?"

"அல்ஹம்துலில்லாஹி, அல்லாவோட கிருபைல எல்லாரும் நல்லாருக்காங்க! வந்து ரொம்ப நேரமாச்சு போய்ட்டு வாறேன்!" என்று டீ கிளாஸை வைக்க இடம் தேட இமாம் நூர் அதை மகிழ்வுடன் வாங்கிக்கொண்டார்.

மீண்டும் கவனமாக வாசல் நிலைப்படியில் இடித்துக் கொள்ளாமல் கீழே குனிந்து வெளியே வந்தார் ஜாபர் வாத்தியார். வாசல் வரை வழியனுப்ப வந்தார் இமாம் நூர். வெளியே வந்த ஜாபர் வாத்தியார், இமாம் நூரை தனியே அழைத்தார். இருவரும் அருகில் இருந்த வேப்பமர நிழலில் நின்று பேசிக்கொண்டிருந்ததை ஜரினா இங்கிருந்து பார்த்துக் கொண்டிருந்தாள்.

“சொல்லுங்க வாத்தியாரே வேற ஏதாவது முக்கியமான விஷயமா?”

“ஒண்ணுமில்ல இமாமு, ராவுத்தர் உங்களுக்கு உதவி பண்ண மாதிரி எனக்கும் நிறையா உதவி பண்ணிருக்காரு!”

“ஆமாமா, அவரு நிறையா பேருக்கு உதவிருக்காரு. அல்லாஹ் எப்போவுமே கூட இருப்பாரு!”

“அல்லாஹ் உதவி நிச்சயம் இருக்கும். அதுல சந்தேகமே இல்ல. உதவி வாங்குன நானும் அவருக்கு எப்பவும் விசுவாசமா இருப்பேன்!”

“புரியலயே வாத்தியாரே!”

“அவருக்கு நீங்களும் உதவணும்!” இமாம் நூர் அவரை விசித்திரமாகப் பார்த்தார்.

“நானே பள்ளிவாசல் நிர்வாகத்தை நம்பித்தான் காலம் தள்ளுறேன். நான் என்ன உதவ முடியும்?”

“அஜ்ரத்து, உங்ககிட்ட ராவுத்தர் காசு பணமா கேக்கப் போறாரு!”

ஜாபர் வாத்தியாரே தொடர்ந்தார்,

“ஜமாத் தேர்தல் வர்றது உங்களுக்கு நல்லாவே தெரியும். அதுல அவரை எதுத்து நிக்க போறதும் யாருன்னு தெரியும்!”

“ஆமா செல்லப்பா ராவுத்தர் நிக்கிறாரு. அதுக்கென்ன?”

“அதுல நீங்க முழுக்க முழுக்க நம்ம காதர்கனி ராவுத்தர் பக்கம் நிக்கணும்!”

“நிக்கணும்னா? புரியல!”

“அதாவது அவர் சார்பா நீங்க அவருக்காக பேசணும்!”

“பேசணும்னா?!”

“அதாவது பிரச்சாரம் பண்ணனும்! இந்த ஊர்லயே எந்த பின்புலமும் இல்லாம மக்கள் ஒருத்தரை மதிக்கிறாங்கன்னா அது உங்களைத்தான்!”

இமாம் நூர் இருதயம் தாறுமாறாக துடிக்க ஆரம்பித்தது. ஓர் இறைவேதம் படைத்தவனை இறைவன் இவ்வளவு சோதிக்கக் கூடாது என்று நினைத்தார்.

“என்ன யோசிக்கிறீங்க, உங்க பேச்சுக்குன்னு இருக்குற ஒரு மரியாதைதான் உங்களை உம்ரா வரைக்கும் கூட்டிட்டு போகுது. வீடுவீடா பாத்தியா ஓதி இவங்க குடுக்குற அஞ்சு, பத்துல நீங்க என்னைக்கு போறது?”

இமாம் நூர் கட்டியிருந்த தலைப்பாகை மேலே தீப்பிடிப்பது போல இருந்தது.

“அடுத்த வாரத்துல இருந்து நைட்டு இஷா தொழுகை முடிச்சிட்டு ஊர் மடத்துக்கு வந்திருங்க. நம்ம ராவுத்தருக்கு ஓட்டு போடலேன்னா நரகத்துக்கு தான் போவீங்கன்னு பாயிண்ட்டு புடிச்சு பேசுங்க. கண்டிப்பா பத்து ஓட்டுல அல்லாஹ்வுக்கு பயந்தவன் நாலு பேராவது ஓட்டு போடுவான்!”

அவர் மனதுக்குள், “அல்லாஹ்... அல்லாஹ்... அல்லாஹ்...!” ஜெபித்துக்கொண்டார்.

வாத்தியார், “இது தவிர வெள்ளிக்கிழமை ஜூம்மாவிலும் நமக்கு ஆதரவா பேசி அந்த செல்லப்பா கோஷ்டியை உண்டு இல்லேன்னு பண்ணிருங்க! நம்ம ராவுத்தர் ஜெயிச்சா அடுத்த வாரம் டிக்கெட் போட்றது என்னோட பொறுப்பு. என்ன இமாம் சந்தோஷந்தானே?”

எல்லாம் முடிந்து தன் கணவன் வருவதை ஜரினா பார்த்தாள்.

போகும்போது இருந்த தெளிச்சி நடை வரும் போது இல்லையே என்பதையும் கவனித்தாள்.

“அல்லாஹ் உங்களை கை விடல. நான்தான் சொன்னேனே, நீங்க நிச்சயம் உம்ராவுக்கு போவீங்கன்னு!” என்றாள் ஜரினா.

இமாம் நூர், குடிக்க தண்ணீர் வேண்டும் என்பதை சைகையில் சொன்னார்.

# 15

**ஊ**ருக்கு வெளியில் இருக்கும் அந்த முனியய்யா கோவில் மிகவும் சக்தி வாய்ந்த ஒன்றாக கருதப்படுகிறது. சிக்கந்தாபுரம் இஸ்லாமியர்களை அங்கு வெகு சாதாரணமாகப் பார்க்கலாம். தீராத நோய்கள், பீடிந்திருக்கும் பிரச்சினைகளுக்கு இங்கு விசேஷ பரிகாரம் செய்தால் எட்டு வாரங்களில் நல்ல செய்தி கிடைக்கும் என்பது பொதுவான நம்பிக்கையாக கருதப்படுகிறது. இசுலாமிய பெண்கள் ஆரம்ப காலங்களில் கோவிலுக்குள் வர கொஞ்சம் சங்கடப்பட்டு நின்றவர்கள் நினைத்த காரியங்கள் எதார்த்தமாகவோ அல்லது முனியய்யாவின் அருள் பாவிப்பாளோ கைகூடியதால் பகிரங்கமாக கோவிலுக்கு வரத்தொடங்கினார்கள்.

இங்கு தான் காதர்கனியின் மனைவி ஜமீலாவும், செல்லப்பா மனைவி அமீராவும் சுமார் அம்பது பேர் முன்னிலையில் ரகசியமாக சந்தித்துக் கொள்வது போல நடந்து கொள்வார்கள். இருவருமே அவரவர் கணவருக்காக வெள்ளிக்கிழமை இங்கு தான் வருவார்கள். ஒன்பது வாரம் வேண்டுதல் முடிந்தும் இவர்களது சந்திப்புக்காகவே முனியய்யா கோவிலுக்கு வருவதுண்டு. எப்போதும் ஒரு வித கடுகடுப்போடு இருக்கும் பூசாரி இருவரது அர்ச்சனை தட்டை மட்டும் இன்முகத்துடன் வாங்கிக் கொண்டு சமூக நல்லிணக்கம் போல ஒரு பூஜை செய்வார். அன்று ஜமீலா, அமீரா இருவருமே மிகுந்த குழப்பதோடு ஒருவரை ஒருவர் ஒருவித தயக்கத்துடன் பார்த்துக் கொண்டார்கள்.

"என்ன ஜமீலா வேண்டுதல் பலமா இருக்கு? புருஷன் ஜமாத் தேர்தலில் ஜெயிக்கணுன்னு முனியய்யா கிட்ட வேண்டிக்கிறியா?"

"அட போங்க அண்ணி, இத வச்சி ஊருக்குள்ள வேற எந்த பிரச்சினையும் வரக்கூடாதுன்னு தான் வேண்டிக்கிறேன். புருஷன் ஜெயிச்சா என்ன? அண்ணன் ஜெயிச்சா என்ன? கூட பிறக்காட்டியும் அவரை என்னோட அண்ணனா தான் நினைச்சிட்டு இருக்கேன்!" சற்று உடைந்த குரலில் பேசினாள்.

"ஏ கண் கலங்குற, சண்டை சச்சரவு ஏதும் ஆகாம நல்லபடியா நடக்கும். கவலைப்படாத. அல்லாவோட நாட்டத்துல எல்லாமே நல்லபடியா முடியும். இப்ப கூட முனியய்யாகிட்ட அதான் வேண்டிக்கிட்டேன். தொழுகையில் கூட யா ரப்பே எல்லாத்தையும் நல்லபடியா முடிச்சு குடுன்னு!"

"நானும் அந்த நம்பிக்கையில தான் இருக்கேன். பொழுது விடிஞ்சாலே பதட்டமா இருக்கு. இவர் வேற பொழுதுக்கும் குவாரிலயே ஆளுங்களோட செட்டு சேர்ந்துகிட்டு வீட்டுக்கே சரியா வர்றதில்லை!"

"என்ன பண்றா ஏ மருமக? என்று ஜமீலாவின் வயிறை தொடுவது போல வாஞ்சையாக அவள் கைகளை வருடிக் கொடுத்தாள்.

"அடுத்த மாசம் தேதி குடுத்துருக்காங்க மச்சி!"

"எதைப் பத்தியும் கவலைப்படாம இரு. நீ கவலைப்பட்டு புள்ளைக்கு ஏதும் ஆயிடாம. புள்ளைய பத்திரமா பெத்து எடு. எது எப்படியோ மூத்தவனை ஸ்கூலுக்கு அனுப்பி விட்டுட்டு ரெண்டு பேரும் ஜாலியா இருந்துருக்கீங்க!" ஜமீலாவின் கன்னத்தை குறும்பாகக் கிள்ளினாள்.

"இந்த மாதிரி நேரத்துல அவரு வீடு தங்காம இருக்குறது பயமாவும் இருக்கு மச்சி!"

"இங்க மட்டும் என்ன வாழுதாம், தினமும் ஆளுங்க வந்தமேனியாமா இருக்காங்க. ஏதோ கொள்ளக்கோஷ்டி கும்பல் மாதிரி என்னத்ததான் பேசுவாங்களோ!"

“ரெண்டு பேரில் ஒருத்தரை வாபஸ் வாங்க எவ்வளவோ முயற்சி பண்ணியும் நம்மளால ஒண்ணுமே பண்ண முடியலையே மச்சி!”

“நானும் நிறையா சொல்லி பாத்துட்டேன். எப்பவுமே எனக்கு அனுசரணையா இருக்குற மனுசன் இந்த விஷயத்த பேசப்போனா அண்ணனுக்கு சப்போர்ட் பண்ணுறியான்னு என்கிட்டதானா சண்டைக்கு நிக்கிறாரு!”

“வீட்டு ஆம்பளைங்கதான் இப்படின்னா நம்ம வீட்டுல இருக்குறதுங்களும் அப்பனை மாதிரியே முறைச்சிட்டு திரியுதுங்க. அலிமா எப்படி இருக்கா? நெடுநெடுன்னு வளந்து நிக்கிறா!”

“ஆமா, காலேஜ் முடிச்சதும் கல்யாணம் பண்ணி வைக்கனும்னு மனுசன் விடாப்பிடியா இருக்காரு. இந்த ஜமாத் தேர்தல் வேலையா இருக்கறதால கொஞ்ச நாளா கல்யாண பேச்சு இல்லாம இருக்கு!”

“ரகுமான நல்லா படிக்க வச்சு ஊருக்கு ஏத்திவிட்டாதான் எனக்கும் நிம்மதி. இல்லேன்னா வளந்ததும் இவரை மாதிரியே கூறு இல்லாம ஊர கட்டிட்டு அழுவான்!”

“காலேஜ்ல ரெண்டும் பேசுங்களா? இல்ல அப்பனுங்க மாதிரி முறைச்சிட்டு திரியுதுங்களான்னு தெரியல!”

“ரகுமான பேச சொல்லிருக்கேன். படிப்புல ஏதாவது சந்தேகன்னா அப்பனை மாதிரி முறுக்கிக்கிட்டு திரியாமா அலிமாகிட்ட கேட்டு தெரிஞ்சுக்கன்னு!”

“நானும் ரெண்டு பொட்டங்கட்டயும் இது தான் சொல்றேன். நம்மகிட்ட காசு பணம் இருக்குற மாதிரி சொந்தபந்தம் இல்ல. அதைத்தான் சம்பாதிக்கணும். அதுங்க காலத்துல என்ன பண்ண போகுதுங்களோ?”

இருவரும் சற்று நேரம் அமைதியாக இருந்தார்கள்.

அதை கலைப்பது போல முனியய்யா கோவில் மணி ஒலித்து எதிரொலித்தது. இருவரும் முனியய்யாவை பார்த்துக் கொண்டே

நின்றார்கள். கையெடுத்து கும்பிடவில்லையே தவிர அவர்கள் பிராத்தனை மிக தீவிரமாக வேண்டிக் கொண்டார்கள். அவர் களோடு இன்னும் சில இஸ்லாமிய பெண்கள் பூஜை தட்டோடு நின்றார்கள். இருவருக்குமே நல்ல புரிதல் இருந்தது. இருவருக்கும் உள்ள பேச்சு வார்த்தை சந்திப்பு குறித்து இருவரது கணவன் களுக்கும் தெரிந்தாலுமே அதை தடுக்க முயற்சி செய்யவில்லை.

“செல்லப்பாண்ணே இன்னும் என் மேல அதே கோவத் தோடதான் இருக்காங்களா மச்சி!”

“எத்தனை தடவை உனக்கு சொல்றது, உன் மேல அவருக்கு துளியும் கோபமில்ல. உன்கிட்ட கேட்டா எங்க அண்ணனுக்கு உன்ன கட்டுக்கொடுத்தாங்க? அதெல்லாம் அவருக்கு நல்லாவே தெரியும். எப்படியும் ரெண்டு பேரும் ஒண்ணா சேந்துருவாங்கன்னு நினைக்கும் போதுதான், இந்த பாழாப்போன ஜமாத் தேர்தல் வரணுமா?” உண்மையான கவலை அவள் முகத்தில் தெரிந்தது.

“நானும் அதான் மச்சி நினைச்சேன். முன்ன மாதிரி அண்ணே பேர் சொன்னா கோவம் வரதில்லை. அவர் மனசுல பெரிய மாற்றம் வந்துருச்சுன்னு தெரியவரும் போது தான் அல்லாஹ் வேற மாதிரி நாடிட்டான்!”

“ஜமாத் தேர்தல் தேதி நெருங்க நெருங்க இன்னும் என்னென்ன கூத்து நடக்குமோன்னு நைட்டு தூங்குனா தூக்கமே வர மாட்டுது. ஒரு விஷயத்தில நம்ம ரெண்டு தப்பிச்சிட்டோம்!” என்று லேசாக சிரித்தபடி அமீரா சொன்னாள்.

“எந்த விஷயத்துல சொல்றீங்க மச்சி?” என ஜமீலாவும் ஆர்வமோடு கேட்டாள்.

“ஆமா ஜமீலா, ஜமாத் தேர்தல்ல பொண்ணுங்களுக்கு ஓட்டு இல்ல. இருந்திருந்தா, யாருக்கு ஓட்டு போட்டா? ஒ அண்ணனுக்கா? இல்ல எனக்கா?ன்னு அதுல ஒரு சண்ட வந்துருக்கும்!” என சொல்லி இன்னும் பலமாய் சிரித்தாள் அமீரா.

அந்த கருத்துக்கு உடன்பட்டது போல ஜமீலாவும் சேர்ந்து சிரித்தாள். இருவரும் சிரித்துக்கொண்டிருப்பதை பார்த்த ஊர் பெண் ஒருத்தி இன்னொருவளிடம் சொன்னாள்.

"ரெண்டு பாயம்மாவும் சேந்துகிட்டு எப்படி சிரிக்கிதுங்க பாரு. நெஜமா இவங்க புருசங்க சண்டைல இருக்காங்கன்னா நம்பவா முடியுது?"

இன்னொருத்தி, "நம்ம புருசனா இருந்தா தல மயித்த கொத்தா புடிச்சு கன்னத்திலயே பளார் பளார்ன்னு வச்சிருப் பாய்ங்க. பணக்காரங்கன்னா சண்ட வெளிய தெரியாது போல!"

"என்ன எழவோ போ, துளுக்கனுங்க ஒரு தினிசா இருக்காணுங் கன்னா, துளுக்கச்சிகளும் ஒரு தினிசாதான் இருக்காளுங்க. எனக்கென்னமோ ஊருக்கு வெளிய அடிச்சிட்டு உள்ளுக்குள்ள கொஞ்சிக்கிட்டு திரிவானுங்களோ என்னவோ!"

பேசிக்கொண்டிருந்த இரண்டு பெண்களுக்கு அருகில் அரீமாவும், ஜமீலாவும் சேர்ந்து வர மரியாதையுடன் வணக்கம் வைத்து நலம் விசாரித்தார்கள். ●

# 16

மோதினார் முத்தலீபு பள்ளிவாசலை தூய்மை செய்வதற்காக ஆயத்தமாகி கொண்டிருந்தார். அம்பா எதிரே இருந்த திண்டில் உட்காந்தவாரே பல் குத்திக்கொண்டிருந்தார்.

"என்ன அம்பா, எங்க சாப்பாடு? பல்லுல கறி மாட்டுற அளவுக்கு. எந்த ராவுத்தரு வீட்ல?"

"அட நேத்து ஏவிஎம் ராஜன் படத்துக்கு போனே!" என்றவாறு எதிரே இருந்த சாகுல் தியேட்டரை கை காட்டினார்.

"அங்கயா கறி சாப்பாடு போட்டாங்க? ஆச்சர்யமா இருக்கே!" என்று கிண்டலாகச் சிரித்தார்.

எதையும் பொறுமையாக கையாளும் அம்பா அன்றும் முத்தலீபு சிரித்து முடிக்கும் வரை அமைதியாக இருந்தார்.

"கொட்டகைல சோளப்பொறி வாங்கி தின்னேன். அதுல ஒரு சோளத் தோலு பல்லுல மாட்டிட்டு வருவனாங்குது. அங்கங்க குத்தி பல்லுல ரத்தம் வந்ததுதான் மிச்சம்!"

"அது சரி! ஊரே பரபரப்பா கெடக்கு. ஊர்லயே ரொம்ப பழைய கட்ட நீர்தான். யாருக்கு ஓட்டு போடப்போறீங்க?"

"அத தெரிஞ்சு என்ன பண்ண போறீரு. யாரு ஜெயிச்சாலும் நீ வாரம் வாரம் வெள்ளிக்கிழமை பள்ளிய கழுவி சுத்தம் பண்ண போறது மாறப்போகுதா? யாரு ஜெயிச்சாலும்

வெள்ளிக்கிழமை ஜும்மாவுல வாளியைத் தூக்கிட்டு வசூல் பண்ணப் போறது நீதான்!"

"என்ன அம்பா இப்படி சொல்லிட்டிங்க, ஒரு இறை இல்லத்தை சுத்தம் பண்ணுறது எத்தனை பேருக்கு வாய்க்கும்?"

"அப்புறம் ஏன் திட்டிக்கொண்டே சுத்தம் பண்ணுறியாம்?" என்று சிரித்தார்.

முத்தலீபு சிரித்தாலும் மனதிற்குள் "ஷைத்தான் புடிச்ச கிழட்டுப்பயலுக்கு ஏத்தத்தப்பாரு! இவனை ஒரு நாள் சந்தாக்குல[1] ஏத்த நேர வரமாட்டுதே!" என அம்பாவை மனதிற்குள் திட்டிக் கொண்டிருந்தார்.

"என்ன மோதினார், என்னய வைய்யிற மாதிரி இருக்கு!" என்று கண்ணடித்தார்.

"அல்லாஹ் ரப்பனா, எனக்கு தகப்பன் மாதிரி உங்கள திட்டுவனா அம்பா? அஸ்தாபிருல்லாஹ்!" என்று முடிந்தளவு போலியாய் பதறிப்பார்த்தார் முத்தலீபு!

"மகனே முத்தலீபு, என்னோட வயசு என்னன்னு தெரியுமா?"

"என்ன ஒரு அறுவது இருக்குமா?"

"அதுசரி, எம்பத்தி நாலு!'

"மாஷா அல்லாஹ், கல்லு மாதிரி இருக்கீங்களே அம்பா!"

"இந்த கல்லு ரொம்ப உறுத்துதோ?"

"அல்லாவே, இன்னிக்கு என்ன ஆச்சு அம்பா உங்களுக்கு?" என்றவாறே "திட்டுறது நல்லா தெரியுது. அல்லான்னு இருக்காம திரும்ப திரும்ப ஏன் வம்பிலுக்குறான்னு தெரியலையே!" என்றவாரு பேச்சை வேறு பக்கம் திருப்பினார் முத்தலீபு மோதினார்.

"அத விடுங்க அம்பா, ஜமாத் தேர்தலில் யாரு ஜெயிப்பான்னு நினைக்கிறீங்க?"

---

1 சந்தாக்கு– இறந்தவரை இடுகாடு வரை சுமக்க பயன்படுத்தப்படுவது

அம்பா சிரித்தார்.

"பேச்சை வேற பக்கம் திருப்பப்பாக்குறியாக்கும்? நா ஒரு கேள்வி கேக்குறேன். உனக்கு முன்னாடி எத்தனை மோதினார்கள் இங்க வேலை பாத்தாங்கன்னு தெரியுமா?"

வெளியில் கிடந்த சாக்கை உதறி வாசலில் போட்ட முத்தலீபு வேண்டா வெறுப்பாகச் சொன்னார்.

"நீங்களே சொல்லுங்க அம்பா!"

"சரி, சரி! சரியா எட்டு பேர். அதுல நாலு பேர் இங்கேயே மௌத். அதுல ஒரு ஆளு. நீ நின்னுகிட்டு இருக்குற இடத்துல தான் நெஞ்சை பிடிச்சிட்டு உக்காந்தாரு!"

அந்த இடத்திலிருந்து கொஞ்சம் நகர்ந்து நின்றார் முத்தலீபு. அதை கண்டதும் அம்பாவுக்கு இன்னும் சிரிப்பு அதிகரித்தது.

"அம்பா உங்களுக்கு இந்த பள்ளியோட வரலாறு தெரியும். அதுக்காக சனிக்கிழமையும் அதுவுமா இப்படியா பண்ணுறது?"

"துலுக்கனுக்கு எது வெள்ளிக்கிழமை, சனிக்கிழமை அல்லாஹ் எப்ப கூப்பிடுறானோ அப்ப போய்க்கிட்டே இருக்க வேண்டியது தான். மௌத் மாலை கழுத்துல தான் தொங்குது!"

"அம்பா, என்ன நம்பி ரெண்டு புள்ளைங்களும், ஒரு பொண்டாட்டியும் இருக்கு!"

"அதுசரி, என்னமோ என்கிட்ட கேட்டியே?"

"அதான் ஜமாத்து எலெக்சன்ல யாரு ஜெயிப்பா?"

"ஒரே ஒரு விஷயம்தான் இருக்கு. அத யாரு சரியா செய்றாங் களோ அவங்கதான் ஜெயிப்பாங்க!"

"எது நம்ம ஊருக்கு பள்ளிக்கூடம் கட்டி குடுக்குறத பத்தி சொல்றீங்களா?"

"எத்தனை தலைவர் மாறினாலும், நீ கடைசி வரைக்கும் மோதினார் தான். இத்தனை நாளா ஏன் இன்னொருத்தர

அண்டி வாழுற ஏழை துலுக்கனா இருக்கோம்ன்னு நினைச்சிருக்கியா?"

"அல்லாவே, என்னோட நிலமை கிடக்கட்டும். அம்பா நீங்க விஷயத்தை சொல்லுங்க!"

அம்பா அதை காதில் வாங்கிக்கொள்ளாமல் காதில் கோழி இறகை செலுத்தி கண்களை அரை தூக்கத்தில் இருப்பது போல அதிலேயே லாயித்தார்.

"அம்பா, நா சொல்றது கேக்குதா?"

"அட இரு முத்தலீபு! அல்லாஹ் இருக்கானே, நம்ம அற்பமா நினைக்கிற விஷயத்துக்குள்ள தான் ஆயிரம் சங்கதிய வச்சிருக்கான்!"

"எது இந்த கோழி இறகைத்தான் சொல்றீங்களா?" என் அப்பாவியாக கேட்டார் முத்தலீபு மோதினார்.

எப்பொழுதும் வைத்திருக்கும் பையில் கையை விட்டு துழாவினார். முத்தலீபு அதிலிருந்து ஏதேனும் முக்கியமான தகவல் கிடைக்கிறதா என ஆர்வத்துடன் உற்றுப்பார்த்தார். அம்பாவின் கையில் தேவையான பொருள் சிக்கிவிட்டதை அவரது முகமலர்ச்சி சொன்னது. முத்தலீபு மோதினார் முற்றிலும் வேலையை மறந்து போய் அவர் அருகில் போய் அமர்ந்தார். அம்பா கையை வெளியே எடுக்கும் போது அது ஒரு மூக்குப்பொடி டப்பாவாக இருக்கவே முத்தலீபு முகம் சுருங்கிப்போனது. சற்று கோபமாகி எழுந்து போக முயன்ற முத்தலீபை கையை பிடித்து உட்கார வைத்தார்.

"அம்பா எனக்கு வேலை இல்லேன்னு நினைச்சிட்டு இருக்கீங்களா? ஊருப்பட்ட சோலி கெடக்கு. நம்ம நக்கல் எல்லாத்தையும் அஸர்[2] தொழுகைக்கு அப்புறம் வச்சுக்கலாம்!"

"நம்ம ஜமாத் தேர்தல் பத்தி ஒண்ணு சொல்லாம்ன்னு பாத்தேன். சரி போ!"

"அப்ப சொல்லுங்க!"

---

2 அஸர் – மாலை நேர வழிபாடு

பொடியை மூக்கில் ஆழ்ந்து இழுத்து தலையை சிலுப்பிக் கொண்டார்.

"வகையறா?ன்னு சொல்லுவாங்களே அப்படின்னா என்ன தெரியுமா?"

மீண்டும் ஏமாற்றம் அடைந்தது போல, "அதுக்கும் இதுக்கும் என்னென்ன சம்பந்தம்?"

"சம்பந்தம் இருக்கு!" என்ற போது பள்ளிவாசல் கழிவறைக்குள் இருந்து காதர்கனியின் மச்சினன் இப்ராஹீம் வெளியே வந்தான்.

திடுக்கிட்ட முத்தலீபு, "என்ன பெரிய குடும்பத்து சின்ன முதலாளி பள்ளிவாசல் கக்கூஸ்குள்ள இருந்து வறீங்க!" என்று சிரித்தார்.

கைலியை இறுக்கிக் கட்டிய இப்ராஹீம்,

"யோவ் மோதி, உன்ன மச்சா கூப்புட்டாரு. அத சொல்ல வர்றப்பதான் வயித்தை கலக்கிருச்சு. நீ இருக்கும் போதே ஒருத்தன் பள்ளிவாசலுக்குள்ள போய்ட்டு வரான். இதான் பள்ளிவாசலை பாத்துக்குற லட்சணமா?" என்று அம்பாவை நேரடியாக திட்ட முடியாமல் முத்தலீபை பார்த்தார்.

"அல்லாஹு, நான் பாக்கவே இல்ல சின்ன முதலாளி. இதுக்கு போய் கோபப்படலாமா? சரி சரி வாங்க போகலாம்!"

"நா வெளிய நிக்கிறேன். வெரசா வா!"

"இந்தா அரை நிமிஷம்!" என்று சட்டை போட்டுக்கொள்ள உள்பள்ளிக்குள் ஓடினார் முத்தலீபு.

வெளியே செல்லும் போது இப்ராஹீம் அம்பாவை கூர்மையாக பார்த்தபடி சென்றான். சற்று நேரத்தில் வெளியே வந்த முத்தலீபு அம்பாவிடம்,

"இங்க பாத்தீங்களா அம்பா, ஒரு இறை இல்லத்துக்குள்ள வந்து ஒரு அடியானை பண்ண வேலைக்கு கூப்புடுற மாதிரி கூட்டிட்டு போறாங்க! இவனுங்க செய்ச்சானுங்கன்னு வைங்க,

இந்தா வெளிய நிக்கிதே சினிமா கொட்டகையில் பிறந்த இபுலிசான் இதுகிட்டதான் நீங்களும் நானும் சம்பளம் வாங்கணும்! கொடுமைய பாத்தீங்களா?"

அம்பா லேசாக சிரித்தார்

"யோ மோதி, இன்னும் என்னய்யா பண்ற?" என்று வெளியில் இருந்து குரல் கொடுத்தான் இப்றாஹீம்.

"இந்தா வர்றேன், சின்ன முதலாளி!"

அம்பாவிடம் சொல்லிவிட்டு வெளியே வந்த முத்தலீபு,

"என்ன முதலாளி, எப்பவும் கூப்புடாதவங்க, இப்ப கூப்டு ஊட்ருக்காங்க!"

"ம், எல்லாத்தையும் இங்கேயே சொல்லணுமோ? எல்லா ஒரு விஷயமாதான். ஒரு வேலை செய்யணும். சும்மா இல்ல. அத முடிச்சதும் கூலி உண்டு. இப்ப சந்தோஷதானே!"

மோதினார் முத்தலீபு இங்கிருந்தபடியே அம்பாவை பார்த்தார்.

அம்பா மீண்டும் பொடியை மூக்கில் ஏற்றினார். இப்ராஹீம் தனது மொபைட்டை கிளப்ப அதன் பின்னால் உட்கார்ந்து சென்றார் முத்தலீபு.

# 17

முத்தலீபு மோதினார் பல எண்ண உதறல்களிடையே காதர்கனி வீட்டை இப்ராஹீமுடன் அடைந்தார். வண்டியிலிருந்து இறங்கிய பின்புதான் அது ஏற்படுத்திய உதறல் நின்றது. இப்ராஹீம் வண்டியும் சுயமாக நிற்கும் தன்மை இல்லாததால் அதை வீட்டு வாசலில் இருந்த அசோக மரத்தில் சாய்த்து வைத்தான். அவன் வண்டி நிறுத்தும் நுணுக்கத்தை முதல்முறை யாக கவனித்து பார்ப்பது போல பார்த்தார் முத்தலீபு மோதினார்.

"என்ன இங்க வேடிக்கை பாத்திட்டுருக்கீங்க? உள்ள போங்க!" என லேசாக அதட்டினான் இப்ராஹீம்.

வண்டி நிறுத்தும் முறையை தான் பாத்திருக்க கூடாது என நினைத்தார் முத்தலீபு மோதினார்.

"இந்தா போறேன் சின்ன முதலாளி, என்ன விஷயம்னா கொஞ்ச தயாரா போவேன்!"

"மோதினாரே ஒண்ணும் பெரிய சோலி இல்ல. சில்லறை விஷயம்தான். உங்கள என்ன கொலையா செய்ய சொல்ல போறோம்!"

"சைத்தானுக்கு பொறந்த பயித்தியக்காரப்பய!" என மனதிற்குள் திட்டிக்கொண்டார் மோதினார்.

உள்ளே காதர்கனி மலேசியா கைலியில் உட்காந்திருந்தார். பனியனில் காற்றோட்ட வசதிக்காக ஆயிரத்திற்கும் மேற்பட்ட ஓட்டைகள் செயற்கை முறையில் துளைக்கப்பட்டு இருந்தது. அதை லாவகமாக பயன்படுத்தி கொண்ட நரைத்த நெஞ்சு முடிகள் வெளியே தெரிந்தது.

அவர் எதிரே இருந்த இருக்கையில் ஜாபர் வாத்தியார் அமர்ந்திருந்தார்.

காதர்கனி மோதினாரை பார்த்து உட்காரச் சொன்னார். மோதினார் சற்று தயங்கினார். அவர் தயங்கி நிற்பதை பார்த்த ஜாபர் வாத்தியார் கையை மேலிருந்து கீழே விசிறினார். அது உடனடியாக உட்கார்ந்தே ஆகவேண்டும் என்பது போன்ற கட்டளை தொனியில் இருந்தது. மோதினார் பட்டென்று அந்த கூடை வேயப்பட்ட இருக்கையில் உட்கார்ந்து விட்டார். மின்னல் வேகத்தில் நடந்த அந்த செய்கையால் இருக்கை அசௌகரியமாக இருந்தது. அதைவிட மோதினாருக்கு சூழல் மிகுந்த அசாதாரணமாக தோன்றியது.

"என்ன மோதினாரே, சௌரியந்தானே?" என்று எதோ ஒரு கணக்கு வழக்கு சரிபார்ப்பு நடவடிக்கைகளுக்கு மத்தியில் காதர்கனி கேட்டார்.

சௌரிய குறைபாடு என்றால் மேலதிக கோபத்திற்கு உள்ளாகிவிடுவோமே என நினைத்தார், மோதினார் முத்தலீபு.

"அல்லாவோட புண்ணியத்தில சௌரியத்துக்கு என்ன குறை?" என்ற மோதினார் பேச்சை தொடங்கும் போது ஓர் அஸ்ஸலாமு அலைக்கும் சொல்ல மறந்துவிட்ட தன் மறதியை கடிந்து கொண்டார்.

பேரெட்டு கணக்கு புத்தகத்தை மூடி வைத்த காதர்கனி கண்ணிலிருந்து கண்ணாடியையும் கழற்றி முன்னிருந்த டீப்பாயில் வைத்தார். முக்கியமான விஷயங்களை பேசும் போது பெரிய மனிதர்கள் இப்படி செய்வதை மோதினார் கவனித் திருக்கிறார்.

"சம்பளமெல்லாம் நிர்வாகம் சரியா குடுக்குதா?"

“தலைவர் மௌத்தா போனாலும் சம்பளம் சரியா வந்துருது பெரிய முதலாளி” என்ற முத்தலீபின் பேச்சில் அதிகம் கவனம் செலுத்தவில்லை காதர்கனி.

“அடுத்த நிர்வாகம் நம்மளோடது. உங்க சம்பளமும் கூட்டி குத்துருவோம். என்ன சொல்றீங்க மோதினாரே?” இன்னும் ஜெயிக்கவே இல்ல, அதுக்குள்ள நிர்வாகம் பண்றத பத்தி பேசுறானுங்களே! பணம் குடுக்குற தைரியத்துல இதுவும் ஒண்ணு போல என நினைத்த முத்தலீபு வெளியே வேறு மாதிரி சொன்னார்.

“மாஷா அல்லாஹ், பெரிய முதலாளி உங்க நிர்வாகம் தான் தெரியுமே. இன்ஷா அல்லாஹ் ஜெயிச்சு வாங்க. அல்லாவோட கிருபைல சம்பளத்தை கை நிறையா வாங்கிக்கிறேன்!”

காதர்கனி சிரித்துவிட்டு ஜாபர் வாத்தியாரிடமும் அதை எதிர்பார்த்தார். ஜாபர் ஏதோ வேறு யோசனையில் இருந்தார்.

காதர்கனி, “சந்தா எல்லா சரியா வசூல் ஆகுதா?”

“அதெல்லாம் மாஷா அல்லாஹ் ஆகுது. கொஞ்சம் நடக்க வேண்டி இருக்கு. வீட்டுக்கு பத்து ரூவா வாங்க ரெண்டு வாட்டி சைக்கிள் உருட்ட வேண்டி இருக்கு. மத்தபடி வசூலிச்சிட்டு தான் மறுவேலை!”

“ஓ!” என்று சொன்னதோடு சுவாரஸ்யமில்லாமல் தலை யாட்டினார் காதர்கனி.

அவரே, “நீங்க எனக்கு ஒரு விஷயம் பண்ணணுமே!”

“முதலாளி சொல்லி தட்ட முடியுமா? சொல்லுங்க இன்ஷா அல்லாஹ் என்னோட சத்திக்கு முடிஞ்ச வரைக்கும் முதலாளிக்கு செஞ்சு குடுக்குறேன்!”

“எல்லாம் உங்க சக்திக்கு உட்பட்டது தான் மோதினாரே!” என்று ஜாபர் பாய் அட்டகாசமாக சிரித்தது முத்தலீபுக்கு கொஞ்சம் அவமானமாக இருந்தது. கூடவே காதர்கனியும் சேர்ந்து கொண்டு சிரித்தார். அது முத்தலீபுக்கு காயம்பட்ட உணர்வை இன்னும் கூடுதலாக தந்தது.

“இப்ராமு, அதை எடுத்துட்டு வாடா!” என்ற போது இப்ராஹீம் கட்டு கட்டாக காகித கட்டுகளை எடுத்துக்கொண்டு வந்தான்.

அது ஜமாத் தேர்தல் பரப்புரை குறித்த நோட்டீஸ். அந்த பரப்புரை காகிதத்தின் வலது ஓரங்களில் கருப்பு வெள்ளை புகைப்படத்தில் மிக தெய்வீகமான முறையில் சிரித்துக் கொண்டிருந்தார் ராவுத்தர். ஜமாத் தேர்தல் தேதி, பிற நிர்வாகிகள் பெயர் என ஒரு நூற்றாண்டு வரலாற்றை ஒரு பக்க காகிதம் கொண்டு சுருக்கப்பட்டிருந்தது. கூடவே உலக பிரச்சினைகள் கூட உள்ளூர் ஜமாத் பிரச்சனையாக பாவித்து அதற்கான தீர்வு முன்னெடுப்புகளும் வாசகங்களாக இடம்பெற்றிருந்தது. மோதினார் முத்தலீபு தன் வாழ்நாளில் இப்படி ஒரு ஜமாத் தேர்தலை பார்த்ததில்லை என்று அவர் உள்ளம் குறுகுறுத்தது.

“நீங்க இந்த மாசம் சந்தா வசூல் பண்ணும் போது எல்லா வீட்டுக்கும் இந்த நோட்டீசையும் குடுத்துருங்க. என்ன மோதினாரே?” முத்தலீபு துணுக்குற்றார்.

ஓர் இறை இல்லத்தின் பணியாளர்களை இப்படி சொந்த பணிக்கு பயன்படுத்தி அவர் பார்த்ததே இல்லை. அதை விட இந்த விஷயம் செல்லப்பா ராவுத்தருக்கு தெரிந்தால் ஏற்படப் போகும் விபரீதம் தான் அவரை இன்னும் பீதிக்கு உள்ளாக்கியது. உள்ளே ஒட்டியிருந்த தைரியத்தை ஒன்று திரட்டி தனது குரலை தாழ்த்தி காதர்கனியிடம் சொன்னார்.

“பெரிய முதலாளி, இது செல்லப்பா ராவுத்தருக்கு தெருஞ்சா...?”

“தெருஞ்சா?” காதர்கனி இருக்கையில் இருந்து எழுந்தது போல இருந்தது. ஆனால், எழவில்லை. எழாமலே கோபத்தில் முன்னூறு அடிக்கு மேலே உயர்ந்தது போல் இருந்தது அவரது கோபம்.

“இல்ல பெரிய முதலாளி, பொதுவா சொல்ல வர்றேன்!”

“மோதினாரே, முதல்ல நான் சொன்னதை செய்ங்க. வர்றதை நான் பாத்துகிறேன். இந்த ஊருக்கு செல்லப்பா ராவுத்தர்

நாட்டாமை இல்ல. அனாவசியமா யோசிக்காம நான் சொல்றதை மட்டும் செய்ங்க!" இந்த முறை அப்பட்டமான சர்வாதிகாரம் மட்டுமே தெறித்தது.

"உங்களுக்கு ஒண்ணுனா நம்ம ராவுத்தர் சும்மா உட்ருவாரா? நீங்க ஒரு வீடு விடாம நோட்டீஸ் குடுத்துட்டு நம்ம பெரிய ராவுத் தருக்கு ஓட்டு போட சொல்லுங்க!" என்று ஜாபர் வாத்தியார் காதர்கனி கட்டளைக்கு இன்னும் கொஞ்சம் வலு சேர்த்தார்.

கழுத்தை சுற்றி புலப்படாத கந்தக கத்திகள் சூழ்ந்து கொண்டதை போல முத்தலீபு கனத்த இதயத்துடன் அந்த நோட்டீஸ்களை வாங்கிக்கொண்டார். நோட்டீஸ் இன்னும் கனத்தது. ஜாபர் வாத்தியாரை காதர்கனி அர்த்தத்துடன் பார்க்க அதை புரிந்து கொண்ட அவர் முத்தலீபு ஜிப்பாவில் ஒரு முழு நூறு ரூபாய் நோட்டை திணித்தார். முத்தலீபுக்கு இந்த ஊரில் சம்பாதிக்கும் கடைசி ரூபாய் இதுவாகத்தான் இருக்குமோ என கலக்கத்துடன் வெளியே வந்தார்.

கூப்பிடும் போது வந்த இப்ராஹீம் எங்கே போனான்? இந்த திமிரு பிடிச்ச துலுக்கனுங்களுக்கு காரியம் முடிஞ்சா இப்படித் தான் அம்போன்னு தெருவுல உட்ருவானுங்க என திட்டிக் கொண்டே நடந்தார். கையில் இருக்கும் காகித கட்டு எந்நேரமும் நழுவும் போல இருந்தது. போதாத நேரத்துக்கு கட்டியிருந்த கைலியின் பிடி இடுப்பிலிருந்து தளர்ந்து கொண்டே போனது.

வெயில் இன்னும் உக்கிரம் காட்டியது. முத்தலீபின் தாடியின் வெளியே வியர்வை வழித்து கொட்டியது.

அந்த பேப்பர் கட்டுகளை ஓர் ஆலமர அடியில் வைத்துவிட்டு இன்னும் இரண்டு நாட்களுக்கு அவிழாவண்ணம் தன் கைலியை இறுக்க காட்டினார். கூடவே, வந்த துயரம் கொஞ்சம் குறைந்துவிட்டது போல இருந்தது. சற்றுநேரம் அப்படியே நின்றார். அதற்கேற்றாற் போல மெல்லிய காற்றும் வீசியது. அதில் கண்கள் மூடி அப்படியே லாயித்தார்.

வியர்வையில் மெல்ல அடித்த காற்று இன்னும் கொஞ்சம் இன்பக்கரமாய் இருந்தது.

இப்படியே அமர்ந்து விடலாமா? அல்லது தொழுகைக்கு இன்னும் எவ்வளவு நேரம் இருக்கிறது என்பதை கணித்துக் கொண்டிருக்கும் போதே பேப்பர் கட்டுகள் சலசலக்கும் சப்தம் கேட்டு இயல்பு நிலைக்கு வந்தார். காற்றில் முதல் தவணையாக இரண்டு நோட்டீஸ்கள் பறந்து சென்றன. திடுக்கிட்டு போன முத்தலீபு மேலும் நோட்டீஸ்கள் பறக்காமல் இருக்க அதன்மீது ஒரு சிறிய பாறையை வைத்துவிட்டு பறந்து போனவைகளை எடுக்க ஓடினார். அதில் ஒன்று பறந்து சென்று ஊரில் இருக்கும் ஒரே டீக்கடையின் சிறுகும்பல் அருகே போய் விழுந்தது.

செல்லப்பா ராவுத்தரின் எதிர்கால ஜமாத் நிர்வாகி பிச்சை ராவுத்தர் அருகில் போய் விழுந்தும் எப்போதுமே குனிய அசௌகரியம் காட்டும் அவர் அன்று மட்டும் தாமதிக்காமல் அதை எடுத்து படிக்கத் தொடங்கினார்.

மோதினார் முத்தலீபு அவரை நெருங்குவதற்கும் பிச்சை நோட்டீஸின் சாராம்சத்தை அறிந்து கொள்வதற்கும் சரியாக இருந்தது. எதிரே பேப்பர் கட்டுடன் நின்றவரை பார்த்து பிச்சை,

"அஸ்ஸலாமு அலைக்கும்!" என்றார். ●

## 18

கந்தனும் சுந்தரமும் இரவு காட்சி முடிந்து இன்னொரு காட்சிக்கு தயாரானார்கள். இன்று தூக்கம் அவ்வளவு தான் என இருவருக்குமே தெரியும். மாதத்தின் ஓர் இரண்டு நாளாவது இப்படி அமைந்துவிடும். சாகுல் ஹமீது தியேட்டரின் திரைக்கு முன்பாக குறுக்கும் நெடுக்குமாய் நடந்து கொண்டிருந்தார். திரையில் ஒரு துயர்க்காட்சி ஓடிக்கொண்டிருந்தது. சாகுல் சிக்கலான யோசனைகளை இப்படித்தான் தீர்க்க முயற்சிப்பார். திரையில் தோன்றும் காட்சியும், வசனமும் அவருக்கு அப்படி ஒரு நிறைவு தன்மையை கொடுத்து விடும்.

கந்தனும் சுந்தரமும் ஆப்ரேட்டர் ரூமில் இருந்து பார்த்துக் கொண்டிருந்தார்கள். ஆளே இல்லாத அரங்கில் ஒருவர் மட்டும் திரையை பார்க்காமல் பக்கவாட்டில் நடந்து கொண்டிருப்பது இவர்கள் அவ்வப்போது பார்க்கும் காட்சி என்றாலும் இன்று அதில் ஒருவித அமானுஷ்யம் கலந்திருந்தது. இருவரும் ஒருவர் முகத்தை மாறி மாறி பார்த்துக்கொண்டார்கள்.

"டேய் சவுண்ட கூட்டி வைங்கடா!" என்று சாகுல் கத்தினார்.

இருவரும் திடுக்கிட்டார்கள். திரையில் படம் ஓடிக் கொண்டிருக்கும்போது இப்படி கத்துபவர் அல்ல.

ஜமாத் தேர்தல் நடத்தும் பெரிய பள்ளிவாசல் தேர்தல் அதிகாரிகளில் ஒருவரான பீர்முகமது, சாகுல்ஹமீதுக்கு தூரத்து

உறவு. இரு குடும்பத்திற்கும் அவ்வளவு பேச்சுவார்த்தை இல்லாவிட்டலும் பீர்முகமது - சாகுல்ஹமீது இருவருக்கும் நல்ல நட்பு இருந்தது. அவர் இரண்டு நாட்களுக்கு முன்பாக சாகுல் ஹமீதை சந்தித்து பேசினார்.

“விஷயம் ஜமாத் தேர்தல் மட்டுமில்ல. உன்னோட சினிமா கொட்டகையும் தான். இந்த எலெக்சன் சூட்டுல உன்னோட தியேட்டரையும் இடிச்சு விடத்தான் எல்லா வேலையும் நடக்குது. எந்த ஊர்லயும் இல்லாம இங்கே தான் ஒரு தொழுகை பள்ளிக்கு முன்னாடி சினிமா தியேட்டர் நிக்கிது. இந்த விஷயத்தை செல்லப்பா, காதர்கனி ரெண்டு பேருமே தனித் தனியா கொண்டு போய் பெரிய பிரச்சனையா ஆகிட்டாங்க!”

“யாரு தடுத்தாலும் என்னோட தேட்டர்ல இருந்து ஒரு செங்கல்லை கூட உறுவமுடியாது!”

“உன்னோட சினிமா கொட்டகை வசனமெல்லாம் நம்ம ஆளுங்ககிட்ட எடுபடாது. நீ என்னோட சொந்தக்காரன்ங்குற முறையில சொல்றேன். நீயே ஒரு நல்ல முடிவா எடு!”

“ஓ நீயே இப்ப என்னய நேரடியா மிரட்ட ஆரம்பிச்சிட்டியா? இல்ல அந்த செல்லப்பாவும் காதர்கனியும் உன்ன அனுப்பி வச்சானுங்களா?”

“புரியாம பேசாத, நம்ம மௌத்தா போகும்போது தூக்கி போட நாலு பேரு வேணாமா? உனக்குன்னு யாரு இருக்கா? இந்த பணமெல்லாம் ஒரு கட்டத்துக்கு மேல உதவவே உதவாது!”

சாகுல் ஹமீதின் இருதயம் படபடவென்று அடித்தது. ஒருவேளை பீர்முகமது சொல்வது போல நமக்கு வயதாகிவிட்டதா? இவ்வளவு கர்ஜித்தும் கூட எப்போதும் தன்னோடு ஒத்துப்போகும் இவன் கூட தன் கருத்தை மறுத்து பேசுகிறானே என அவர் கண்கள் இருட்டியது.

“ஒரு முஸ்லிமே தொழுகை பள்ளிக்கு முன்னாடி தியேட்டர் நடத்துறது தான் பிரச்சினையே. அவங்களே உன்னைய இடிக்க வைக்கிறதுக்கு முன்னாடி அல்லாஹ் ரசூளுக்கு மனம் பொறுத்து நீயே இடிச்சு போட்டு வேற தொழில் பாரு. இல்லையா, ஊருக்கு

சிக்கந்தாபுரம் 92

வெளிய எங்கேயாவது கொட்டகையை கட்டு. யாரும் கேக்க மாட்டாங்க!"

"இடிச்சு போட்டுட்டு என்னய எங்க போக சொல்ற?"

"உன்னைய யாரு இடிக்க சொல்றா? நீ மனசு வச்சா இதை அப்படியே கல்யாண மண்டபமா மாத்தி நாலு காசு பாக்கலாம்!"

"ஓ கைவசம் யோசனை வச்சிட்டுத்தான் பேச வந்தியோ?"

"அப்படிதான்னு வச்சுக்க. ஊரையே பகைச்சுக்கிட்டு உன் ஒருத்தனாலே வாழ முடியாது!"

"ஊரே என்னய பகைச்சா, ஏன் கூட்டம் கூட்டமா படம் பாக்க வாறாங்க?"

"உனக்கே இந்த ஊரை பத்தி நல்லாவே தெரியும். ஊரே அந்த ரெண்டு ராவுத்தர்களை நம்பித்தான் இருக்குன்னு. அவனுங்க நல்லவனோ கெட்டவனா ஊருக்கு ஒண்ணுனா அவங்க தான் முன்னால நிக்கிறாய்ங்க. உனக்கு இந்த கொட்டகை விட்டா எதையும் தெரியாது. நாளைக்கே இந்த தியேட்டரை இடிச்சா ஊர் மக்கள் எல்லா சேந்து போராட்டம் நடத்துவாங்கன்னு நினைச்சியா? சுத்தி நின்னு வேடிக்கைதான் பாப்பாங்க. மீதி பேர் வேற சினிமா கொட்டகைக்கு போயிருவாங்க!"

சாகுல் ஹமீது பட்டென்று உட்காந்தார்.

"மக்களை பொறுத்தவரை வேடிக்கை பாக்க ஒரு இடம். பொழுதுபோக்க ஒரு இடம். அது எதுவா இருந்தாலும் சரிதான். என்ன பண்ண போற நீயே சொல்லு!"

சாகுல் ஹமீது அமைதியாக இருந்தார்.

"ஆளாளுக்கு ஏதேதோ பேசுறாங்க. நான்தான் உன்கிட்ட பேசி புரிய வைக்கிறேன்னு சொல்லிட்டு வந்தேன். நல்லா யோசி. தோக்குற மாதிரி இருந்தா நாமளே விட்டு குடுக்குறது தான் உன்ன மாதிரி பணக்காரனுக்கு மரியாதை. விஷயம் கை மீறி போனா ஊர்ல உன்னய யாரு மதிப்பா?" பீர்முகமதுவை சாகுல் கூர்மையாகப் பார்த்தார்.

அதில் எந்த உணர்வும் இல்லாமல் இருந்தது.

"இந்த தேட்டர் எனக்கு புள்ளைங்க மாதிரிடா!" லேசாக குரலும் உடைந்திருந்தது.

அதை முழுதாய் உணர்ந்தார் போல சற்று கனிவாக பேசினார் பீர்முகமது, "எனக்கும் தெரியாம இல்ல. சொந்த புள்ளைங்களே கல்யாணத்துக்கு அப்புறம் மாற்றது இல்லையா? அது மாதிரி நினைச்சுக்க!"

சாகுல் ஹமீது வெறுமையாய் சிரித்தார்.

"உன்னோட கஷ்டம் புரியுது. எதுக்கு கடைசி காலத்துல போராட்டம் பண்ணிட்டு. இருக்குற காசை வச்சிட்டு நிம்மதியா இருவேன்!"

தியேட்டருக்கு பெட்டி வரும்போதே அதை ஆசையாக தடவிக் கொடுப்பார்.

உண்மையில் சாகுல் ஹமீது கொட்டகைக்கு வரும் ஒவ்வொரு படப்பெட்டியும் ஒவ்வொரு குழந்தைகள் தான். பெட்டியில் இருக்கும் படம் திரையில் தெரியும் பொழுது அந்த பிம்பங்கள் தன்னோடு உரையாடல் நிகழ்த்துவதாகக் கருதுவார். அந்த கதைகளில் வரும் சிக்கல்கள் தன் முன்னாலே எழுந்து தன் தயவால் தீர்க்கப்படுவதாக நினைப்பார்.

அவர்களோடு பேச்சுவார்த்தை புரிந்து அவர்களை வழிநடத்தி நல்வழிப்படுத்துவதற்கு தான் இந்த திரையரங்கு இருப்பதாக தனக்குள் கூறிக்கொள்வார்.

மேலும் இன்னொரு பரிணாமமாய் திரையில் வரும் மைய கதாபாத்திரத்தை தன்னோடு பொறுத்திக்கொண்டு அது பெரும் வெற்றியை தன்னுடையதாய் மகிழ்வார். தோல்வியுறும் போதெல்லாம் துவண்டு போய் இடைவேளையில் தன் அறையில் சென்று சிந்திப்பார்.

படங்களில் வெற்றி தோல்வி அவரை பாதித்ததே இல்லை. தோல்வி படம் என்றாலும் கதாபாத்திரம் அவரை

**சிக்கந்தாபுரம்** 94

ஆட்கொண்டுவிட்டால் அதுவே அவருக்கே போதுமாய் இருந்திருக்கிறது.

இது ஒரு பைத்தியக்காரத்தனமாய் சாகுல் ஹமீதுக்கே தோன்றியிருக்கிறது. எனவே, ஒரு கட்டத்தில் வீட்டில் இருந்தே இரண்டு நாளை கடத்தியிருக்கிறார். ஒரு நாள் முழுக்க தியேட்டருக்கு போகாமல் இருந்து விட்டவருக்கு மறு நாள் மூச்சுத்திணறலே வந்துவிட்டது. அந்த திணறல் தியேட்டருக்கு வந்ததும் நின்று விட்டது. அதைத்தான் பீர்முகமதுவிடம் சொன்னார்.

"தியேட்டருக்கு போகலேன்னா நா செத்துருவேன்டா?"

"ஏ?"

"எனக்கு மூச்சு திணறல் வரும்!"

"பைத்தியம் மாதிரி பேசாத, நல்ல டாக்டரா போய் பாரு!"

சாகுல் ஹமீது தரையை வெறித்து பார்த்துக்கொண்டிருந்தார்.

"என்ன பேசாமயே இருக்க? ஏதாவது ஒரு முடிவு எடு. நான் சொல்றத கேளு. ஒழுங்கா வீட்டுக்கு போய் தங்கு. பள்ளிவாசலுக்கு போய் அஞ்சு வேளைக்கும் தொழுகை எடு. எல்லா சரியா போகும். உனக்கு இன்னொன்னும் ஒரு சவுரியம் பண்ணி வச்சிருக்கேன்!"

"என்னது?"

"உன்னோட தியேட்டர்ல இருக்குற எல்லா சாமானையும் நல்ல விலைக்கு எடுத்துக்க ஆள் ரெடியா இருக்கு. நீ சரின்னு சொன்னா அவங்களே எடுத்துட்டு போயிருவாங்க. உனக்கு வேலை மிச்சம். எல்லாத்தையும் காசாகிட்டு வேற வேலைய பாரு!"

"ம்!"

"இன்னொரு யோசனை தப்பா எடுத்துக்காத! உனக்கு சம்மதம்னா சொல்லு பொண்ணு ரெடியா இருக்கு. எத்தனை

நாளைக்கு தான் அம்மாவும் நீயும் தனியா இருப்ப? ஒரு முஸ்லிம் கல்யாணமாகாம செத்தா மறுமையில் சொர்க்கமே கிடைக்காது!"

"இந்த தரகர் வேலை எப்ப ஆரம்பிச்ச? உன்னோட மரவேலை என்னாச்சு?"

இதை கேட்டு பீர்முகமதுக்கு கொஞ்சம் கோபம் வந்தாலும் அதை அடக்கியவாறு,

"சரி கல்யாணம் உன்னோட சொந்த விஷயம். நீ என்ன முடிவு எடுத்தாலும் சரி. ஆனா தியேட்டர் விஷயத்துல ஒரு நல்ல முடிவா எடு!"

"முடிவை எப்ப சொல்லணும்!"

"அவசரமில்ல, ஒரு ரெண்டு நாள்ல சொல்லு. இப்ப நான் கிளம்புறேன். உடம்பை பாத்துக்க! அம்மாவுக்கு ஸலாம் சொன்னேன்னு சொல்லு!"

"ரெண்டு நாள் தேவையில்லை!"

"அப்படினா?"

"இப்பவே என்னோட முடிவை சொல்றேன்!"

"நல்லதா போச்சு! எனக்கும் அலைச்சல் மிச்சம். சொல்லு!"

"தியேட்டரை இடிக்க மாட்டேன், மாத்தவும் மாட்டேன். அவர்களால என்ன பண்ண முடியுமோ? அதை பண்ணட்டும். இதான் என்னோட முடிவு. எல்லார்கிட்டயும் போய் சொல்லு!"

பீர்முகமது கோபமாக வெளியேறினார்.

# 19

“வயசாயிருச்சே ஆள் தளண்டு போய்ட்டானு நினைச்சேன். ஆனா, இன்னும் அதே திமிருலதான் இருக்கான். என்ன ப்ரோக்கர்ன்னு சொல்லிட்டான், தாயோலி மவே!” என்றார் பீர்முகமது.

செல்லப்பா மெலிதாய்ச் சிரித்தார்.

“பெரிய பள்ளிவாசல், நிர்வாகம்ன்னு சொல்லியும் எதுக்குமே அசரலையா அந்த கொட்டகை பைத்தியம்?”

“நீங்க வேற! நானும் ஒரு மணிநேரம் பயான் பண்ணியும் தியேட்டரை விட்டுக் குடுக்காம பேசுறான்.”

“துலுக்கப்பயலா பிறந்திட்டு இப்படி சினிமா கொட்டகையை கட்டி அழுகுறானே! அல்லாஹ்வுக்கு பதில் சொல்லணுங்குற பயம் கொஞ்சமாவது இருக்கா?”

செல்லப்ப ராவுத்தர் அக்கறை தொனியில் பேசும் போதும் தன் காரியம் கை கூடாத கோபமும் அதில் தெறித்தது. அதோடு ஒரு கையில் சிக்ரெட் புகை சிக்கிய நூல் போல மேலே எழுந்தது.

“எனக்கு தெரிஞ்சு அவன் நம்ம வழிக்கு வர்ற மாதிரி தெரியல. நீங்க முதல்ல ஜெயிச்சு வாங்க. மத்தத அப்புறம் பாக்கலாம்!” என கைகுட்டையால் முகத்தை துடைத்தார்.

அது, தான் மிகுந்த சோர்வுக்கு உள்ளானதாக வெளிக்காட்டியது போல் இருந்தது.

“என்ன பீரு, அந்த கிறுக்கன்ட பேசி ஒரு வழிக்கு கொண்டு வருவீங்கன்னு பாத்தா இப்படி விட்டோத்தியா பேசுனா என்ன அர்த்தம்? அந்தப்பய உங்க சொந்தக்காரன். நீங்களே கை விரிச்சா எப்படி?”

“ஐயோ, முன்ன மாதிரி கூட இல்ல. ரொம்ப கிறுக்கனா மாறிட்டான். அதுவும் சாதா கிறுக்கன் இல்ல. சினிமா கிறுக்கு. நான் கூட நம்பல. நேர்ல பாத்தேன். குடும்பமே பைத்தியக்கார குடும்பம்!”

“உனக்கு தெரியாது பீரு! ஊருக்குள்ள பணம், காசு வச்சிருக் கேன்னு தான் பேரு. அதுவுமில்லாம ஊருக்குள்ள பாதி பேருக்கு வேலை, கல்யாணத்துக்கு உதவி, நோய், நோக்காடுன்னு வந்தா காசுன்னு செய்யாத உதவி இல்ல. ஆனா, எனக்கு இல்லாத மரி யாதை அந்த சினிமா கொட்டகை சாகுலுக்கு குடுக்குறாய்ங்க இந்த ஊரு துலுக்கணுங்க. நீயே சொல்லு இவ்வளவு உதவி பண்ணிட்டு இதை கூட இவங்ககிட்ட இருந்து எதிர்பாக்குறது தப்பா?” சிகரெட்டை இன்னும் ஆவேசமாய் இழுத்தார்.

“பேசாமா நீங்களும் ஒரு சினிமா கொட்டகையை கட்டலாமே? மெட்றாஸ் மாதிரி பெருசா கட்டுனா எல்லா பயலும் உங்ககிட்டதானே வரணும்?”

“நீ அவனோட சொந்தக்காரன்னு நிரூபிக்கிற மாதிரி பேசுற பாரு. லட்சம் லட்சமா கொட்டினாலும் அல்லாஹ்வுக்குப் பிடிக்காத ஹராமான விஷயத்தை மட்டும் செய்யவே மாட்டேன். குண்டிய குண்டிய ஆட்டிக்கிட்டு ஆம்பளையும் பொம்பளயும் கட்டி புடிச்சிட்டு ஆடுறாய்ங்க. இதுக்கு பேரு சினிமாவாம்! அல்லாஹ் நரக நெருப்புல போட்ருவான்!”

“வேற என்ன தான் செய்ய சொல்றீங்க? பெரிய பள்ளிவாசலை காட்டி பயப்படாதவன் வேற எதுக்கு பயப்பட போறான்? இன்னொரு விஷயம், தியேட்டர் பிரச்சனைக்கு சம்பந்தமே இல்லாம பெரிய பள்ளிவாசல் பேரை இழுத்து வச்சிருக்கேன். நாளைக்கு அவன் விசாரிச்சு ஏதாவது கண்டுபிடிச்சா என்னய மௌத்தாகிருவான். உங்களை நம்பித்தான் பொய் சொல்லிருக்கேன்!”

செல்லப்பா சிரித்துக்கொண்டே சொன்னார், "நல்ல விஷயத்துக்கு பொய் சொல்ற உனக்கு எதுவும் ஆக விட்ருவோமா? சரி கொஞ்ச நாளைக்கு அமைதியா இருப்போம். ஜமாத் பெரிய தேர்தல் அதிகாரி யாரு? நம்ம வழிக்கு கொண்டு வர முடியுமா?"

"நீங்க என்னங்க, இதை ஏதோ லோக்கல்பாடி எலெக்சன்னு நினைச்சிட்டுருக்கீங்க போல. ரிட்டேர் ஜட்ஜ் ரொம்ப நேர்மையா நடத்துவாங்க. கட்சி தேர்தல் மாதிரி பொட்டி மாத்த நேரமெல்லாம் இருக்காது. ஓட்டு போட்ட ரெண்டு மணி நேரத்துல எண்ண ஆரம்பிச்சிருவாங்க. நீங்க பாட்டுக்கு ஏதாவது பிளான் பண்ணி வச்சிடாதீங்க. ஈஸியா கண்டு பிடிச்சிருவாங்க. உங்களுக்கு அசிங்கமா போயிரும்!"

சற்று அவமானம் அடைந்தவர் போல, "யோ நீ என்னய்யா எதோ மோசடி பண்ண திட்டம் போடுற மாதிரி பேசுற. சும்மா கேட்டேய்யா!"

"அப்புறம் வழிக்கு கொண்டு வரமுடியுமான்னு கேட்டிங்க?"

"வழிக்கு கொண்டு வர முடியுமான்னு வேற அர்த்தத்தில சொன்னேன். உனக்கு புரியாது!" என செல்லப்பா சமாளிக்க முயன்றதை நினைத்து பீர்முகமது உள்ளுக்குள் சிரித்துக்கொண்டார்.

"இன்னொரு முக்கியமான விஷயம். உங்ககிட்ட பேசுறது யாருக்கும் தெரியக்கூடாது. குறிப்பா உங்க அணியில் துணை தலைவர், செயலாளர் யாருக்கும் தெரியக்கூடாது. விஷயம் வெளிய தெருஞ்சா என்னோட நிர்வாகி பதவி போயிரும். பாத்துக்கங்க!"

"என்ன பீரு, காட்டி குடுக்குற வம்சத்துல நா பிறக்கல. தைரியமா போ. உனக்கு என்னென்ன சாதகம் பண்ண முடியுமோ அதை கண்டிப்பா பண்ணி தரேன். நீயும் இந்த விஷயத்தை வெளிய காட்டிக்கிற வேண்டாம்!"

"நானும் அந்த மாதிரி ஒரு நல்ல வம்சத்துல பிறந்தவன் தான். விஷயத்தை அம்மானிதமா வச்சுகங்க. அஸ்ஸலாமு அலைக்கும்!"

பீர்முகமது காதர்கனியின் பண்ணை வீட்டில் இருந்தார்.

“எதுக்குமோ பிடி குடுத்து பேசலயா? உங்க பேச்சை கேப்பான்னு சொன்னீங்க?” என்றார் காதர்கனி.

“தியேட்டர் அவனுக்கு பொண்டாட்டி, புள்ள மாதிரின்னு சைத்தானுக்கு பிறந்தவன் மாதிரி பேசுறான். இனி என்னால ஏதும் செய்ய முடியாதுன்னு சொல்லத்தான் வந்தேன்!”

“தனியா பிரச்சனை பண்ணா ஊருக்குள்ள ஒரு மாதிரி பேசுவானுங்கன்னு தான் ஜமாத் தேர்தல், பெரிய பள்ளி வாசல்ன்னு வேற மாதிரி கொண்டு போறேன். இல்லேன்னா நைட்டோட நைட்டா நாலு லாரியை கொண்டு போய் கொட்டகையை தரைமட்டமா ஆக்கிட்டு வந்துருவேன்!”

“அட விடுங்க. இவனோட கதை ரொம்ப நாள் ஓடாது. ஆளு ஒடஞ்சு போய் கன்னம் டொக்கு விழுந்து போய் கெடக்கு!”

“இல்லய்யா, இவ்வளவு நாள் அவன் பண்ண அநியாயத்துக்கு இந்நேரம் அவனை மையாத்தான்கரையில் வச்சு செம்மிருக்கணும். அல்லாஹ்வுக்குப் பயந்து பேசாம இருக்கேன். எவ்வளவு திமிரு இருந்தா இன்னமும் தியேட்டரை விட்டுக் குடுக்காம பேசுவான்?”

“நீங்க ஜெயிச்சு வந்தா எல்லா பிரச்சினையும் முடிவுக்கு வந்துரும். நீங்க சொல்றதுக்கு ஊரே கட்டுப்படும். ஜமாத் தலைவரா என்ன சொன்னாலும் எம்எல்ஏ கேட்டுத்தான் ஆகணும். எலெக்சன் வேற வருது. நீங்க எதுவுமே செய்ய வேணாம். எல்லா தன்னால நடக்கும்!”

“இதெல்லாம் எனக்காகவா பண்ணுறேன். ஊரோட ஒழுக்கத்துக்கு தான் செய்றேன். பள்ளிவாசல் மதரஸாவுக்கு ஒரு பய வர்றதில்ல. ஆனா, ஆறுமணி அடிச்சா டிக்கெட் வாங்க வரிசையில நிக்கிறாய்ங்க. ஊரையே ஷைத்தான் கட்டுப்பாட்டுல வச்சிருக்குற மாதிரி இருக்கு!”

“ஊர்ல ஒருத்தனை கவுக்க என்னெல்லாம் பண்றானுங்க. இவனே வெள்ளிக்கிழமை ஜும்மா தவிர பள்ளிவாசல் பக்கம் வர்றதில்லை. பெரிய அஞ்சு நேர தொழுகையாளி மாதிரி ஊரு

சிக்கந்தாபுரம் 100

ஒழுங்கம் பேசுறான்!" என பீர்முகமது மனதில் நினைத்ததை அசைபோட்டுக் கொண்டார்.

"என்ன பீர், வேற யோசனைல இருக்கீங்க?"

"இல்ல, இப்போதைக்கு நீங்க உங்க மச்சினனை எப்படி ஜெயிக்கப்போறோன்னு தான் யோசிக்கணும். இந்த கிருக்கனை பிறகு பாத்துக்கலாம்!"

"நீங்க சொல்றதும் சரிதான். ஆனா, நா ஜெயிச்சு வரும் போது எதிரே அந்த சினிமா கொட்டகை இருக்காது!" என்ற காதர்கனி பேச்சில் உறுதி தெரிந்தது.

"உங்க நல்ல மனசுக்கு எல்லாமே நடக்கும். நம்ம வேலையையும் கொஞ்சம் மனசுல வச்சுகங்க!"

"நீங்க அடுத்த மாசத்துல இருந்து நம்ம குவாரில லாரி போட்டுக்கங்க. வெளிய யாருக்கும் தெரிய வேணாம்!"

"ஆமாமா, தெருஞ்சா ரெண்டு பேருக்குமே சிக்கல். நான் பாத்து ரகசியமா பாத்துக்கிறேன். லாரி கூட இன்னொருத்தர் பேர்ல தான் இருக்கு. அந்தளவுக்கு ஜாக்கிரதையா இருக்கேன்!"

"நீங்க என்கூட பேசுறது தெருஞ்சா அந்த செல்லப்பா உங்களுக்கு தொந்தரவு கொடுப்பான்!"

"நல்லா தெரியும். ஊர்ல பாத்தா யாராவது சொல்லி தகவல் அங்க போயிரும்னு தான் குவாரில வச்சு உங்களை பாக்க வந்தேன். நீங்க கவலையே படாதீங்க. ஓட்டு பதிவுல உங்களுக்கு என்னென்ன சாதகமா பண்ண முடியுமோ, அது எல்லாத்தையும் பண்ணித் தரேன்!" என என்று காரியம் சாதித்த திருப்தியில் மிக குழைவாகப் பேசினார்.

# 20

செவ்வந்தியப்பன் அன்று பதட்டத்துடன் கார் ஓட்டிக் கொண்டு சென்றான். மாபெரும் கலவரத்திற்கு ஆரம்ப சாட்சி யாகி விடுவோமோ என்று பயந்தான். கைகள் வியர்வையில் ஈரமாகி விட்டதால் ஸ்டேரிங் இரண்டு முறை வழுக்கிவிட்டது. அவ்வப்போது பின் சீட்டில் என்ன நடக்கிறது என்பதை நிமிடத்திற்கு பத்து முறை பார்த்துவிட்டான். சாலையை பார்த்து வண்டி ஓட்டுவதா? அல்லது பின்னால் பார்த்து ஓட்டுவதா என அவ்வப்போது நிதானம் தவறினான்.

அவனுக்கு பின்னால் சீட்டில் அலிமா உட்காந்திருந்தாள், உடன் ரகுமான் இருந்தான்.

வீட்டுக்குச் சென்றதும் இதை சாவித்திரியிடம் சொல்வதா வேண்டாமா? எனும் குழப்பம் வேறு அவனை சூழ்ந்து கொண்டது. சொன்னால் நாளையில் இருந்து வேலைக்கு போகவேண்டாம் சண்டைக்கு நிற்பாளே என்ற யோசனை வேறு!

“ஏன் எங்க கார்ல வரமாட்டிங்களா?” என்று ஆரம்பித்தான் ரகுமான்.

செவ்வந்தியப்பன் கண்ணாடி வழியாக பார்த்துவிட்டு சாலையில் கவனத்தை செலுத்த முயன்றான்.

“நம்ம அம்மா ரெண்டு பேரும் பேசுறாங்க. அதுக்காக இப்படி ரெண்டு பேரும் ஒரே கார்ல போனா தேவையில்லாம பிரச்சினை தான் வரும்!” என்றாள் அலிமா!

செவ்வந்தியப்பனுக்கும் அதுதான் சரி எனப்பட்டது.

"அந்த புள்ளைக்கு இருக்குற பயம் கூட இந்த பயலுக்கு இல்லையே. யாராவது பாத்தா கேள்வியே இல்லாம என்னய தான் அடிப்பானுங்க. இவனுங்க ஊர்ல நம்ம சொல்றத யாரு கேப்பா?" என மனதுக்குள் பேசிக்கொண்டான்.

"அவங்க அப்படித்தான் மாத்த முடியாது. இவங்க சண்டையை ஏன் நம்ம ஜெனரேஷனுக்கு எடுத்துட்டு போகணும்? சொல்லுங்க!"

அலிமா அமைதியாக இருந்தாள்.

செவ்வந்தியப்பன் "தம்பி, கொஞ்ச நேரத்தில் ஊர் வந்துரும். பாப்பாவை இங்க இறக்கிவிட்டா அப்படியே மெதுவா பொட்டு போல நடந்து போய்ரும். என்ன தம்பி சரியா?" என்று ரகுமானை கெஞ்சுவது போல கேட்டான்.

"அங்கிள் சொல்ற மாதிரி நான் இங்கேயே இறங்கிக்கிறேன். அங்கிள் ஓரமா நிறுத்துங்க. நா இறங்கி நடந்து போய்டுறேன்!" என்றாள் அலிமா. ஏற்றி வந்த பாரம் இறங்கப்போகும் மகிழ்ச்சி யில் காரை ஓரமாக நிறுத்த முற்பட்டான் செவ்வந்தியப்பன்.

ரகுமான், "அங்கிள் வண்டிய நிறுத்துனா நானும் இறங்கி போயிருவேன்!" என்று கிண்டலாக சொன்னான். செவ்வந்தியப்ப னுக்கு கோபமாய் வந்தது.

"அப்படியே அவன் அப்பன் மாதிரி திமிரு. கொஞ்சமாவது மனசுல பயம் இருக்கா பாரு. இந்தப்பய வயசென்ன, அந்த புள்ள வயசென்னா? அவனுங்க பாம்பும் கீரியுமா சண்ட போட்டுட்டு இருக்காங்க. இங்க என்னன்னா... இதுங்க போக்கே சரியில்லை. என்ன குடும்பமோ? போயும் போயும் விவகாரமாக குடும்பத்துக்கு வேலை வாக்கப்பட்டு கிடக்கிறோமே!" என்று தன் நிலையை எண்ணி குறைபட்டுக் கொண்டான் செவ்வந்தியப்பன்.

"ரகுமான், சொன்னா புரியாதா? வண்டியை நிறுத்த சொல்லு. பாவம் அங்கிள் வேற பயப்படுறாங்க பாரு!" என்றாள்.

"அக்கா, பயம் உங்களுக்குன்னு சொல்லுங்க. அங்கிள் தைரியமாத்தான் இருக்காரு! இல்ல அங்கிள்?"

செவ்வந்தியப்பன் சிரிப்பது போல பார்த்தான். அதில் இழையோடும் துயரம் காட்சியாக அவன் மனதில் ஓடியது.

"முதல்ல என்னய அக்கான்னு சொல்றத நிப்பாட்டு. அசிங்கமா இருக்கு. ஒழுங்கா பேர் சொல்லி கூப்பிடு. என் ஃப்ரெண்ட்ஸ் எல்லாம் கிண்டல் பண்றாங்க!" என் சிணுங்குவது போல சொன்னாள் அலிமா!

"ஓ அக்கான்னு கூப்பிடக்கூடாதா? சர்தான். இந்தப்பயதான் வயசு வித்தியாசம் தெரியாம பழகுறான்னு பாத்தா அந்த புள்ளைக்கு மனசுல ஒரு ஓரமா ஏதோ இருக்கு போல. கலி காலம்!" என்று நினைத்தவாறே தலையில் அடித்துக்கொண்டான்.

"என்ன அங்கிள் தலையில அடிச்சிகிறீங்க?" என்றால் அலிமா!

"இல்லமா காருக்குள்ள கொசு. ரெண்டு கையிலும் அடிச்சா வண்டிய பிடிக்க முடியாதுன்னு தலையோட சேத்து அடிச்சேன்!"

"சரி அக்கான்னு கூப்பிடாமா, எப்படி கூப்புடுறதாம்?" ரகுமான் அக்கா என கிண்டலாக கூப்பிடுவதே அவளை வெறுப்பேற்றதான்.

"சும்மா பேர் சொல்லு. செமஸ்டர்க்கு எப்பிடி பிரிப்பேர் பண்ணிருக்க?"

"இப்பதான் காலேஜ்ல சேர்ந்த மாதிரி இருக்கு. அதுக்குள்ள எக்ஸாம் வந்துருச்சு!"

செவ்வந்தியப்பன் கண்ணாடி வழியாக பின்னால் கவனித்தான். இருவருக்குமான இடைவெளி கொஞ்சம் நாகரீகத்தக்க அளவில் இருந்து இவனுக்கு கொஞ்சம் ஆசுவாசமாக இருந்தது.

"மூனு வருஷம் காலேஜ் போறதே தெரியாது. எனக்கே இப்பதான் ஜாய்ண்ட் பண்ண மாதிரி இருந்துச்சு. அதுக்குள்ள ஃபைனல் இயர் வந்துருச்சு!" என்றாள்.

“அடுத்து கல்யாணம் தானே?” என்ற ரகுமானை பார்த்து செவ்வந்தியப்பன், மனதிற்குள் இவனை போய் சின்ன பையன்னு தப்பா நினைச்சிருக்கோம்!

“பெரிய மனுசன் மாதிரி பேசாத. உங்க கார்ல வர்றேன்னு ஓவரா கேள்வி கேக்காத புரியுதா?” என்ற அலிமா அவனை செல்லமாக கண்டிப்பது போல செவ்வந்தியப்பனுக்குத் தோன்றியது.

“அம்மா பேசும் போது சொன்னாங்க. அதான் கேட்டேன்!”

“அதைப்பத்தி இன்னும் முடிவு பண்ணல. நல்லா படிக்கனும். கல்யாணன்னு வந்தா கண்டிப்பா வெளிநாட்டு மாப்ளய மேரேஜ் பண்ணவே மாட்டேன். படிச்ச உள்ளூர் மாப்ளயா இருந்தா ஓகேதான். என்னோட நாலு மாசமா பழகுற உனக்கு இதெல்லாம் தெரியாதா?” என்றாள் அலிமா!

“உன்னோட ரெண்டு வயசு கம்மியா இருக்குற மாப்ளயா இருந்தா உனக்கு ஓகேவா?” என்று ரகுமான் கிண்டலாக சொன்ன போது செவ்வந்தியப்பன் வண்டியை பெரிய பள்ளத்தில் ஏற்றி இறக்கினான்.

வண்டி குலுங்கி இயல்பு நிலைக்கு வர சில நொடிகளானது. அலிமா அதை வெகு இயல்பாக எடுத்துக்கொண்டு அவளும் சிரித்தாள்.

“அங்கிள் இவன் இப்படித்தான் நீங்க தப்பா எடுத்துக்காதீங்க!” என்றாள் அலிமா. ரகுமான் சிரித்தான். அவனை தலையில் செல்லமாக தலையில் கொட்டினாள்.

“எனக்கு ஒரு நிமிஷம் தலையே சுத்திருச்சு, இதுங்க ரெண்டும் பேசுறத பாத்திட்டு!” சாவித்திரியிடம் சொன்னான் செவ்வந்தி யப்பன்.

“நீ எதுக்கு ரெண்டையும் வண்டில ஏத்துன?” என்று எரிச்சலாய் கேட்டாள் சாவித்திரி.

“ஆமாடி, நாந்தான் ரெண்டு பேரையும் வலுக்கட்டாயமா வண்டில ஏற சொன்னேன். ஓனர் அவங்க. அவங்க சொல்றத

தானே கேக்க முடியும். நேத்து வரைக்கும் டவுசர் போட்டுட்டு சுத்துன பய எவ்வளவு நெஞ்சழுத்தமா அந்த புள்ளகிட்ட பேசுறாங்குற? அந்த புள்ளையும் எதுவும் சொல்லாம சிரிக்கிது. எனக்கு எதுவுமே சரியா படல!"

"நீ எதுக்கு புலம்புற?" என்றாள் சாவித்திரி வெகு அலட்சியமாக!

"ஏன்டி நா சொல்றது உனக்கு புரியுதா? புரியலையா? இவனுங்க பேசுறத பாத்தா இனி எப்பவும் ஒண்ணா வருவாங் கன்னு தோணுது!"

"ஒண்ணா வந்தா உனக்கென்ன? நீ ரெண்டு பேரையும் ஏத்துவேன்னு ஒத்த கால்ல நிக்கலையே?"

"என்னடி ரொம்ப சாதாரணமா பேசுற. இத சொன்னதுக்கு இந்நேரம் என்னய வேலைக்கே போக வேணாம்னு சொல்லுவன்னு பாத்தா...!"

"ரெண்டும் கல்யாண முறைதானே? இது எல்லாமே அவங்க ஆத்தாகாரிகளுக்கு நல்லாவே தெரியும். தெரிஞ்சு தான் வேணுமே வளரவிட்டு வேடிக்கை பாக்குறாங்க. நமக்கென்ன வந்துச்சு!"

"இருந்தாலும் நாளைக்கு விஷயம் பாய்க்கு தெருஞ்சா என்னய கொண்டேபுடுவாங்களேடி! நா எதுக்கும் அவர் காதுல விஷயத்தைப் போட்டு வைக்கவா?"

"யோ... யோ... நீ பாட்டுக்கு எதாவது செஞ்சு தொலைச்சிடாதா! கண்டும் காணாம இருக்குறது தான் நமக்கு நல்லது. நாளப்பின்ன விவகாரமாச்சுன்னா அவனுங்க அம்மா பாத்துக்குவாங்க. நீ வேடிக்கை மட்டும் பாரு!"

"என்னடி எதோ பெரிய பிளான் வச்சிருக்க கொள்ளை கோஷ்டி தலைவி மாதிரி பேசுற!"

சாவித்திரி இன்னும் யோசனையில் ஆழ்ந்தாள்.

"என்னடி நீயும் பேசாம யோசிக்கிற? எனக்கு ஒண்ணுமே புரியலடி!"

"உனக்கு ஒண்ணுமே புரியாது. தெரியாது. இருந்துருந்தாதான் நமக்கும் ரெண்டு புள்ளைங்க இருந்துருக்குமே!"

"ஏன்டி நா என்ன கேக்குறேன், நீ என்ன சொல்ற!"

"பேசாம சாப்டு எந்திரிச்சு போ, வைத்தெரிச்சலை கிளப்பாம?"

செவ்வந்தியப்பன் விரக்தியான மனநிலையில் சாப்பிடத் தொடங்கினான். இரவு நிசப்தத்தை நிறுவத் தொடங்கியது. ●

# 21

சிக்கந்தாபுரம் மெல்ல மெல்ல ஜமாத் தேர்தலுக்கு தயாராகி கொண்டிருந்தது. ஊர் மக்களிடம் மெல்லிய பரபரப்பு தொற்றிக் கொண்டது. ஊரின் இருபெரும் தலைகள் மோதிக்கொள்வதை ஆங்காங்கே பேசிக்கொண்டார்கள். யார் வெற்றி பெற்றால் என்ன நடக்கும் என்பதை ஆளாளுக்கு ஒரு யூகங்களாக பரிமாறிக் கொண்டார்கள். தேர்தல் என்பது பழகிப்போன ஒன்றாக இருந்தாலும் ஜமாத் தேர்தல் என்பது அவர்கள் இதுவரை கேள்விப்படாத ஒன்று. அது எவ்விதம் நடக்கும் என்பதே அதிசுவாரஸ்யத்திற்கு வித்திட்டது.

இந்த ஜமாத் தேர்தல் பெரும்பாலான ஊர்களில் போட்டியின்றி முடிவுக்கு வரும் ஒரு சமரச பதவி. பெரும்பாலும் யாரும் போட்டிக்கு வருவதில்லை. தேடி வந்த தலைவர் பதவியை கூட வேறு பக்கம் தள்ளிவிடும் சம்பவங்கள் கூட நடந்திருக்கிறது. மிகுந்த பொறுப்புணர்வும், கண்ணியமிக்க பதவியை அதன் சுமையறிந்து விலகிவிடுவார்கள்.

ஆனால், இன்று ஒரு நெருங்கிய உறவின் கவுரவம் சார்ந்த பிரச்சினையாக உருவெடுத்து நிற்பதால் போட்டி தவிர்க்க முடியாததாகி விட்டது. ஊர் பழம்பெரும் பெரியவர்கள் போட்டியை தவிர்ப்பதற்கு செய்த முயற்சி ஆரம்பகட்டத்திலேயே முறியடிக்கப்பட்டது. இன்னும் சொல்லப்போனால் அவர்கள் அந்த முயற்சியில் அவமதிப்பு செய்யப்பட்டார்கள்.

அறிவிக்கப்படாத வாக்குறுதிகள் எல்லாம் பரவலாக பேசப்பட்டது. வெற்றி பெறும் தரப்பு வரும் ரமலான் நோன்பிற்கு வீட்டுக்கு வீடு சிறப்பு செய்யும் என்ற தகவலும் பரவி வந்தது. இதுபோன்ற வதந்திகளை பரப்பி விட்டதில் பெரும்பான்மை மக்களுக்கு பொழுதுபோக்குக்கு ஆதாரமாக அமைந்துவிட்டது.

ஊரில் ஜமாத் என்பது அவ்வளவு அதிகாரமிக்கதாக யாருமே ஒன்றாக கருதியது கிடையாது. ஓய்வு பெற்ற இசுலாமிய பெருமக்கள் கூடிப்பேசி ரமலான் மாதத்தில் நோன்பு கஞ்சி ஊத்தும் வேலையை மட்டும் தான் செய்வார்கள் என கருதி யிருக்கிறார்கள். ஆனால், போட்டி என்ற ஒன்று வந்துவிட்டதால் இப்போது அது அதிமுக்கிய நிகழ்வாக மாறிப்போனது.

ஜமாத் தேர்தலில் பெண்களுக்கு ஓட்டுரிமை கிடையாது என்றாலும் தன் கணவரிடம் யாருக்கு ஓட்டு போட வேண்டும் என்பதை சில பெண்கள் விவாதிக்கவும் செய்தார்கள். சில பெண்கள் தங்களுக்கும் ஓட்டு இருந்திருந்தால் நாமும் சொந்தமாக முடிவெடுக்கும் அதிகாரத்தை பெற்றிருக்கலாமே என நினைக்கவும் தவறவில்லை. அது பற்றியும் அக்கம் பக்கத்து பெண்களிடம் விவாதித்துக் கொண்டார்கள்.

இன்னும் சில நாளில் பிரச்சாரம் ஆரம்பிப்பதற்கான கட்டியங்கள் ஆங்காங்கே தென்படத் தொடங்கியது. பெரிய பள்ளிவாசல் நிர்வாகிகள் தேர்தலை மிக நியாயமாகவும், எந்த சலசலப்புகளுக்கு இடமில்லாமலும் நடத்திக் கொடுப்பதற்குத் தயாராகிக் கொண்டிருந்தார்கள்.

காதர்கனி அணியின் முக்கியஸ்தரான ஜாபர் வாத்தியாரும், செல்லப்பா அணியின் முக்கியஸ்தரான சலீமும் ஊரில் என்னென்ன நிகழ்வு நடக்கிறது என்ற தகவலை தங்களது தலைவர்களுக்கு தெரிவித்த வண்ணம் இருந்தார்கள். எந்த சம்பவம் நடந்தாலும் அதை தங்களுக்கு தெரியப்படுத்த ஆட்கள் இருந்தார்கள்.

ஓட்டுப்பதிவு நடக்கப்போகும் பள்ளிவாசல் அவசரமாக வண்ணம் பூசப்பட்டு புது பொலிவுடன் காட்சியளித்தது. அம்பா

நடக்கும் நிகழ்வுகளை புன்சிரிப்புடன் கவனித்து வந்தார். முதலிலேயே வேட்புமனு செய்துவிட்ட காதர்கனியை தொடர்ந்து செல்லப்பா தன் பரிவாரங்களுடன் வேட்புமனுவை தாக்கல் செய்தார். இது அரசியல் கட்சியின் காட்சிகளை மிஞ்சிவிடும் அளவிற்கு இருந்ததாக மக்கள் பேசிக்கொண்டார்கள்.

ஜமாத் தேர்தல் வாக்குகளுக்கு பணப் பட்டுவாடா நடக்கும் என்கிற வதந்தி பெரும் பரபரப்பாக பேசப்பட்டது. இந்த விஷயத்தை கேள்விப்பட்ட செல்லப்பா,

"இவனுகளுக்கு இந்த ஆசை வேற இருக்கா?" எனச் சிரித்துக் கொண்டார்.

மக்கள் தங்கள் வீட்டு விசேஷங்களை தேர்தல் நாளென்று வராத வண்ணம் தங்கள் நிகழ்ச்சி நிரலை அமைத்துக் கொண்டார்கள். எல்லா வகையான பேச்சிலும், தெருச் சண்டையிலும் ஜமாத் தேர்தல் எதிரொலித்தது.

தேர்தலை சந்திக்கும் இரு வீட்டின் குடும்பத் தலைவர்கள் வெகுநேரம் தனியே நடந்து கொண்டிருந்தார்கள்.

செல்லப்பாவுக்கு சிகரெட் எண்ணிக்கை வழக்கத்தை விட ஒரு மடங்கு கூடியது. அவர் இருமும் போதெல்லாம் அமீரா மிகுந்த கவலைக்கு உள்ளானாள். ஏற்கனவே இருதய நோய் கொண்டவருக்கு இந்த தேர்தல் இன்னும் அழுத்தத்தை கொண்டு சேர்த்து விடுமோ என்று வேதனை கொண்டாள். அங்கு ஜமீலாவுக்கு அதே நிலை. குடும்பங்கள் சேர்ந்து விடும் சூழல் வாய்க்கும் போதெல்லாம் இவர்களை பிரிக்கும் காரணியும் இணைத்தே வருவது குறித்து இருவரும் கவலை கொண்டார்கள்.

மோதினார் முத்தலீபுக்கு இருவேறு கடமையை நிறைவேற்றும் பொறுப்பு வழங்கப்பட்டுள்ளது. காதர்கனி நோட்டீஸ் வழங்கும் பணி கொடுத்தது போல செல்லப்பா அணியும் நோட்டீஸ் கொடுத்து விநியோகிக்க நிர்பந்திக்கப்பட்டார். சந்தா வசூல் செய்யும் பணியோடு இரண்டு அணிகளுக்கு ஏக காலத்தில் விளம்பர தூதுவராக நியமிக்கப்பட்ட கொடுமையை எண்ணி மிகவும் நொந்துபோனார்.

“என்ன மோதினாரே ரெட்டை வருமானமா?” என டீக்கடைகார மொய்தீன் பாய் சீண்டியது இன்னும் அவமானமாக இருந்தது.

கூடிய விரைவில் வேறு பள்ளிவாசலுக்கு மாற்றலாகி போய் விடலாமா என்று கூட யோசனை வந்தது. இதற்கேற்றார் போல பக்கத்து ஊரில் புதிய பள்ளிவாசல் கட்டிக்கொண்டு இருந்தார்கள். இப்பொழுதே போய் ஒரு வார்த்தை சொல்லிவிட்டு வரலாமா? என்று கூட முத்தலீப்புக்கு சிந்தனை வந்தது.

ஊரின் எல்லா வீட்டிலும் இருவரின் நோட்டீஸ் இருந்தது. ஒரே சூழலில் இருவரும் வேறு விதமாக சிரித்துக்கொண்டிருந் தார்கள். அது பலருக்கு வேடிக்கையாகக் கூட இருந்தது. அவர்கள் வெளிப்படையாக வெளியே பேசிக்கொள்ளவில்லை. ஆனால், ரகசியமாக பேசிக்கொண்டார்கள்.

இதற்கிடையில் தன்னையும் அறியாமல் அம்பாவை ஒரு சிக்கலுக்கு உட்படுத்தினார். அதாவது அம்பாவிடம் ஒரு தேர்தல் யுக்தி இருப்பதாகவும் அதை செயல்படுத்தினால் எளிதாய் வெற்றி பெறலாம் என்று செல்லப்பாவிடம் நோட்டீஸ் வாங்கும் போது அவர் காதில் போட்டு வைத்தார். செல்லப்பாவும் தன் அணியினரிடம் அதை பற்றி தான் கடைசி இரவில் கூட விவாதித்தார்.

அநேகமாய் அம்பாவுக்கு எப்போது வேண்டுமானாலும் செல்லப்பா தரப்பில் இருந்து அழைப்பு வரலாம். இது எதுவும் தெரியாமல் அம்பா இந்நேரம் பள்ளி வேலையில் மூழ்கி கிடைக்கலாம் அல்லது மூக்குப்பொடி போட்டுக்கொண்டே அடுத்து ஏவிஎம் ராஜனின் படம் எப்போது வரும் என சுந்தரத்திடமோ, கந்தனிடமோ விசாரித்துக் கொண்டிருக்கலாம்.

இறைவன் தன் மீது கொண்ட சோதனை குறித்து இமாம் நூர் தன்னைத்தானே நொந்து கொண்டார். இறைவழி கல்வி, நோக்கம், பேச்சுவன்மை யாவும் அற்ப காரணங்களுக்காக பயன்படுவது குறித்து பரிதவித்தாலும் உம்ரா வாய்ப்பு குறித்தும் அவ்வப்போது சலனப்படவே செய்தார்.

மூன்றாவது முறையாக செவ்வந்தியப்பன் ரகுமான்-அலிமாவை காரில் அழைத்துக்கொண்டு செல்கிறார். அதுகுறித்தெல்லாம் இப்போது சாவித்திரியிடம் விவாதிப்பது இல்லை. இது எங்கு சென்று முடியும் என்பதில் தான் இப்போது அவனது ஆர்வம் உள்ளது.

நாயகம் அம்மாள் இப்போதெல்லாம் தினமும் ஒரு புதுச் சேலை அணிந்து பழைய சேலைகளை விற்பதில்லை. வீட்டில் மிகுந்த அமைதியாக இருப்பது வேலைக்காரர்களுக்கே மிகுந்த ஆச்சரியத்தை அளித்துள்ளது.

சாகுல் ஹமீது இப்பொழுதெல்லாம் அமைதி இல்லாமல் உழல்வது வழக்கமாகி விட்டது. சாகுல் ஹமீது வீட்டுக்கு செல்வது முற்றிலும் குறைந்தது. தியேட்டரை சுற்றி சுற்றி வருகிறார். பீர்முகமது வந்து சென்ற பின்புதான் இந்த மாறுதல். ஊர் மக்களுக்கு சாகுல் ஹமீது மீது பெரிதும் அபிப்பிராயம் இல்லாவிட்டலும் அவரது தியேட்டர் குறித்த ஊர் பெருமிதம் அதில் இருந்தது. அவர்கள் தியேட்டரை பெரிதும் நேசித்தார்கள். சிலர் மட்டும் தியேட்டர் வாசல் பள்ளிக்கு எதிர்ப்புறம் அல்லாமல் வேறு பக்கமாக இருந்திருக்கலாம் என கருத்தியதுண்டு.

சுந்தரம், கந்தனுக்கு வேறு வேலை பார்த்துக்கொள்வது தான் சரியானதாக இருக்கும் என தோன்றிவிட்டது. தியேட்டர் வேலைக்கு வருவதால் சில மறைமுக நெருக்கடிகள் வரத் தொடங்கியுள்ளதை இருவருமே உணர்ந்துள்ளார்கள். இதை சாகுல் ஹமீதிடம் தெரிவித்தால் அவரால் ஏதும் செய்ய முடியாது என்ற அவநம்பிக்கை இருவருக்குமே இருந்தது.

## 22

அம்பாவை சுற்றி மூன்று பேர் நின்றார்கள். அது முறையே பிச்சை ராவுத்தர், மாலிக் பாய், சலீம். எதிரே செல்லப்பா சேரில் மிக அமைதியாக இருந்தார்.

"சொல்லுங்க அம்பா, எதோ ஜெயிக்க வழி இருக்குன்னு சொன்னிங்களாமே? கொஞ்சம் சொல்லுங்க அல்லாஹ் உங்களுக்கு உதவி செய்வான். ஊருக்கும் நல்லது நடக்கும். நம்ம செல்லப்பா ராவுத்தர் ஜெயிச்சா ஊருக்கு நல்லதுதானே? உங்களுக்குத் தெரியாததா? எத்தனை வருஷமா பள்ளில இருக்கீங்க! உங்களுக்கு மாசம் பென்ஷன் மாதிரி ஏதாவது பண்ணுவோம்!" என்றார் சலீம்!

அம்பா, எல்லோரையும் ஒருமுறை உற்றுப் பார்த்தார்.

"சும்மா சொல்லுங்க அம்பா! நம்ம ராவுத்தர் ஜெயிச்சா உங்களுக்கு சந்தோஷமில்லையா?" -பிச்சை ராவுத்தர்.

அம்பா வழக்கம் போல தான் கொண்டு வந்த பைக்குள் கையை விட்டார். அதற்குள் தான் சூட்சுமம் ஒளிந்திருப்பதாக நால்வரும் நம்பிய நேரத்தில் தான் மூக்குப்பொடி டப்பாவை எடுத்தார். எழுந்த ஏமாற்றத்தை முடிந்தளவு நால்வரும் மறைக்கப் பார்த்தார்கள்.

அம்பாவை பற்றி எல்லோருக்கும் தெரியும் என்பதால் அவர் மூக்குப்பொடியை உறிஞ்சி அதன் முழுபலனையும் அனுபவிக்கும் வரை அனைவரும் பொறுமை காத்தார்கள்.

கா. ரபீக் ராஜா

பிச்சை ராவுத்தர் மட்டும் மாலிக் பாய் காதில் கிசுகிசுத்தார், "நம்ம ராவுத்தர் ஜெயிச்சு வந்ததும் இந்த அம்பா பயல அடிச்சு விரட்டி விடணும். திமிரப்பாரு கிழட்டுப்பயலுக்கு. சிகரெட்டு பழக்கமிருந்தா அதையும் பத்தவச்சு மூஞ்சில ஊதிருப்பான்!"

அம்பா செல்லப்பாவை நேருக்கு நேர் பார்த்து சொன்னார்,

"கரிமூட்டை வகையறா, பத்தவெட்டி வகையறா, அருப்பு வகையறா!" மூக்கில் மீண்டும் பொடியை மூக்கில் வைத்து இழுத்தார்.

நால்வரும் புரியாமல் விழித்தனர்.

"நீங்க சொல்றதே புரியலயே அம்பா!" என்றார் சலீம்.

அம்பா தாங்க முடியாமல் சிரித்தார்.

கேட்ட கேள்விக்கு பதில் இல்லாமல் சிரித்ததால் சலீமுக்கு கோபம் வந்தாலும் பொறுமையாக இருந்தார்.

அம்பா சலீமை பார்த்து, "பத்த வெட்டி வகையறா உனக்கே புரியலேன்னா வேற யாருக்கு புரியபோகுது. அதான் சிரிச்சேன்!" என்று மீண்டும் சிரித்தார். மூவருக்கும் மூக்குப்பொடி நெடி அடித்தது.

மிகுந்த ஆர்வம் கொண்டவராய் செல்லப்பா, "நான் என்ன வகையறாவுல வர்றேன்னு உங்களுக்கு தெரியுமா?"

அம்பா நீண்ட நேரம் யோசிக்காமல் சொன்னார், "மன்னிக் கணும் ராவுத்தரே, வகையறாங்குறது இந்த ஊர்லயே தலைமுறை தலைமுறையா வாழ்ந்தவங்கள சொல்றது. நீங்க வேற ஊர்ல இருந்து பஞ்சம் பிழைக்க வந்தவங்க!" என பட்டென்று போட்டு உடைக்க அந்த அறையில் கனத்த அமைதி.

செல்லப்பா கேட்கக்கூடாத கேள்வியை கேட்டுவிட்ட தவிப்பில் இருந்தார். மூவரும் சங்கடத்தில் நெளிந்தார்கள். அம்பா எப்பொழுதும் போல சாதரணமாக இருந்தார்.

நிலைகொள்ளாமல் இருந்த செல்லப்பா,

“அப்ப நா இந்த ஊருக்காரன் இல்லேன்னு சொல்றீங்களா?” என கண்கள் சிவக்க கேட்டார்.

அம்பா அமைதியாக, “ராவுத்தர் கோபிக்க கூடாது. அல்லாஹ் ரப்பு படைச்ச உலகத்துல யாரு வேணும்னாலும் எந்த மண்ணுலயும் இருக்கலாம். அதுக்கு தடையே இல்ல. நீங்களே ஆர்வப்பட்டு கேட்டதாலத்தான் சொல்ல வேண்டியதாப்போச்சு!”

செல்லப்பா இனி அம்பாவிடம் பேசுவதாக இல்லை என்பதை உணர்ந்த சலீம் பிற விபரங்களை கேட்டார்.

அம்பா, “இந்த ஊர்ல இருக்கும் இந்த மூணு வகையறா ஆட்களை தனித்தனியா பாத்து பேசினாலே நீங்க சுலபமா ஜெய்ச்சிடலாம்!”

“என்ன பேசணும்னு சொல்லிட்டா நல்லாருக்கும்!” என்று பவ்யமாக கேட்டார் பிச்சை ராவுத்தர்.

அம்பா அவரை அற்பமாக பார்ப்பது போல பார்த்தார். பின்னர் சலீமிடம், “உங்க வீட்டு சுவத்துல ஒரு அவுலியா படம் மாட்டிருக்கிறத கவனிச்சிருக்கீங்களா?”

“ஆமா, தாயத்து அவுலியா தர்ஹா படம் மாட்டிருக்கும்!”

“ஆங், அது இப்ப எங்க இருக்குன்னு தெரியுமா?”

“ஊர்லதான் எங்கயோ இருந்துச்சுன்னு அம்மா சொல்லிருக் காங்க!”

அம்பா சிரித்தவாறே சொன்னார், “அது வேற எங்கேயும் இல்ல. நம்ம செல்லப்பா ராவுத்தர் தென்னத்தோப்புக்குள்ளதான் இருக்கு!” செல்லப்பா கலக்கமாக அம்பாவை பார்த்தார்.

அம்பா, “நீங்க பயப்படாதீங்க ராவுத்தரே. அது ஊர் பஞ்சம் வந்தப்ப அதை எல்லாரும் கிட்டத்தட்ட மறந்துட்டாங்க. உங்களுக்கே தெரியும் அது ஒரு சிமிண்ட் மேடு மாதிரிதான் இருக்கும். அதுக்கு மட்டும் நீங்க கந்தூரி விழா எடுத்து ஊருக்கு சாப்பாடு போட்டா, இந்த மூணு வகையராவும் உங்களுக்கு

நன்றிக்கடன் பட்டமாதிரி ஆயிடும்! அப்புறம் உங்க வெற்றியை அந்த அல்லா தவிர யாராலயும் தடுக்க முடியாது!"

செல்லப்பா ராவுத்தர் முகம் மலர்ந்தது.

பிச்சை மெதுவாய் மாலிக்கிடம், "தாயத்து அவுலியா கனவுல வந்து செல்லப்பாவுக்கு ஓட்டு போடணும்ன்னு ஊருக்குள்ள ஒருத்தன் கிளம்பிவிட்டா போதும். இதை நம்ம யோசிக்கிறதுக்கு முன்னாடியே ராவுத்தர் யோசிச்சிட்டார் போல அதான் சிரிக்கிறார் பாரு!"

செல்லப்பா கிட்டத்தட்ட இன்றே வெற்றி பெற்றது போல மகிழ்ச்சி கொண்டார். கூடவே, அம்பாவை கட்டிப்பிடித்து பாராட்டினார்.

"மனுஷனுக்கு காரியம் ஆகணுன்னா யார வேணும்னாலும் கட்டி பிடிப்பான் போல!" என மனதுக்குள் பேசிக்கொண்டே சிரிப்பை அடக்கிகொண்டார் பிச்சை.

"நாளைக்கே போய் இடத்தை சுத்தம் பண்ணி எல்லா வேலையும் ஜரூரா நடக்கணும். எண்ணி ரெண்டே நாள்ல தாயத்து அவுலியாவுக்கு கந்திரி விழா வைக்கிறோம். வீட்ல ஒரு பய சமைக்க கூடாது. ஊர் சாப்பாடு. என்ன சலீம் நான் சொல்றது சரிதானே?"

சலீமுக்கு ஏதும் புரியவில்லை.

இத்தனை நாட்களாய் யாரும் கண்டு கொள்ளாமல் இருந்த ஒரு தர்ஹாவை திடீரென புதுப்பித்து ஒரு கந்தூரி விழா எடுத்தால் அது எப்படி வகையறா ஆட்களை குளிர்விக்கும்? என்று யோசனை கொண்டார்.

அம்பா அதை அறிந்து கொண்டவராய், "சலீம் பாய் என்ன நினைக்கிறாங்கன்னு புரியுது. ஊர்ல ரெண்டு வருஷம் மழையே இல்ல. வெள்ளாமை பெருசா போகல. இதுக்கு காரணம் தாயத்து அவுலியா கோபம் தான் காரணம்னு ஊருக்குள்ள ரெண்டு மாசமா பேச்சு ஓடுது. இந்த நேரத்துல இதை செஞ்சா மழை வருதோ இல்லையோ, ஜமாத் தேர்தல்ல நம்ம ராவுத்தர்

கண்டிப்பா ஜெயிச்சிருவாரு!" சொல்லிவிட்டு சாதித்த திருப்தி யில் பின்னால் சாய்ந்து கொண்டார்.

பதிலில் நால்வரும் திருப்தி கொண்டனர். இதில் செல்லப்பாக்கு கூடுதல் மகிழ்ச்சி. இரண்டு நூறு ரூபாய் தாள்களை அம்பாவின் ஜிப்பாவில் திணித்தார். அம்பா ஜிப்பாவுக்குள் கையை விட்டு அது எத்தனை நோட்டு என்பதை எண்ணிப்பார்த்துவிட்டு புதிராக ஒரு சிரிப்பை உதிர்த்தார். மகிழ்ச்சியில் திளைத்த அந்த சிறு கூட்டத்திற்கு இது பெரிய விஷயமாக தோன்றவில்லை.

அம்பா விடைபெற்றுக் கொண்டார்.

செல்லப்பா சற்று கடுமையான முறையில் சொன்னார்,

"இந்த வகையறா விஷயம், என்னோட வகையறா இது எதுவுமே வெளிய போகக் கூடாது. போனா நீங்க மூணு பேருந்தான் பொறுப்பு!"

"நாங்க சொல்ல மாட்டோம். ஒருவேளை அம்பா சொல்லிட்டா?" என்றார் பிச்சை.

பிச்சையை ஆழமாக பார்த்த செல்லப்பா, "பிச்சை, நம்ம அம்பாவுக்கு புள்ள குட்டின்னு யாரும் இருக்கா?"

"இல்ல!"

"அவருக்கு ஜமாத்ல ஓட்டு இருக்கா?"

"அது எப்படி? சந்தா கட்டுற ஆளுங்களுக்கு மட்டும்தானே ஓட்டு போட முடியும்!"

"ஓட்டு, குடும்பம் இல்லாதவனை யாரு தேடுவா?" என்று சொல்லி சிரித்தார் செல்லப்பா!

செல்லப்பாவின் சிரிப்பில் வஞ்சம் மிகுந்திருந்தது. கேள்வி கேட்ட பிச்சைக்கே இது அச்சமாக இருந்தது.

அப்பொழுதே தாயத்து அவுலியா தர்ஹா கந்தூரி விழாவுக்கான ஏற்பாடுகள் தொடங்கிவிட்டது. இடம் தமக்கு சொந்தமானதாக இருந்தாலும் இந்த விஷயத்தில் நமக்கு முன்னால் காதர்கனி

எவ்விதத்திலும் முந்தி விடக்கூடாது என்பதில் செல்லப்பா உறுதியாக இருந்தார்.

சலீமுக்கு இதில் முழு உடன்பாடு இல்லை. தேவையில்லாத விவகாரத்தில் கை வைக்கிறோம் என தோன்றினாலும் அதை செல்லப்பா இருக்கும் உற்சாகத்தில் தருணத்தில் பேச முடிய வில்லை. பெரும் உறுத்தலாக இருந்தது. எந்த ஒரு விஷயத்தையும் முழு வரலாற்று பின்னணி தகவல்கள் இல்லாமல் கை வைக்கக் கூடாது என்பதில் சலீம் கொஞ்சம் உறுதியாக இருப்பான்.

அம்பா பள்ளிவாசலுக்குள்ள நுழையும் போது மோதினார் முத்தலீபு அவரை பார்த்து சிரித்தார். இதில் அம்பா காயப்பட வேண்டும் என அவர் நினைத்தார். ஆனால், பதிலுக்கு அம்பா கிண்டல் குறையாத தொனியில் சிரித்தார்.

## 23

காதர்கனி அந்த சுவரொட்டியைப் பார்த்ததில் இருந்து உற்சாகமாக இருந்தார்.

"மனித நேயமில்லாதவருக்கா உங்கள் ஓட்டு?" என பெரிய எழுத்தில் இருந்த அந்த சுவரொட்டியில் மனிதநேயமே உருவாக காதர்கனி தலையில் குல்லா வைத்து சிரித்த முகத்தோடு ஆழ்ந்த பிரார்த்தனையில் இருந்தார். சுவரொட்டி நன்றாக வந்திருப்பதாக ஜாபர் வாத்தியாரைப் பாராட்டினார்.

"நாளைக்கு காலைல ஊர்க்காரனுங்க கண் முழிக்கும் போது எல்லோரும் இந்த போஸ்டரை தான் முதல்ல பாக்கணும்!" என்றார் காதர்கனி.

"ராவுத்தர் கவலைப்பட வேணாம். எட்நூறு போஸ்டர் இருக்கு. என்ன ஒரே பிரச்சினை. இவ்வளவு போஸ்டர் ஒட்டுறதுக்கு நம்ம ஊர்ல செவருக்கு எங்க போறதுன்னுதான் தெரியல!" என சிரித்தார் மஸ்தான் பாய்.

"இல்லேன்னா என்ன நம்ம ராவுத்தர் நினைச்சா சுவரே கட்டி விடுவார்" என்ற கமால் பாயின் வர்ணனை அந்த நேரத்தில் அவ்வளவாக எடுபடவில்லை.

"ஜாபர், போஸ்ட்டரை ஒட்ட ஆள் சொல்லியாச்சுல?"

"சொல்லியாச்சு. ஊரே தூங்குனத்துக்கு அப்புறமா ஒட்ட சொல்லிருக்கேன்!"

கா. ரபீக் ராஜா

“இது கலர் போஸ்டரா இருந்தா நல்லார்ந்துருக்கும்!”

“இல்ல ராவுத்தரே, கலருக்கு நம்ம மதுரை மாதிரி பெரிய ஊருக்கு தான் போகணும். அது லேட்டாக வாய்ப்பிருக்குன்னு தான் லோக்கல்ல சொல்லி அவசரமா அடிக்க சொன்னேன். அப்புறம்...!” என இழுத்தார் ஜாபர்.

“என்ன ஜாபர் தயங்காம சொல்லுங்க, இன்னும் செலவு ஆகும்னா சொல்லுங்க தாராளமா பண்ணலாம்!” என்றார் காதர்கனி உற்சாகமாய்!

“அதில்ல ராவுத்தரே, ஒரு ஜமாத் தேர்தலை ஏதோ கட்சி தேர்தல் மாதிரி நடத்துறத பெரிய பள்ளிவாசல் எப்படி எடுத்துக்க போறாங்கன்னு யோசனையா இருக்கு!” உண்மையான கவலையில் சொன்னார் ஜாபர்.

“அட நீங்க வேற பல ஊர்ல இதுக்கு மேல நடந்துருக்கு. போட்டின்னு வந்துட்டா இந்த மாதிரி நடக்குறது சாதாரணம் தானே ஜாபர்?”

“இல்ல நம்ம இஸ்லாத்துல இதுக்கெல்லாம் அனுமதியே இல்ல. எல்லாத்தையும் முன்னால இருந்து செஞ்சாலும் கொஞ்சம் யோசனையா இருக்கு!”

“அதெல்லாம் யோசிச்சிட்டு இருந்தா செல்லப்பா நம்மள முந்தி போயிருவான். எதா இருந்தாலும் எலெக்சன் முடிஞ்சு பாத்துக்கலாம்!”

“சரியா சொன்னீங்க ராவுத்தரே!” என பிச்சை சொல்லும் போது வெளியே ஒலிபெருக்கி அறிவிப்பு கேட்டது.

அறிவிப்பில் செல்லப்ப ராவுத்தர் என்ற பெயர் அடிபட்டதால் காதர்கனி அனைவரையும் அமைதியாக இருக்கும்படி கை காட்டினார். சப்தம் குறையவே பால்கனிக்கு ஓடினார். அவரது சகாக்களும் சேர்ந்து ஓடினார்கள்.

ஆட்டோவில் கட்டப்பட்ட ஒலிபெருக்கியில் இவ்வாறு அறிவிப்பு செய்யப்பட்டது:

"எதிர்வரும் பதினொன்றாம் தேதி தாயத்து அவுலியா கந்தூரி விழா சிறப்பான முறையில் நடைபெறுகிறது. பொதுமக்களும் உறவின் முறை வகையறாக்கள் அனைவரும் கலந்து கொண்டு விழாவை சிறப்பித்து தருமாறு கேட்டுக் கொள்ளப்படுகிறார்கள். இவண் செல்லப்பா ராவுத்தர் மற்றும் வகையறாக்கள்!"

காதர்கனியை தவிர மற்ற அனைவரும் அதிர்ச்சியடைந்தார்கள்.

"என்ன ராவுத்தரே இது. செல்லப்பா இப்படி பண்ணுவார்ன்னு எதிர்பார்க்கவேயில்ல. அவருக்கு யாரு இந்த யோசனை குடுத்திருப்பா?" என்றார் கமால்.

"யோசனை சொல்லவா ஊருக்குள்ள ஆளில்லை? அம்பது ரூபாய்க்கு அம்பது யோசனை சொல்ல கூட ஆளிருக்கு!" என்றார் ஜாபர் வாத்தியார்.

"இவ்வளவு நாளா கேக்க ஆளே இல்லாம கிடந்த அந்த குட்டிச்சுவர் எடத்தை அவரு கையகப்படுத்துனப்பவே நம்ம கொஞ்சம் உசாராயிருக்கணும்!" பிச்சை வருத்தப்பட்டு சொன்னார்.

எதையும் தன்னை பாதிக்காத வகையில் கைகளை தலைக்கு பின்னால் கட்டிக்கொண்டு கால் மேல் கால் போட்டு ஆட்டிக்கொண்டிருந்தார், காதர்கனி.

மிகுந்த அதிர்ச்சிக்கு உள்ளாவர் என எதிர்பார்க்கப்பட்ட மனிதரின் செய்கை அனைவருக்கும் ஆச்சரியத்தை கொடுத்தது.

"என்ன அம்பா, இன்னிக்கு உங்களுக்கு நல்ல கவனிப்பு போல!" என்று நக்கலாக கேட்டார் மோதினார் முத்தலீபு!

"ஆமாமா கவனிப்புக்கு என்ன குறை? என்ன சந்தோஷமா இருக்க? நோட்டீஸ் எல்லாத்தையும் குடுத்து முடிச்சாச்சா? இல்ல எதுவும் பாக்கி இருக்கா? நீ கூட ரொம்ப சந்தோஷமா இருக்கியேப்பா?" என்றார் அம்பா!

"என்னோட சந்தோஷம் இருக்கட்டும். செல்லப்பா ராவுத்தர் வீட்டு பக்கம் போனதை பாத்தேன்!"

“ஓ அதுவா?” என்று தன் வழக்கமான சிரிப்பை கொடுத்தார்.

“கேக்குறதுக்கு பதில் சொல்லாம வழக்கம்போல சிரிச்சா என்ன அர்த்தம்?”

“சிரிப்புதான் அர்த்தம்!”

“ஐயா அம்பா, கொஞ்சம் இந்த அறிவு கெட்ட ஏழை துலுக்கனுக்கு புரியுற மாதிரி சொல்லுங்க!”

நீண்ட மௌனத்துக்கு பிறகு “அதாவது முத்தலீபு ஊருக்குள்ள இருக்குறது முக்கியமில்ல. உலகத்துல என்ன நடக்குதுன்னு கொஞ்சம் தெரியணும்!”

“அய்யோ அல்லாவே! ஏ அம்பா எந்த கேள்விக்குமே நேரடியா பதில் சொல்லவே மாட்டீங்க!”

“சரி சரி, நான் கேள்வி கேக்குறேன். அதை வச்சே நீ பதில் கண்டுபிடி!”

“சொல்லுங்க! இன்னும் தொழுகைக்கு ரெண்டு மணிநேரம் இருக்கும். அதுவரைக்கும் உங்க கூடத்தான் பேசியாகணும்!”

“அரேபியா போயிருக்கியா?”

“இந்த நக்கல் தானே வேணாங்குறது. நா எங்க அங்கெல்லாம் போறது? ஏர்வாடி நாகூருக்கே போக வக்கில்லாதவன்கிட்ட போய்...”

“சரி கேளு! நான் அங்க ரெண்டு வருஷம் இருந்துருக்கேன்!”

“என்ன சொல்றீங்க, நம்பவே முடியல!”

“ஆமா! அங்க நம்ம நபியோட அடக்கஸ்தலம் இருக்கு. அங்க போய் யாராவது உக்காந்து துவா கேக்குறத அந்தூரு போலீஸ் பாத்தான்னு வை, வச்சிருக்க மூங்கி கம்புல அடி பிச்சிருவான். ஏன்னு கேளு?”

“ஏ?”

“வணக்கத்துக்குரியவன் அல்லாவை தவிர யாருமில்லை. அது நபியாவே இருந்தாலும்...!”

“அதுக்கும் நீங்க செல்லப்பா வீட்டுக்கு போனதுக்கும் என்ன சம்பந்தம்?”

“அது தெரியல. ஆனா அல்லாஹ்வுக்கு இணையா இன்னொருத்தர வணங்கி கண்ணியப்படுத்துனா அது அல்லாஹ்வை கோபப்படுத்துமா? படுத்தாதா?”

“படுத்தும்தான். அதுக்கென்ன இப்ப?” எனும் போது தான், ஒலிபெருக்கியில்...

“எதிர்வரும் 11ம் தேதி தாயத்து அவுலியா கந்தூரி விழா சிறப்பான முறையில் நடைபெறுகிறது!”

அம்பா சொன்னார், “செல்லப்பா ஊர் உலகம் தெரியாத பணக்கார முட்டாள்ன்னு நினைச்சேன். ஆனா அவரு கூட இருக்குற கூட்டாளிகளும் முட்டான்னு இப்பதான் தெரியுது!”

“நீங்க எதுவும் சொல்லலையா அம்பா?”

“சொன்னதே நாந்தானே!” பள்ளிவாசல் அதிரும்படி சிரித்தார்.

முத்தலீபுக்கு ஒன்றுமே புரியாமல் விழித்தார்.

காதர்கனி, செல்லப்பா வைத்திருக்கும் பதினொன்றாம் தேதி கந்தூரி விழாவுக்கு முதல்நாள் பத்தாம் தேதி வேறொரு வேறொரு நிகழ்ச்சிக்கு ஏற்பாடு செய்திருந்தார். அதற்காக சென்னையில் இருக்கும் இஸ்லாமிய இயக்க நிர்வாகிகளை காதர்கனி தரப்பில் சந்தித்து அழைப்பு விடுக்கப்பட்டது.

தாயத்து அவுலியா இருக்கும் செல்லப்பா தோட்டத்தில் நிறைய வேலைகள் நடந்தது. தாயத்து அவுலியா நினைவிடம் மீண்டும் புதுப்பொலிவுடன் தயாராகி கொண்டிருந்தது.

ஊரில் பலர் தாயத்து அவுலியாவை மறந்திருந்தார்கள். சிலர் நினைவு படுத்திக்கொண்டு மற்றவர்களுக்கு அது பற்றி

கூறினார்கள். பலரும் செல்லப்பா கந்தூரி விழா நடத்த என்ன அவசியம் என்ன? என்றும் கேட்டுக்கொண்டார்கள்.

அம்பா மோதினாரிடம், "தாயத்து அவுலியாவுக்கும் வகையறாவுக்கு எந்த சம்பந்தமே இல்ல. இது எல்லாம் அம்பது வருஷத்துக்கு கதை. ஒரு யோசனையா சொன்னேன். அதைப் போய் இந்த செல்லப்பா ராவுத்தர் இவ்வளவு வினையமா எடுத்து செய்வார்ன்னு நான் நினைக்கவே இல்ல!" மூக்குப் பொடியை அலட்சியமாய் இழுத்தார்.

"அம்பா, நீங்க ஏதோ விளையாட்டா செஞ்சிட்டு இருக்கீங்க. இதெல்லாம் அவங்களுக்கு தெரிஞ்சா என்ன வேணும்னாலும் செய்வாங்க!" என்று உண்மையான அக்கறையிலும் தானும் இதற்கு ஒரு காரணம் என்கிற குற்ற உணர்வில் சொன்னார் மோதினார் முத்தலீபு.

"இங்க தனியாதான் வந்தேன். தனியாதான் போவேன். என்னோடு மனசுக்கு எது சரின்னு படுதோ அதை மட்டும் தான் செய்வேன்! எனகென்ன ஆசையா? இதெல்லாம் செய்யணும்னு, ஒரு விளையாட்டுதானே!" என குறும்பாய் கண்ணடித்தார்.

வழக்கமாக பதிலுக்கு பதில் பேசும் மோதினார் முத்தலீபு அன்று கனத்த அமைதியில் பாங்கு சொல்ல பள்ளிக்குள் சென்றார்.

# 24

வீடு ஊருக்கு சம்பந்தமில்லாதவாறு ஒத்துக்குபுரத்தில் இருந்தது. வெளியிலிருந்து பார்ப்பவர்களுக்கு சாகுல் தியேட்டர் அதிபரின் வீடு ஒரு மர்ம மாளிகை. வீட்டு வாசல் முன்னிருக்கும் வராண்டா தவிர மற்ற எல்லா இடங்களிலும் வெளிநாட்டு கைவண்ணத்தில் இருக்கும். சாகுல் ஹமீதின் தந்தை சுற்றாத நாடுகள் இல்லை. சென்ற நாடுகளின் விளைவாக வீட்டில் கலைப் பொருட்கள் நிறைந்திருக்கும்.

வீட்டை சாதரணமாக பெறுக்கி முடிப்பதற்கே பொழுது முடிந்து எனும் பேச்சு ஊருக்குள் உலாவுவதை காதர்கனி, செல்லப்பா ஏக காலத்தில் வெறுத்தார். தனது வீட்டை விரிவாக்கி அதை சுத்தம் செய்வதற்கு ஒருநாள் ஆகிறதா என்பதை செல்லப்பா சோதனை முறையில் கூட முயற்சித்து பார்த்ததாக ஊருக்குள் பேசிக்கொள்வார்கள்.

தியேட்டரில் இருந்து வீடு நோக்கி வருவது ஓர் இரங்கல் ஊர்வலம் போல இருக்கும். வீட்டில் இரண்டு கார்கள் இருந்தாலும் தனது புல்லட்டில் வருவது அவருக்கு பிடித்தமான ஒன்று. நடந்து செல்பவர்கள் கூட முந்திச்செல்லும் வகையில் அவரது வேகம் இருக்கும். தூரத்தில் வருபவர்களுக்கு நூறடியில் இருந்தே பாதை விட்டு நிற்குமளவுக்கு அவரது வண்டி ஓட்டும் நிதானம் ஊரில் பிரசித்தமான ஒன்று.

எதற்கும் அசைந்து கொடுக்காத சாகுல் ஹமீது அன்று கட்டாயத்தின் பேரில் வீட்டுக்கு வந்தார்.

வீட்டு வேலையாட்கள் அவர் வரவுக்கு காத்திருந்தார் போல வரிசையாக நின்றார்கள். சாகுல் ஹமீது வந்ததும் இரண்டு மூன்று நொடியில் தங்களுக்குள் பேசி கருத்துக்களை பரிமாறிக் கொண்டார்கள். பிரச்சினை; நாயகம் அம்மாள் சாப்பிட்டு இரண்டு நாட்களாகிவிட்டது!

தனது அறையில் அமர்ந்து தஸ்பமணியில் இறைவனின் திரு வசனத்தை அவர் உதடு உச்சரித்துக் கொண்டிருந்தது. சாகுல் ஹமீது உள்ளே வந்ததும், மெதுவாய் முணுமுணுத்த "சுபஹானல்லாஹ்" பெரிய குரலில் அதட்டுவது போல சொன்னார்.

அது சாகுல்ஹமீதை பார்த்து "நீ அறைக்குள் வராதே!" என சொல்வது போல இருந்தது. தாங்கள் இருவரும் பேசிக் கொண்டிருக்கும் போது யாரும் நின்று வேடிக்கை பார்ப்பது சாகுலுக்கு பிடிக்காத ஒன்று. திரும்பி பார்த்தார், யாரும் அங்கு இல்லை.

சாகுல் ஹமீது வீட்டுக்கு வந்து ஒரு வாரமாகி விட்டது என்பதை அவரின் மழிக்கப்படாத தாடியும் ஒழுங்கற்ற தலை கேசமும் சொன்னது. எப்போதும் வெளியடையாளத்தில் தன்னை சீர்படுத்திக்கொள்ளும் அவர் ஏதோ நினைவில் அப்படியே இருந்துவிட்டார். தன் தியேட்டருக்கு எழுந்த நெருக்கடி கழுத்து வரை வந்துவிட்டதாக கருதியது ஒரு காரணம். அடுத்து தனக்குப்பின் என்ன நேரும் என்ற உலகத்து எதார்த்தம் அவரை பலவீனமாக்கிவிட்டது.

"அம்மா!"

நாயகம் அம்மாள் வேறு பக்கம் பார்த்தாள். உடல் பலவீனம் வெளிப்படையாக தெரிந்தது. அந்த அறையில் மின்விசிறி சுற்றும் சப்தத்தை தவிர வேறு ஒலியே இல்லை.

"அம்மா, சாப்பிட மாட்றியாமே!" என்ற சாகுல் ஹமீதுக்கு உள்ளுக்குள் கலக்கமாகவே இருந்தது. அவரது அம்மா இப்படி பேசாமல் இருந்ததே இல்லை.

"அம்மா, கொஞ்சம் சாப்பிடு!" என்ற குரலில் தென்பட்ட கனிவு குறித்து அவருக்கே ஆச்சரியமாக இருந்தது.

நாயகம் அம்மா அவரை மெதுவாக ஏறிட்டு பார்த்து சொன்னாள், "நாயகம் எனக்கு இன்னும் உத்தரவு குடுக்கல!" மீண்டும் அவரது உதடு இறைவனின் திருநாமத்தை உச்சரிக்க தொடங்கியது.

"நீ இப்படியே சாப்பிடாம கெடந்து செத்து போயிரு. நானும் செத்து போறேன். இருக்குறத நாய், நரின்னு தின்னுட்டு போகட்டும்!"

நாயகம் அம்மா தன் மகனைப் பார்த்தார். "எதுக்கு நாய், நரி திங்கணும்? அதுக்கு நாயகம் இன்னும் உத்தரவு குடுக்கல!"

அவருக்கு மனம் விட்டு பேசவேண்டும் போல தோன்றியது.

எனினும், அது தன்னை பிறருக்கு பலவீனமான மனிதனாக காட்டிவிடக் கூடாது என்பதிலும் சமரசமின்றி இருக்க முயற்சித்தார்.

"எத்தனை நாளைக்கு தான் நாயகம் பேரை சொல்லிட்டு இருப்ப?" அம்மாவின் நம்பிக்கையிலும் பின்பற்றும் முறையிலும் தலையிட விருப்பாதவர் இன்று முதன்முறையாக உடைத்து கேட்டார்.

நாயகம் அம்மா ஏதும் பேசவில்லை.

"இப்படி பேசாமா இருந்தா நானே உன் கழுத்தை நெறிச்சு கொன்னுறுவேன்!"

"நல்லா கொல்லு. நீ ஒரு கல்யாணத்தை பண்ணிட்டு என்னய கொன்னு போடு. நாயகம் உத்தரவு குடுப்பாரு!" மீண்டும் முணுமுணுப்பு.

சாகுல் ஹமீதுக்கு பிறந்ததில் இருந்தே குடும்ப உறவுகளின் மீது பெரிய நம்பிக்கையெல்லாம் இல்லை. தனிமை அவருக்கு கட்டுக்கடங்காத சுதந்திர உணர்வை கொடுத்தது. தார்மீக பொறுப்பை கொடுக்கும் எந்த உறவும் சுமையைத்தான் கொடுக்கும் என தீவிரமாக நம்பத் தொடங்கிவிட்டார்.

“ஊரு உன்னய எப்படி பேசிட்டு இருக்குன்னு தெரியுமா? இப்ப நம்புறேன். உனக்கு தலையில கோளாறு இருக்கு!”

“நாயகம் சொல்லிருக்காரு. எனக்கு தலைக்குள்ள கோளாறு. உனக்கு எல்லாமே கோளாறு!” எதிர்பாராத நேரத்தில் அழ தொடங்கிவிட்டாள்.

சாகுல் ஹமீது அம்மா அழுவதை இப்போது தான் பார்க்க கிடைத்திருக்கிறது.

“இனி கல்யாணமாகி என்ன பண்ண போறேன்?”

“நானும் சாப்பிட்டு என்ன பண்ண போறேன். நாயகம் நீ கல்யாணம் பண்ணாம சாப்பிடக்கூடாதுன்னு சொல்லிட்டாரு!”

“சரி கல்யாணம் பண்ணிக்கிறேன். நீ சாப்டு!”

“இனி சாப்பாடுன்னா அது மருமக கையிலதான்!”

“எனக்கு ஒரு விஷயம் புரியல. இத்தனை வருஷமா இல்லாம இந்த ரெண்டு நாளா ஏன் இப்படி அடம் பிடிக்கிற?”

“அதை உன்கிட்ட சொல்லன்னு அவசியம் இல்ல. நாயகம் சொல்ல சொன்னா சொல்லுவேன்!”

“அம்மா நீ நல்லாருப்ப. கொஞ்ச சாப்டு. நா போய் பொண்ணு பாத்துட்டு வர்றேன்!” இதை சொல்லிக் கொண்டிருக்கும் போதே அவருக்கு சிரிப்பு தட்டியது.

“சரி குடு சாப்பிடுறேன்!”

“டேய்” என்று கத்தினார். இரண்டு வேலையாட்கள் தலைதெறிக்க ஓடி வந்தார்கள்.

“அம்மாவை சாப்பிட கூட்டிட்டு போங்கடா! தாஜா பண்ணி சாப்பிட வக்கில்லை உங்களுக்கு. எதுக்குடா உங்களுக்கு சம்பளம்?” வீடு எதிரொலிக்க கத்தினார்.

“அவனுகளை ஏன்டா திட்றா? எல்லாருக்கும் சம்பளத்தை கூட்டி குட்றா!”

“எல்லா பயல்களையும் வேலைய விட்டு நிப்பட்டலாமான்னு இருக்கேன். இவனுங்களுக்கு சாதகம் பண்ற? இதையும் உன் நாயகம் தான் சொன்னாரா?”

நாயகம் அம்மாள் சிரித்தாள். கண்களில் தண்ணீர் தேங்கி நின்றது.

“நீ சாப்டியாடா?” அவரை அருகில் அழைத்தாள்.

மனதில் வேறு பல பிரச்சனைகள் குடிக்கொண்டு ஆட்டு வித்தாலும் அம்மாவின் அருகில் சென்றார். அவளின் கைகள் காய்ந்த வாழைத்தண்டு போல் இருந்தது. நரம்புகளை கண் கொண்டு பார்த்தே எண்ணிவிடலாம் போல பலவீனப்பட்டு வெளியே தெரிந்தது.

அவரின் தலையை தடவிக்கொடுத்தாள். கைகள் நடுங்கியது. சாகுல் ஹமீதை போல வீட்டில் இருந்தவர்களுக்கு இது அரிய தருணமாக இருந்தது. அம்மாவின் கையை பிடித்துக் கொண்டார்.

“அம்மா!”

“ம்!”

“அம்மா, நம்மெல்லாம் செத்து போய்ட்டா இந்த சொத்தை யாருமா கட்டி காப்பாத்துவா?”

“அல்லா ரப்பு நம்ம உடம்புக்கு உயிரை வச்சிருக்குறதே பெரிய சொத்து தான். எல்லாமே தெரிஞ்சு ஓடி ஓடி சம்பாதிச்ச உன்னோட அப்பன்கிட்ட கேட்டுருந்தா சொல்லிருப்பான். அவன் உனக்கு சொத்து சேத்து வச்சு பாத்துக்கவா சொன்னாரு? செலவழிகத்தானே சொன்னாரு! உனக்கு ஏ சொத்து பத்தின கவலை?”

அவர் ஏதும் பேசாமல் ஜன்னலோரம் பார்த்தார்.

ஓர் அணில் உள்ளே வருவதும் போவதுமாய் இருந்தது.

“ஹமீது!” அவரின் அம்மா அவரை அப்படித்தான் அழைப்பாள்.

"சொல்லுமா!" என்ற போது வேலையாள் ஒருவன் தட்டில் சாதம் கொண்டு வைத்தான்.

"சாப்பிட சொல்லி உத்தரவு நாயகத்துகிட்ட இருந்து இப்பதான் உத்தரவு வந்துச்சு!"

தட்டில் இருந்த சோற்றை நாயகம் அம்மாள் ஆசையாக எடுத்து சாப்பிட்டார்.

"உன்னோட அப்பன் சம்பாதிச்ச சொத்து எல்லாமே கஷ்டப்பட்டு சம்பாதிச்சாலும் அதை என்னைக்குமே அவரு பெருசா நினைச்சது இல்ல!"

"அதுக்குன்னு அதை அப்படியே விட்டுட்டு போய்ட முடியுமா? நீ சாப்டு!"

அவரது அறையில் சென்று படுத்தார். சற்று நேரத்தில் உறங்கியும் போனார்.

கனவில் அவரது தந்தை அம்மாவின் கழுத்தை பிடித்து நெறிப்பது போல இருக்கவே திடுக்கிட்டு எழுந்தார். மணி மாலை ஆறு! ●

## 25

சிக்கந்தாபுர கிராமத்தின் விடியல் அன்று வித்தியாசமாக இருந்தது. எண்ணி பதினெட்டு தெருக்களில் இருக்கும் பாதைகளில் சந்துக்கு ஓர் ஆட்டோ அனல் கக்கும் பிரச்சாரத்தில் ஈடுபட்டன.

"மனிதநேயமில்லாதவருக்கா உங்கள் ஓட்டு?" என ஆட்டோவும் "பூமியை சுரண்டுபவருக்கா உங்கள் வாக்கு?" என இன்னொரு ஆட்டோவுக்கும் பரஸ்பரம் சந்தித்துக்கொள்ளும் போதெல்லாம் பேசிவிட்டு சென்றன. காதர்கனி, செல்லப்பா ஒன்று சொன்னார் போல ஒரே நேரத்தில் பரப்புரையில் ஈடுபட்டது போட்டி கடுமையாக இருக்கும் என ஊருக்குள் பேசப்பட்டது.

வெளியிலிருந்து பார்க்கும் ஆட்களுக்கு இது கட்சி தேர்தல் போல இருந்தது. அடுத்தமுறை இவர்கள் இருவரும் தமிழகத்தின் பிரதான இரண்டு கட்சிகளில் சேர்ந்து எதிரெதிர் முகாம்களில் அரசியல் செய்ய இந்த ஜமாத் தேர்தலில் முன்னோட்டம் பார்த்துக்கொள்வதாக சொன்னார்கள்.

"இன்னும் சற்று நேரத்தில் நம் செல்லப்பா ராவுத்தர் உங்களை சந்திக்க வருகிறார்!" என ஓர் ஆட்டோ அறிவிப்பு செய்தது.

அதை வீட்டிலிருந்து கேட்ட முத்தலீபு தன் மனைவியிடம், "ஏன்டா ரெண்டு தெரு தாண்டி தான் வீடு இருக்கு. இதுல சந்திக்க என்ன இருக்கு? அல்லாஹ்தான் எல்லாரையும் பாது காக்கணும்!" என்றார்.

அதை கேட்ட அவர் மனைவி, "ஏங்க நோட்டீஸ் குடுத்து முடிச்சிட்டா வேற என்ன வேலை இருக்குன்னு போய் கேட்கலாம்ல! செலவுக்கு காசு கொடுப்பாங்க!"

"நோட்டீஸ் வாங்கிட்டு வந்து அதோட வச்சு உன்னய போட்டு கொளுத்துறேன். போடி அங்கிட்டு!" என அதட்டினார் முத்தலீபு!

"சலீமு எல்லா சரியா இருக்கா?" என்றார் செல்லப்பா!

செல்லப்பா வழக்கமாய் வெள்ளை வேட்டி சட்டையில் தான் இருப்பார். அன்றும் அப்படித்தான் இருந்தார். ஆனால் வெண்மை சற்று கூடுதலாக இருந்தது. சட்டை மடிப்புகள் கூர்மையாக இருந்தது. வீட்டுக்கே வந்து சவரம் செய்து விட்டவர் இன்னும் ஒரு மண்டலத்துக்கு மயிர் ஜனிக்காத வகையில் சுத்தமாக வேலை பார்த்திருந்தார்.

"எல்லா சரிதான் ராவுத்தரே. கிளம்பிரலாம்!" என்றார் சலீம். உடன் மாலிக் பாயும், பிச்சையும் உற்சாகமான மனநிலையில் இருந்தார்கள்.

செல்லப்பா சற்று சன்னமான குரலில் சலீமிடம் "ஊருக்குள்ள வெறும்பயலுக எனக்கு ஸலாம் சொன்னா கூட பதில் ஸலாம் சொல்ல மாட்டேன். இவனுங்க ஸலாமுக்கு நம்ம என்ன பதில் சொல்லணும்னு அவசியம் மயிரு வந்துச்சுன்னு! இப்ப இவனுங்ககிட்டயே போய் கூழுகும்பிடு போட சங்கட்டமா இருக்குய்யா!"

"ராவுத்தரே பழகிக்கங்க. இதெல்லாம் ஒரு வாரத்துக்குத் தான். அப்புறம் எல்லாமே வழக்கம் போலத்தான். நீங்க குடுக்குற மரியாதை ஒரு முதலீடுதான்!"

"சரியா சொன்னய்யா, இந்த ஒருவாரம் என்கூடயே இருக்குற மாதிரி பாத்துக்க! (ரகசியமாக) பிச்சையும், மாலிக்கும் நம்பி எதுலயும் இறங்க முடியாது. மடப்பயலுங்க!" என்று சொல்வதை கேட்ட சலீம் செல்லப்பா தன் மீது கொண்ட நம்பிக்கையை நினைத்து பெருமிதப்பட்டுக்கொண்டார்.

தெருவில் இறங்கி நடந்து சென்றார்கள். செல்லப்பா,

“அந்த பழைய வீட்ல இருந்து ஆரம்பிப்போம். இந்த ஊருக்கு வந்த புதுசுல இந்த பழைய காரவீட்ல தான் குடி வந்தோம். என்ன இருந்தாலும் பழச மறக்ககூடாது பாரு!” என கடைவாய் பல் இரண்டு தெரிய நெகிழ்ந்து கொண்டார்.

பிச்சை மாலிக்கின் காதில் சென்று, “நம்மள மடப்பயலுங்கன்னு சொல்றான், இந்த செல்லப்பா. கெட்டி கொழுப்பை காட்டிட்டான் பாத்தியா?”

“செரிவிடு சொல்லிட்டு போறாரு. கோவப்பட்டு நீ போகப் போறியா? இல்ல நான் தான் ரோசாப்பட போறானா? இல்லேல! பேசாம இருய்யா. அந்தாளு காதுல விழுந்து தொலைஞ்சிரபோகுது!” - மாலிக்.

அந்த வீட்டிற்கு வண்ணம் பூசி எட்டு முதல் பத்து வருட ரமலான் கடந்திருக்கும்.

“அஸ்ஸலாமு அலைக்கும், வீட்ல யாரு? ஜமாத் தேர்தலுக்காக நம்ம ராவுத்தர் வந்துருக்காங்க!” என்று சப்தமாக அழைத்தார் பிச்சை.

வீட்டுக்குள் எந்த அசைவும் இல்லை. ஆனால், கதவு திறந்திருந்தது.

“உள்ள போயிரலாமா ராவுத்தரே?” என்றார் பிச்சை.

“யோ, சும்மாருய்யா. யாரோ வர்றாங்க!”

ஒரு வயதான மூதாட்டி வந்தார். கையில் சமையல் செய்யும் பாத்திரம். சமையல் செய்துகொண்டிருக்கும் போது அழைத்ததால் அப்படியே வந்துவிட்டது போல தெரிந்தது.

“அம்மா, வீட்ல ஆம்பளைங்க இல்லையா? நம்ம ராவுத்தர் ஜமாத் தேர்தல் ஓட்டு கேட்டு வந்துருக்காரு!”

கூர்மையாக கேட்டுக்கொண்ட அந்த மூதாட்டி, அவர்கள் வந்த விஷயத்தைப் புரிந்து கொண்டவராக தலைக்கு முக்காடு போட்டுக்கொண்டு பதில் ஸலாம் சொன்னார்.

“வ அலைக்கும் ஸலாம். செல்லப்பா ராவுத்தரா?”

“ஆமாம்மா, உங்க புள்ளகிட்ட சொல்லி ஓட்டு போடச் சொல்லுங்க. உங்க பையன் எங்க?” என பிச்சை கேட்டுக் கொண்டிருக்கும்போது உள்ளே இருந்து ஒரு நடுத்தர வயதுப் பெண்மணி வந்தார்.

“அவரு வேலைக்கு போயிருக்காரு!”

“எங்கம்மா வேலைக்கு போறாரு?” என்றார் செல்லப்பா!

சற்று தயக்கமாய், “காதர்கனி ராவுத்தர் மில்லுல இருக்காரு!”

பிச்சை சற்று சத்தமாக, “அப்ப நமக்கு ஓட்டு போட்ருவாங்க!”

அந்த இடமே தர்ம சங்கடத்தில் நெளிந்தது.

செல்லப்பா அதிகம் யோசிக்கவில்லை, “அல்லாஹ்ட்ட துவா செய்ங்க போதும்!”

பிச்சைக்கு தான் நிறைவாக இருந்தது. “வீட்ல இருக்குறவன் யாருன்னு தெரியாம ஓட்டு கேக்குற இவரு எப்படி தலைவராக போகிறார்?” என மனதில் நினைத்துக்கொண்டார்.

கூடவே, வருபவர்களின் மடையன் என சொன்னா ராவுத்தருக்கு இது தேவைதான்!” என நினைத்துக்கொண்டார்.

வீடு வீடாக சென்று தன் ஆதரவை திரட்டினார். பலர் அவரை வீட்டுக்குள் அழைத்து சென்று மரியாதையாக உபசரித்து அனுப்பி வைத்தார்கள். செல்லப்பா ஆதரவு கேட்டதோடு மட்டுமில்லாமல் தாயத்து அவுலியாவின் கந்தூரி விழாவிற்கு அழைப்பு விடுத்தார்.

அதை ஒரே கல்லில் இரண்டு மாங்காய் என தன் சகாக்களிடம் தன் தந்திரத்தை பெருமையோடு பகிர்ந்து கொண்டார். செல்லப்பா தனக்காக ஆதரவு திரட்டுவதை விட தெருவில் இறங்கி நடப்பதே புதிய அனுபவமாக இருந்தது.

எதிரே தென்படும் ஊர்வாசிகளிடம் அன்பொழுக பேசி சிரித்து மகிழ்ந்தார். குழந்தைகளை தூக்கி கொஞ்சினார். இது அரசியல் கட்சியில் ஓட்டு சேகரிப்பை விட ஒரு மடங்கு கூடிப்போனது. எதிரே வந்தாலும் முகம் கொடுத்து பேசாதவர்

சிக்கந்தாபுரம் 134

ஏன் இப்படி வலிய வந்து பேசவேண்டும்? என யாருக்கும் புரியாமலில்லை!

ஊர் மக்களில் சிலர் அது ஜமாத் தேர்தல் என்பதை மறந்து தெரு விளக்கு, சாலை மேம்பாட்டு வசதி குறித்து கோரிக்கை வைக்க அதையும் பெரிய மனதுடன் ஏற்றுக்கொண்டு பிரச் சினைகளை சரி செய்து தருவதாக கூறினார். சலீமிற்கும் நிலைமை புரிந்தாலும் வெளிய சொல்லிக்கொள்ளாமல் மக்களின் புரியா நிலையை நினைத்து சிரித்துக்கொண்டார்.

நீண்ட நேரம் நடந்துவிட்டது கால் வலி எடுக்கவே சிறிது மர நிழலில் ஓய்வெடுத்துக் கொள்ள ஒரு திண்டில் உட்காந்திருந்தார்.

அதன் கீழே "மனித நேயமில்லாதவருக்கா உங்கள் ஓட்டு?" என்ற போஸ்டர் பார்த்ததும் ஓய்வு முடிவை கை விட்டு மீண்டும் மக்களை சந்திக்க புறப்பட்டார். வியர்வை சலவையாய் பெருக்கெடுத்து கொட்டியது.

சலீமிடம், "இருபத்தைஞ்சு வருஷத்துக்கு அப்புறம் இப்பதான் வியர்வை இப்படி ஊத்துது. ரொம்ப சந்தோஷமா இருக்கு!" என நெகிழ்ந்து கொண்டார்.

இடையிடையே காதர்கனி ஆதரவு ஆட்டோ வேண்டுமென்றோ அல்லது தற்செயலாகவோ செல்லப்பாவை கடந்து சென்றது.

"யாரு சலீம் இந்த ஆட்டோகாரனுங்க?" வேணும்னே நம்ம பக்கம் வர்ற மாதிரி தெரியுது. புடிச்சு விசாரிங்க!"

சலீம் "இல்ல ராவுத்தரே, எல்லா வெளியூர் ஆளுங்க. அதான் தெரியல. இதை பெருசா எடுத்துக்காதீங்க!"

கிட்டத்தட்ட கால்வாசி வீட்டு மக்களை சந்தித்து ஆதரவு கேட்டார்.

"ஒரு சாயங்காலம் வந்து ஓட்டு கேட்ருக்கலாம். எல்லா வீட்லயும் பொம்பளையாத்தான் இருக்காளுங்க. நைட்டு வீட்டுக்கு வர்ற புருஷன்ட்ட நம்ம ஓட்டு கேட்டு வந்ததை சொல்றாளுங்களோ இல்லையோ?" என்ற தன் நியாயமான கவலையை சலீமிடம் தெரிவித்த போது ராவுத்தருக்கு எப்படி ஆறுதல் சொல்வது என விழித்தார்.

# 26

“செல்லப்பா ராவுத்தர் வேலையை ஜரூரா ஆரம்பிச்சிட்டாரு. நம்ம இன்னும் தொடங்கல. எம்ஜியார் மாதிரி சின்ன குழந்தை களைத் தூக்கி வச்சு கொஞ்சுறாராமே?” என மஸ்தான் பாய் ஆரம்பித்தார்.

காதர்கனி அதை காதில் வாங்கிக் கொண்டவராக தெரிய வில்லை. “மெட்றாஸ் ஆளுங்க வந்தா தங்குறதுக்கு ஏற்பாடு பண்ணியாச்சா?” என ஜாபர் வாத்தியாரை பார்த்துக் கேட்டார்.

“நம்ம ஊருல தங்க வைக்கிறது செல்லப்பனுக்கு தெருஞ்சா பிரச்சினையாயிரும். அவனெல்லாம் எனக்கு ஆளேயில்ல. வந்த வங்களுக்கு முன்னால பிரச்சினை வேணாம்ன்னு பாக்குறேன்!”

“நீங்க கவலைப்பட வேண்டியதில்லை. இயக்க ஆளுங்க வந்தா தங்க பக்கத்து ஊர்ல சொல்லியாச்சு. மேடை ஸ்கூல்கிட்ட போட சொல்லிருக்கு. செல்லப்பா உட்பட எல்லாரும் நமக்குத் தான் மேடை போடுறாங்கன்னு சாதாரணமா இருப்பாங்க. யாருக்கும் சந்தேகம் வராது!”

“சரி ஜாபர், நீ அந்த வேலையை பொறுப்பு எடுத்துக்க. நான் மத்த வேலையை பாக்குறேன்!”

“நம்ம முதல்ல ஊர் மக்களை சந்திக்க ஆரம்பிக்கணும். இப்பவரைக்கும் நோட்டீஸ், போஸ்டர்ன்னு தான் இருக்கோம்!” என்றார் கமால்.

“செல்லப்பா ஓட்டு கேட்டுட்டு எத்தனை பேரோட போனான்!”

“அவங்க நிர்வாகிகள் சேர்த்து ஒரு எட்டு பேர் இருக்கும்!” என்றார் ஜாபர்.

“அப்ப நம்ம குவாரில வேலை பாக்குற நம்ம ஆளுங்க ஒரு அம்பது பேருக்கு புதுவேட்டி சட்டை எடுத்து குடுத்து நாளைக்கு கூட்டுட்டு வந்துருங்க. எம்மெல்ஏ எலெக்சன் கூட இப்படி நடந்துருக்க கூடாது!” - காதர்கனி.

“அம்பது பேர் அதிகம் ராவுத்தரே, பத்துல இருந்து இருபது பேர் போதும். நம்ம பண்ணுற அமளிதுமளி பெரிய பள்ளிவாசல் ஆளுங்க பாத்துட்டே இருப்பாங்க. இன்னொன்னு நம்ம ஊர்ல துலுக்கனுங்க படிக்க ஆரம்பிச்சுட்டாங்க, அவனுங்களும் கவனிப்பாங்க!”

“அதுனால என்ன ஜாபரு?”

“நீங்க வேற ராவுத்தரே, இப்படித்தான் திருச்சி தாண்டி ஒரு ஊர்ல ஜமாத் தேர்தல் நடந்துச்சு. நம்ம ஊரு மாதிரியே ரெண்டு பெரிய கோஷ்டி மோதுன தேர்தல்ல பணம் தண்ணியா செலவு பண்ணி விளம்பரம் பண்ணிருகானுங்க. இது பொறுக்காத படிச்ச பசங்க நாலு பேர், சாயங்காலம் நடக்கப்போற தேர் தலுக்கு காலைல போய் மெட்றாஸ் கோர்ட்ல ஸ்டே வாங்கிட் டானுங்க. இப்பவரைக்கும் அங்க எலெக்சன் நடத்த முடியல!”

காதர்கனி மீண்டும் யோசனையில் ஆழ்ந்தார்.

“கொஞ்சம் அடக்கியே வாசிக்கிறது எல்லாத்துக்கும் நல்லது. இன்னொன்னு நம்ம ஊருக்கு இந்தளவுக்கு ஆர்ப்பாட்டம் பண்ணி வெயிட்டு காமிக்கிறது தேவையில்லாத ஒண்ணு!” எனும் தன் கருத்தை ஆணித்தரமாகவே வைத்தார் ஜாபர் வாத்தியார்.

“என்ன பண்ணலாம் ஜாபரு?”

“ரொம்ப ஆர்ப்பாட்டம் வேணாம். போட்டி போடுற நிர்வாகிகள் மட்டும் அமைதியாக நின்னு கேன்வாஸ் பண்ணு

வோம். கூட்டமா போனா பயந்து போய் செல்லப்பாவுக்கு குத்திருவானுங்க. நம்ம செய்யிறது யாருக்குமே தெரியக்கூடாது. அவங்க கந்தூரி விழாவுக்கு முத்துன நாள் நம்ம ஏற்பாடு பண்ணிருக்க இயக்க கூட்டம் மாதிரி நச்சுன்னு நாசூக்கா இருக்கணும்!"

காதர்கனிக்கும் ஜாபர் சொல்வது சரி எனப்பட்டது. என்றாலும் செல்லப்பா செய்யும் வேலைகள் அவர் காதுக்கு தொடர்ந்து வந்த வண்ணம் இருந்ததால் அது ஒருபுறம் எரிச்சலை கொடுத்தது.

"கேக்கணும்ன்னு நினைச்சேன். கூட்டத்துக்கு இயக்க தலைவர் தீன் வருவாரா?" என்று ஆர்வமாக கேட்டார் காதர்கனி.

"இன்னும் நம்ம சமுதாய மக்கள் இப்படி இருக்காங்களேன்னு வருத்தப்பட்டு சொன்னாராம். கண்டிப்பா வருவார்ன்னுதான் சொல்லிருக்காங்க!"

அதில் திருப்தி கொண்ட காதர்கனி சற்று ஆசுவாசமடைந்தார்.

"தியேட்டரை இடிக்க போறாங்கன்னு மாதிரி ஊருக்குள்ள கிளப்பி விட சொன்னேனே? ஊருக்குள்ள என்ன பேசிக்கிறாங்க?" என அடுத்த எதிரிக்கான சதியாலோசனையில் இறங்கினார்.

மஸ்தான் பாய் "ராவுத்தரே ஊருக்குள்ள அதைப்பத்தி யாரும் பேசிக்கிற மாதிரி தெரியல. எவனும் கவலைப்படுற மாதிரியும் தெரியல. ஆனா மணியடிச்சா எங்க நிக்கிறானுங்கன்னு தெரியல. டிக்கெட் வாங்க வரிசையில நிக்கிறானுங்க!"

"ச்சை! இந்த ஊர்க்காரனுங்க ஏந்தான் இப்படி சினிமா பித்தேறி திரியிறாங்களோ தெரியல. ஜெயிச்சு வந்தோனே இவனுங்களை தனியா கவனிச்சிக்கிறேன்!" என்று காதர்கனி முகத்தை சுளித்தார்.

"சரி ஜாபர்! நாளைக்கு காலையில நீங்க சொல்ற மாதிரி நிர்வாகிகள் மட்டும் வீடு வீடா போவோம்!"

"ஆமா, ஊர்க்காரங்ககிட்ட நீங்க மட்டும்தான் பேசணும். அவசியம்னா மஸ்தான் பாய் நீங்க மட்டும் கூட பேசுங்க, மத்த

யாரும் எதுவும் பேசக்கூடாது!" என்று ஜாபர் தெளிவாக விளக்கினார்.

திடீரென யோசனை வந்தவராக, "ஆமா அந்த இமாம் நூர் என்ன ஆனாரு? உம்ராவுக்கு அனுப்புறோம்ன்னு சொன்னதும் ஓடி வருவார்னு பாத்தா சத்தமே இல்ல! எங்க இருக்கான் அந்தாளு?"

மஸ்தான் பாய், "அவங்க அம்மாவுக்கு உடம்பு சரியில்லை ஊருக்கு போயிருக்காராம். வர அடுத்த வாரம் ஆகுமாம்!"

"நிஜமாவே அம்மாவுக்கு முடியலையா? இல்ல நமக்கு பயந்து ஓடி போனாரா? ஜாபர் இது என்னென்னு விசாரிங்க. ஊருக்குள்ள பயம் போயிருச்சுன்னா மரியாதையும் போயிரும். பாத்துக்கங்க!" என கொஞ்சம் உஷ்ணமானார் காதர்கனி.

"இல்ல ராவுத்தரே! இப்ப நம்ம இமாமை தொல்லை பண்ண வேணாம். எலெக்சனுக்கு முன்னாடி வர்ற ஜும்மாவுல பேச சொல்லுவோம். நீங்க உண்மையிலேயே அவரை உம்ராவுக்கு அனுப்பி வைக்கிற எண்ணதுல இருக்கீங்களா?" என்று சந்தேகத் துடன் கேட்டார் ஜாபர்.

"அனுப்புவோம் இன்ஷா அல்லாஹ்!" என்ற காதர்கனியின் வார்த்தைகளில் அவ்வளவாக சுரத்தை இல்லை.

"அனுப்புவோம்னா புரியலயே ராவுத்தர்!" என்றார் ஜாபர் வாத்தியார்.

ஜாபர் வாத்தியார் காதர்கனியிடம் மிகுந்த நன்றியுணர்வோடு பழகி வருபவர் என்றாலும் அவரது தவறுகளை அவ்வப்போது சுட்டிக்காட்டி விடுவார். குறிப்பாய் இமாம் நூர் விஷயத்தில் நிஜமாகவே காதர்கனி அவரை உம்ராவுக்கு அனுப்பி வைப்பார் என்று நம்பினார்.

ஆனால், அவரின் ஆழமில்லாத "இன்ஷா அல்லாஹ்" அவருக்கு சந்தேகத்தை கிளப்பிவிட்டது.

ஜாபர் வாத்தியாரின் ஆதங்கத்தை உணர்ந்து கொண்டார் போல காதர்கனி மிகுந்த அமைதியை அனுசரித்தார். பின்பு அவரே ஆரம்பித்தார்.

“அவர் வந்தா பாத்துக்கலாம். அதான் வரலயே. அப்படியே வந்தாலும் அடுத்த வருஷம் பாத்துக்கலாம். நீங்க ஆக வேண்டிய வேலையை பாருங்க!”

தொடர்ந்து பேசினால் அவரை எதிர்ப்பது போல ஆகிவிடும் என்பதால் ஜாபர் அமைதியாய் இருந்துவிட்டார். எனினும், இந்த விஷயத்தில் அவரின் அறமற்ற செயல் குறித்து ஜாபருக்கு நிறைய வருத்தம். காரணம் அவரின் தந்தை இதே சிக்கந்தாபுரம் பள்ளிவாசலில் இமாமாமாக இருந்தவர்.

நாளைய நிகழ்ச்சி நிரலை சொல்லிவிட்டு மூவருக்கும் புறப்பட்டனர். வீட்டுக்கு வெளியே

“ஏங்க வாத்தியாரே! உங்க பாட்டுக்கு ராவுத்தர கேள்வி கேக்குறீங்க. அந்தாளு ஒரு மாதிரின்னு உங்களுக்கு தெரியாதா?” என்றார் மஸ்தான்!

“மஸ்தான் பாய், நம்ம எதுக்காக பேசிட்டு இருக்கோம்? ஒரு மஹல்லா தேர்தல். கிட்டத்தட்ட அல்லாவோட திருப்பணியை செய்ய நிர்வாகியா தேர்வாகுற நம்ம கொஞ்சமாவது அவனுக்கு உண்மையா இருக்க வேணாமா? எதுல பிராடு வேலை பாக்குறதுன்னு ஒரு விவஸ்தை வேணாம்?”

“அவரப்பத்திதான் உங்களுக்கு தெரியுமே? இன்னிக்கு நேத்தா பழகுறோம்! அந்தாளு இப்படித்தான் தேவையே இல்லாத விஷயத்துக்கு காசை கண்ணுமுண்ணு தெரியாம செலவு பண்ணுவானே தவிர மனமுந்து காசு குடுக்க மனசே வராது!”

“ஒரு இமாமை ஏமாத்தக்கூடாது பாய்! இதுக்கெல்லாம் மன்னிப்பே இல்ல. வசதி இல்லாத ஒரு இறையச்சம் உள்ள மனுஷனை உம்ரா விஷயத்தை லஞ்சமா குடுக்குறதே தப்பு. ஆனா, அதை கூட சரியா செய்ய மனசில்லாத மனுஷனுக்கு உதவுனா அல்லாஹ் நம்மள மன்னிப்பானா? அவர் கொடுத்த நம்பிக்கையில தான் இமாம்கிட்ட பேசுனேன்” என்ற ஜாபரின் குரலில் வருத்தம் வெளிப்பட்டது.

“வாத்தியாரே! இதெல்லாம் மனசுல வச்சுக்காதீங்க. பொறுமையா இருந்து ஆக வேண்டிய விஷயத்தை பாப்போம்!”

என்ற மஸ்தான் பாய் மனதுக்குள் ராவுத்தரையே எதிர்க்கிறானே! எல்லாம் அந்தாளு குடுத்த இடம் தான் என நினைத்துக்கொண்டார்.

மஸ்தான் பாய் சொல்வதை போல இப்போதைக்கு பொறுமை காப்பது தான் சரி என ஜாபருக்கு தோன்றியது. இமாம் நூர் வராதது நல்லது என நினைத்துக்கொண்டார். ●

# 27

சுந்தரம் காலை காட்சிக்கு டிக்கெட் கொடுத்து கொண்டிருந் தான். மிதமான கூட்டம். டிக்கெட் கொடுத்து முடித்து விட்டு ஆப்ரேட்டர் அறைக்கு ஓடவேண்டும். இரண்டு நாட்களுக்கு முன்பு வந்தவன் வேலையில் தங்கவில்லை. இடைவேளைக்கு தேவையான பலகாரம், முறுக்கு வகைகளை வாங்குவதற்கு கந்தன் வெளியே சென்று இருக்கிறான்.

தேவையானதை கந்தன் முன்பே சென்று வாங்கி வைத்திருக் கலாம் என்பது சுந்தரத்தின் ஆதங்கம்.

தியேட்டருக்கு வரும் முக்கால்வாசி ஆட்களை சுந்தரத்திற்கு நன்கு தெரியும். சிலர் அவனோட நின்று பேசிக்கொண்டிருப்பார்கள். இன்னும் பழகியவர்கள் அடுத்த வாரத்தில் என்ன பெட்டி வரும் என்பதை கேட்டு தெரிந்து கொள்வார்கள். சுந்தரம் எதிர்பார்த்தது போல தியேட்டரில் வேலை பார்க்கும் மனிதர்களின் சகவாசம் சிலருக்கு பெருமையான ஒன்றாக இருக்கிறது.

சுமார் முன்னூறு பேர் நெருக்கடி இல்லாமலும் நானூறு பேர் சற்று அசௌகரியத்தோடும் உட்கார்ந்து பார்க்கும் கொள்ளளவு கொண்ட திரையரங்கம் அது. சாதாரண நாட்களில் சாதாரண சினிமா அதுவும் காலை காட்சி என்றால் ஐம்பது பேர் வந்தாலே பெரிய கூட்டம் தான். சுந்தரம் விநியோகம் செய்த டிக்கெட்டுகளை எண்ணிப் பார்த்தான், முப்பத்தி ஏழு தான் இருந்தது. இன்னும்

ஒரு ஐந்து பேர் வந்தால் படத்தை போட்டு விடலாம். முதலாளியும் கண்டுகொள்ள மாட்டார்.

ஐந்து நிமிடம் கடந்து விட்டது. யாரும் வரவில்லை. திரை திறந்த போது முதல் பாடலாக நாகூர் அனிபா பாடல் ஒலித்தது.

படமே ஆரம்பித்தது போல உள்ளே விசில் சப்தம் கேட்டது. கந்தன் இன்னும் வரவில்லை. எங்கு போய் தொலைந்தான்? என்று நினைத்துக் கொண்டிருக்கும் போது கதவு திறக்கும் சப்தம் கேட்டது. கந்தன் அல்லது படம் பார்க்க ஐந்து ஆட்கள் யார் வந்தாலும் சுந்தரத்திற்கு சந்தோசம் தான்.

கதவு மட்டும் தான் திறந்தது ஆட்கள் யாரும் வரவில்லை. கதவை காற்று தள்ள வாய்ப்பே இல்லை. கந்தன் என்றால் கதவை தள்ளிவிட்டு இந்நேரம் சைக்கிளை ஓட்டிக்கொண்டு இங்கே வந்திருப்பான். இது யாராக இருக்கும்? என்ற யோசனை செய்த போது மூன்று பேர் வந்தார்கள். புது ஆட்கள். இருவர் கைலியும், ஒருவன் வேட்டியும் கட்டியிருந்தான். அதில் கைலி அணிந்திருந்த ஒருவன் அதற்கு மேல் தூக்கி கட்ட முடியாது என்றளவுக்கு இருந்தது.

சுந்தரம் அவர்களை கவனித்தவாறு இருந்தான். மூன்று டிக்கெட் கேட்டார்கள். சரியாக சில்லறையை கொடுத்து விட்டு அவன் டிக்கெட் கொடுக்கும் வரை முறைத்துக் கொண்டு நின்றார்கள். சுந்தரத்திற்கு சரியாக படவில்லை. எப்பொழுதும் வளாகத்தில் இருக்கை போட்டு அமர்ந்திருக்கும் முதலாளி சாகுல் ஹமீது இரண்டு நாட்களாக இந்த பக்கமே வருவதில்லை. வீட்டில் இருக்கிறார்.

டிக்கெட்டுகளை வாங்கிக்கொண்டு சென்றார்கள். சுந்தரம் அப்போது தான் கவனித்தான். கைலி அணிந்தவன் கைகளில் ஒரு வாளி இருந்தது. தியேட்டருக்குள் படம் பார்க்க செல்பவனுக்கு ஏன் வாளி? எனும் கேள்வியை கொஞ்ச நேரம் யோசித்தவன், வேறு வேலைக்கு வந்தவர்கள் அப்படியே படம் பார்க்க வந்திருக்கலாம் என்ற சமாளிப்பு மனப்பான்மையுடன் ஆப்பரேட்டர் அறைக்குச் செல்ல எத்தனித்த போதுதான் கந்தன் சைக்கிளை தள்ளிக்கொண்டு வந்தான்.

“ஏன்டா அறிவு கெட்டவனே, ஜாமான் வாங்க இவ்வளவு நேரமாடா? ஒரு ஆளு தனியா அல்லாடிட்டு இருக்கேன்னு தெரியாதா உனக்கு?” என எடுத்த எடுப்பில் கத்தினான்.

அதை எதிர்பார்த்தவன் போல கந்தன், “வாங்கிட்டு வர வேணாமா? கீழ கிடந்ததை எடுத்துட்டு வரவே அவ்வளவு நேரமாகுது. காசு குடுத்து வாங்கிட்டு வர வேணாமா?” என சலித்துக்கொண்டான்.

ஓர் இடத்தில் தொடர்ந்து வேலை பார்க்கும், பார்க்கப்போகும் ஒருவனது மனநிலைக்கும் எப்போதும் வேண்டுமானால் வேலை பறிபோகலாம் என்ற சூழலில் இருக்கும் ஒருவனது மனநிலைக்கும் நிறைய வேறுபாடு இருக்கும். அந்த விட்டேத்தியான இரண்டாவது மனநிலையில் தான் சுந்தரம் இருந்தான்.

“இங்க வாடா!” என்று ஆப்ரேட்டர் அறைக்கு படியேறும் போதே கந்தனை அழைத்தான்.

“அட வாங்கிட்டு வந்த பொருளை எடுத்து வைக்க வேணாமா? என்ன அவசரமா உனக்கு?” எனப் பொருட்களை ஒரு மூலையில் வைத்துவிட்டு சலித்துக்கொண்டே படியேறினான்.

இருவரும் ஒன்றன்பின் ஒருவராக படியேறி அறையில் உட்காந்தார்கள்.

சுந்தரம் திரையிடலுக்கு வேண்டிய பணியில் இருந்தான். கீழே பார்த்தான். மக்கள் வெண்திரையை பார்த்துக் கொண் டிருந்தார்கள். இன்னும் சிலர் சத்தமாக பேசிக்கொண்டிருந்தார்கள்!”

“வேலை பாத்துட்டுருந்தவனை இப்ப ஏ கூப்புட்ட!”

“மூணு பேர் வாளியை தூக்கிட்டு வந்தானுங்க. பார்வையும் சரியில்ல. கொஞ்ச கீழ போய் பாரு!”

“யாராச்சும் ரோடு வேலை பாத்திட்ருந்தவங்களா இருக்கும். நீயா ஒன்ன நினைச்சு, என்னோட வேலையும் கெடுக்குற!”

“பாக்கவே கருப்பா, அவனுங்க பார்வையே சரியில்லடா!”

“ரோடு போட்றவங்க வெயில்ல வேலை பாக்குறவங்க கருப்பாதான் இருப்பாங்க!”

“நீ மொதல்ல கீழ போய் நில்லு. என்ன நடக்குதுன்னு கவனி. அந்த நாலாவது வரிசையில ஓரமா உக்காந்துருக்குற மூணு பேரையும் பாரு!” என புராஜெக்டர் ஒளி பரவும் துவாரத்தின் வழியே அவர்களை அடையாளம் காட்டினான். பார்த்துவிட்டு கந்தன் வேண்டா வெறுப்பாய் கீழே இறங்கிப்போனான்.

விளக்கை அணைத்து விட்டு விளம்பர பெட்டியை மாட்டி னான். விளம்பரம் ஓடியது. ஓர் எட்டுப்பேர் சம்பந்தமேயில்லாமல் உற்சாகமாய் கத்தினார்கள். சுந்தரத்தின் கவனம் அந்த மூவர் மீது தான் இருந்தது. இத்தனை வருட அனுபவத்தில் படம் பார்ப் பவர்களின் கொண்டாட்ட மனநிலையை ரசித்திருக்கிறானே தவிர இப்படி யாரையும் அவன் சந்தேகம் கொண்டதே இல்லை.

அவர்களில் ஒருவன் எழுந்து வெளியே வந்தான். சுந்தரம் கந்தனை தேடினான். பின் சுந்தரமே கீழே இறங்கி வந்தான். அவன் கழிவறைக்கு சென்று விட்டு அதற்குரிய நேர இடை வேளையில் மீண்டும் தியேட்டருக்குள் சென்று விட்டான். சுந்தரம் மீண்டும் மேலே ஓடினான். இது அவனுக்கே முட்டாள் தனமாக தோன்றியது. எனிலும் ஊரின் இரண்டு பெரிய தலைக் கட்டுகளின் கழுகு பார்வையில் இருக்கும் இந்த இடத்தில் எது வேண்டுமானாலும் நடக்கலாம் என்கிற அச்ச உணர்வு தான் அவனை இப்படியெல்லாம் யோசிக்க வைக்கிறது.

கந்தன் மேலே வந்தான்.

“உன்னய கீழதானே பாத்துட்டு நிக்க சொன்னேன்! எங்கடா போன?”

“நா கீழப்போய் பராக் பாத்துட்டு இருந்தா முட்ட போண்டா வுக்கு யாரு மாவு கரைப்பா? நீ போய் கரைக்கிறியா? நான் போய் அந்த மூணு பேர் பக்கத்துல உக்காந்துகிறேன்!”

“எனக்கு இன்னும் ஒரு மாதிரியாதான் இருக்கு. இந்த தியேட்டரை விட்டு போகுற வரைக்கும் எனக்கு நிம்மதியே இல்ல. இதெல்லாம் ஒரு பொழப்பான்னு வருது!”

"நீ என்னப்பா மேனேஜர் ஆகிட்ட. அந்த பொறுப்புல பேசுற. இல்லேன்னா இப்படி பேசுற ஆளா நீ?"

"நா வேலைய விட்டு போறேன். நீ வேணா என்னோட மேனேஜர் வேலைய எடுத்துட்டு இங்கேயே மங்களம் பாடிட்டு உக்காரு!"

"நம்ம பாய் இருக்குற வரைக்கும் எனக்கு கவலைப்படவே தேவையில்லன்னு நினைக்கிறேன். சரி விடு, சூடா போண்டா போட்ருக்கேன். ரெண்டு எடுத்துட்டு வரவா மேனேஜர் ஸார்?"

சுந்தரம் சிரித்துக்கொண்டே, "நீ சொன்னதும் எனக்கு பசிக்க ஆரம்பிச்சிருச்சு. போய் எடுத்துட்டு வாடா!" என்று அவனது முதுகில் தோழமையாய் தட்டினான்.

திரையரங்கில் உள்ளே ஆரவாரமற்ற வித்தியாசமான அவலக் குரல் கேட்டது. சுந்தரம் திடுக்கிட்டான். அதை பார்த்த கந்தன்,

"ரெண்டாவது ரீல். ஹீரோ வர்றாரு. அதான் கத்துறாய்ங்க. எனக்கு தெரியுது. மேனேஜரோ உனக்கு தெரியல. என்ன மேனேஜரோ போ!" என்று கிண்டலடித்தான்.

ஆனால், இப்போது சப்தம் வேறு விதமாய் கேட்க கந்தனுக்கும் தவறாய் தோன்ற, இருவரும் துவாரத்தின் வழியே கீழே எட்டிப் பார்த்தார்கள். ஒருவன் வாளியில் கொண்டு வந்த கருப்பு பெயிண்டை திரையில் ஊற்றிவிட்டு நிதானமாக நடந்து வெளியே போக மற்றவர்கள் என்ன செய்வது என தெரியாமல் விக்கித்து நின்றார்கள். திரையின் நடுப்பகுதி கருப்பாக தெரிந்து அந்த வழியே ஒளி ஊடுருவ முடியாமல் விகாரமாய் இருந்தது. கந்தனும், சுந்தரமும் கீழே ஓடும் போது அந்த மூவரும் அங்கும் இல்லை. ●

# 28

இயக்க விழா நடக்கும் இடம் நேர்த்தியாக அலங்காரம் செய்யப்பட்டிருந்தது. இயக்க தலைவர் தீன் வருவதாக ஆங்காங்கே அறிவிப்பு செய்யப்பட்டது. அவர் யாரென்று சிலருக்கு தெரியவில்லை. தெரிந்தவர்கள் அவரை பற்றி பிறருக்கு எடுத்து கூறினார்கள்.

காதர்கனி ஏற்பாடு செய்யப்பட்ட விழா மேடை. ஆனால், நடப்பது இஸ்லாமிய சொற்பொழிவு என்று தெரிய வரவும் செல்லப்பா தரப்பு மிகுந்த குழப்பமடைந்தது. இந்த நேரத்தில் இந்த விழாவிற்கு என்ன அவசியம் என யோசித்தார்கள்.

"எதுக்கு இந்த நேரத்தில இதை ஏற்பாடு பண்ணிருப்பாங்க? ஒருவேள தீன் அவங்களுக்கு பிரசாரம் பண்ண வந்துருப்பாரோ?" ஒருவித ஆற்றாமையில் கேட்டார் செல்லப்பா.

"இல்ல! கண்டிப்பா இந்த மாதிரி ஒரு சின்ன ஜமாத் தேர்தலுக்கெல்லாம் இயக்க ஆளுங்க வரமாட்டாங்க. ஆனா எனக்கு ஒரு சந்தேகம் இருக்கு!" என்றார் சலீம்.

"அது என்னனு தெரியாமத்தானே குழம்பிட்டு இருக்கேன். அது என்ன சந்தேகம் என்னென்னு சொல்லு!"

"இயக்க தலைவர் தீன் ஒரு பேச்சாளர் மட்டுமில்ல. இஸ்லாமிய மூட நம்பிக்கையை உடைச்சு பேசுறதுல கை தேர்ந்தவர்!"

"இதுல உனக்கென்ன சந்தேகம் வந்துச்சு? அத முதல்ல சொல்லு!"

"நாளைக்கு நம்ம தாயத்து அவுலியாவுக்கு கந்தூரி விழா எடுக்குறதுக்கும் இவர் பேசப்போறதுக்கும் ஏதாவது சம்பந்தம் இருக்கும்னு தோணுது!" செல்லப்பா வாயடைத்துப் போனார்.

"நம்மாளுங்க யாரையாவது போய் பாக்கச் சொல்லு. அவர் என்ன பேசுறார்னு எனக்கு தெளிவா தெருஞ்சாகணும்!"

தீன் சரியான நேரத்தில் வந்துவிட்டார். சொற்ப அளவே இருந்தாலும் பேச ஆரம்பித்து விட்டார். இளம் இஸ்லாமிய பேச்சாளர். குறுகிய காலத்தில் வெளிநாடுகளில் சென்று சொற்பொழிவு ஆற்றுமளவிற்கு நட்சத்திர பேச்சாளராக உயர்ந்தவர்.

பேச ஆரம்பித்ததும் குரலில் வசீகரமோ என்னவோ கூட்டம் கூட ஆரம்பித்து விட்டது. வேலையிலிருந்து வீடு திரும்பிக் கொண்டிருந்த ஆண்கள் சைக்கிளை ஓரமாக நிறுத்தி அவரது பேச்சை கேட்டுக்கொண்டிருந்தார்கள்.

இறைவனுக்கு இணை வைத்தல், தர்ஹா வழிபாடு குறித்து கடுமையாக சாடிக்கொண்டிருந்தார். பேச்சில் அனல்கங்கு பறந்தது. இறைவனுக்கு இணை வைத்தால் சொர்க்கத்தில் கிடைக்கும் தண்டனை பற்றி தெள்ளத்தெளிவாக விவரித்துக் கொண்டிருந்தார். நரகத்தின் நெருப்பு பற்றி பேசும்போதெல்லாம் கேட்பவர்களுக்கு கால்கள் சுட்டது போன்ற உணர்வை கொடுத்தது.

பலர் நேரம் போவது தெரியாமல் கேட்டுக் கொண்டிருந்தார்கள். கூட்டம் சரியாக இரண்டே மணி நேரத்தில் முடிந்தது. மக்கள் கூட்டம் கலைந்தது. சிலர் தீனுடன் கைகுலுக்கி சலாம் சொன்னார்கள்.

செல்லப்பா அனைவரையும் அழைத்திருந்தார்.

"நீங்க கவலைப்பட தேவையில்ல ராவுத்தரே, தீன் பேசும் போது நானும் கேட்டுட்டு தான் இருந்தேன். அவரு சினிமா

பாக்கக் கூடாதுன்னு தான் சொன்னாரு. நாளைல இருந்து யாரும் சினிமா கொட்டகைக்கு போகாமலா இருக்கப் போறாய்ங்க?" என பிச்சை ஆறுதல் கூற முயற்சித்தார். செல்லப்பா ஆறுதல் அடைந்ததாய் தெரியவில்லை.

சலீம், "காதர்கனி ராவுத்தர்...!"

"அந்த வெறும்பய பேரை சொல்லாத!" என்று வெறுப்பாய் பேசினார்.

தவறை சரிசெய்து கொண்டார் போல சலீம் காதர்கனியின் பெயரை குறிப்பிடாமல் சொன்னார்.

"இப்ப நம்ம எதையும் முடிவு பண்ண முடியாது. இன்னொரு விஷயம் என்னோட மனசுல அரிச்சுகிட்டே இருக்குது. இந்த தாயத்து அவுலியா, வகையறா விஷயமெல்லாம் காதர்கனி அம்பா மூலியமா கிளப்பிவிட்ட பூதமா இருக்குமோன்னு எனக்கு சந்தேகமா இருக்கு!"

கேட்டதும் செல்லப்பாவுக்கு கோபம் தலைக்கேறியது.

தலை வலியோட கண்கள் துடிக்க ஆரம்பித்தது.

"இந்த அம்பாவை உயிரோட விடக்கூடாது. கேக்கபாக்க ஆளில்லாத கெழட்டு அனாதைப்பய அந்த நாயோட சேந்துகிட்டு என்கிட்டயே விளையாட்டு காட்டிட்டு இருக்கானா! அவனோட கொடலை உருவாம விட்டது தப்பு!"

"கொஞ்சம் பொறுமையா இருங்க ராவுத்தரே! இது என்னோட யூகம்தான். எதுவா இருந்தாலும் எலெக்சன் முடியட்டும்!"

"ஏம்பா சலீமு! இந்த யூகத்தையெல்லாம் முன்னாடியே சொல்லக்கூடாதா?" என்று பிச்சை செல்லப்பாக்கு ஆதரவாக பேசுவது போல சலீம் பற்றிய மதிப்பீட்டை குறைப்பது போல பேசினார்.

"அப்பப்ப மனசுல தோணுற எல்லாத்தையும் பேச முடியாது பிச்சை பாய். நீங்களும் அன்னிக்கு பேசமாத்தானே நின்னீங்க?" பிச்சை அமைதியாகிவிட்டார்.

"எல்லாரையும் பத்திரமா அனுப்பி வச்சாச்சா? தீன் பேச்சு கேட்டு எனக்கே புல்லரிச்சு போயிருச்சு!" என்றார் காதர்கனி.

"உங்களுக்கு எப்படி இந்த யோசனை வந்துச்சு?" என்றார் ஆர்வத்துடன் மஸ்தான் பாய்.

காதர்கனி மிகுந்த பெருமிதத்துடன் பேச ஆரம்பித்தார்.

"இந்த செல்லப்பா பய கந்தூரி விழா அறிவிச்சத்தும் எனக்கு தீன் ஞாபகம் தான் வந்துச்சு. இந்த மாதிரி ஷிர்க்- இறைவனுக்கு இணை வைப்பு, தர்ஹா வழிபாடு எந்த ஊர்ல இருந்தாலும் சொல்லுங்க, வந்து பேசுறேன்னு ஒருதடவை மெட்ராஸ்ல நடந்த மீட்டிங்ல சொன்னார். அதான் வாய்ப்பை விட்றக்கூடாதுன்னு முடிவு பண்ணேன். எல்லாம் சரியா அமைச்சிருச்சு!"

"அல்லாஹ்வுக்கு பயந்த எவனும் அந்த தாயத்து அவுலியா கந்தூரி விழாவுக்கு போகமாட்டானுங்க. போனா நரகத்தோட நெருப்பு தான் அவங்க கண்ணுக்கு முன்னாடி வந்து நிக்கும்!" என மஸ்தான் பாயும் அவரது உற்சாகத்திற்கு தீனி போட்டார்.

"நாளைக்கு ஒரு பய, செல்லப்பன் தோட்டத்துக்கு பக்கம் தலவச்சு படுக்க மாட்டாய்ங்க!" எனச் சிரித்தார் காதர்கனி.

"நம்ம ஊர்காரங்களை நம்பி எதையும் பேசிடாதீங்க. நாளைக்கு கிடைக்கிற நரக நெருப்பா? இன்னிக்கு கிடைக்கிற கறிகஞ்சியான்னு பாத்தா அவனுங்களுக்கு கறிகஞ்சிதான் கண்ணு முன்னால நிக்கும்!" என்றார் ஜாபர் வாத்தியார்.

"இந்நேரம் செல்லப்பனுக்கு பேதி புடுங்கிருக்கும். அவனை பத்தி எனக்கு நல்லா தெரியும். ஒரு விஷயத்தை யோசிக்காம இறங்கி அடி வாங்குறதுதான் அவனுக்கு பொழப்பே. நா மட்டும் இல்லேன்னா அவன் இந்தளவுக்கு மேலேயே வந்துருக்க முடியாது. ஆனா, அந்த முட்டாப்பயலும் என்னய ஒரு விஷயத்துல முட்டாளா ஆகிட்டான்!" என்ற காதர்கனியை எல்லோரும் பார்த்தார்கள்.

அவரே தொடர்ந்தார், "ஆமா! இல்லேன்னா அவனோட சீக்கு புடிச்ச தங்கச்சியை எனக்கு கட்டி வச்சிருக்க முடியுமா?"

“இப்ப எதுக்கு ராவுத்தரே இதெல்லாம்?” என ஜாபர் வாத்தியார் பேச்சை மற்ற முயற்சித்தார்.

“உனக்கு தெரியாது ஜாபர். சிங்கப்பூர்ல ரெண்டு பேரும் நாய் மாதிரி உழைச்சு கஷ்டப்பட்டோம். இன்னும் சொல்ல போனா அந்த நாயோட வேலையும் நான் தான் இழுத்து போட்டு செஞ்சேன். அந்த நன்றி கடனுக்காவது என்னய நினச்சு பாத்திருக்க வேணாமா?”

ஜாபர் கையை பிசைந்தார்.

“அவன் அல்லாஹ்வுக்கு பயந்தவனா இருந்தா அவன் தங்கச்சி மௌத்தா போனதும் அவனே எனக்கு பொண்ணு பாத்து கல்யாணம் பண்ணிருக்கணும். ஆனா, அதையும் பண்ணாம என்னையும் ஒதுக்கி வச்சு, ஊருக்குள்ள பொம்பள பொறுக்கி மாதிரி பேசி பரப்பிவிட்டான். கொஞ்சம் கூட மனசாட்சியே இல்லாதவன். அவனெல்லாம் ஜெயிச்சு வந்தானுங்க நா ஊர்லயே இருக்க மாட்டேன். நாண்டுகிட்டு செத்தே போனாலும் போவேன். ஊருக்கு வரமாட்டேன்!” என்றார்.

செல்லப்பா ராவுத்தர் குழப்பத்தில் ஆழ்ந்திருந்தார். தாயத்து அவுலியா மராமரத்து பணி, கந்தூரி விழா விருந்து என யோசிக்காமல் ஒரு பெரிய தொகையை இறங்கியிருந்தார்.

“சலீம்! நாளைக்கு பயந்துட்டு எவனும் வராம இருந்தா அது எனக்கு மானப்பிரச்சனையா போயிரும். ஆக்கி வச்ச சோத்தை என்ன பண்ணுறது? எனக்கு மனசே விட்டுப்போன மாதிரி இருக்கு!” என்ற போது நாளை விழாவிற்கு ஆடுகள் வந்திருப்பதாக வேலையாள் ஒருவன் வந்து சொன்ன போது மேலும் வெறுத்துப் போனார்.

“ராவுத்தரே நாளைக்கு வர்ற கூட்டத்தை வச்சு எதையும் வெளிய காட்டிக்வேண்டாம். பொறுமையா இருப்போம்!” என சலீமால் அந்த ஆறுதலை மட்டும் சொல்ல முடிந்தது.

சாகுல் ஹமீதுக்கு தியேட்டரில் நடந்த சம்பவம் உடனடியாக சொல்லப்பட்டது. கந்தனும், சுந்தரமும் உள்ளூர் போலீஸுக்கு தகவல் தெரிவித்து விட்டு வளாகத்தில் காத்திருந்தார்கள்.

## 29

சாகுல் ஹமீது வரும் போது போலீஸ்காரர்கள் இருவர் டீ குடித்துக்கொண்டே விசாரணை செய்வது போல பாவனை செய்து கொண்டிருந்தார்கள். அருகில் சுந்தரமும், கந்தனும் குற்ற உணர்வோடு ஆளுக்கு ஒரு திசையில் வெறித்துக் கொண்டிருந்தார்கள். புல்லட் சப்தம் கேட்டதும் எல்லோருடைய கவனமும் தியேட்டர் வாசலை நோக்கி திரும்பியது. இன்பம் விண்ணை முட்டினாலும் துன்பம் தரையை தட்டினாலும் முகபாவனையை மாற்றாத சாகுல் ஹமீது அன்றும் சாதாரண நாளில் கணக்கு பார்க்கும் தோரணையில் தான் வந்தார்.

"உங்களுக்கு யார் மேலயாவது சந்தேகம் இருக்கா பாய்!" என எடுத்த எடுப்பில் கேட்டார் மிதமான உயரம் கொண்ட அந்த மாநிறம் கொண்ட மூன்று நட்சத்திர காவலதிகாரி.

சுந்தரம், கந்தனுக்கு செல்லப்பாவா? காதர்கனியா? யாரை சொல்வார் என்று பதைபதைப்பாக இருந்தது.

சாகுல் ஹமீது, "ஸார், இது ஒரு தியேட்டர். நாலு குடும்பம் வர்ற மாதிரி ரெண்டு காலிப்பயலுங்க வரத்தான் செய்வாங்க. யார சந்தேகப்படுறது சொல்லுங்க? அதிகாரி நீங்க தப்பா நினைக்காலேன்னா உள்ள எட்டி பாத்திட்டு வந்துறேன். கொஞ்சம் உக்காருங்க!"

"பிரச்சினையில்ல நானும் வர்றேன் பாய்!" என இருவரும் சேர்ந்து திரையரங்குக்குள் சென்றார்கள்.

எம்ஜியார் படத்துக்கு விசில் அடிக்கிறவங்களையே தூக்கி போட்டு மிதிச்ச மனுசன் இப்படி சாதாரணமா இருக்காரே என இருவருக்கும் வியப்பாக இருந்தது.

திரையை பார்த்தார். கருப்பு வண்ணம் நட்டநடு திரையின் மையத்தில் நேர்த்தியாக தெளிக்கப்பட்டிருக்கிறது. பொதுவாக தியேட்டரின் வெண்திரை ஒருவகை வெள்ளை துணியால் நிறுவப்பட்டிருக்கும். ஆனால், சாகுல்ஹமீது துணிக்கு பதிலாக சுவற்றில் வெள்ளை நிற வண்ணம் பூசியிருந்தார். ஆக அது திரை இல்ல, சுவர்.

திரையை சேதப்படுத்தும் நோக்கில் புதிய ஆட்கள் யாரேனும் வந்திருந்தால் கத்தி கொண்டு கிழித்திருப்பார்கள். நன்கு தெரிந்தவர்கள் அல்லது தெரிந்தவரின் வழி காட்டுதல் படியே கருப்பு மை பூசப்பட்டிருக்கிறது என்பதை சாகுல் ஹமீது உடனே கணித்துவிட்டார்.

"யார் மேலயாவது சந்தேகம் இருந்தாலும் சும்மா சொல்லுங்க பாய்!" என மீண்டும் சொன்னார் அந்த அதிகாரி.

"எனக்கு யார்மேலயும் சந்தேகமில்ல. அப்படி ஏதாவது தோணுச்சுனா நானே ஸ்டேஷன் வர்றேன்!"

பிறகு, ஏன் எங்களை அழைத்தீர்கள் என்பது போல இருந்தது அந்த அதிகாரியின் உடல்மொழி. அதை புரிந்து கொண்ட சாகுல் ஹமீது கந்தன் சுந்தரத்தை சுட்டிக்காட்டி,

"பசங்க என்ன பண்ணனுன்னு தெரியாம உங்களை தொந்தரவு பண்ணிட்டாங்க. போய்ட்டு வாங்க ஸார்!" என்றபடி கைக் கொடுத்து அனுப்பினர்.

கைக்கொடுப்பில் அன்பளிப்பு பெறப்பட்ட திருப்தியில் காவலதிகாரி,

"எந்தப் பிரச்சினைன்னாலும் எனக்கு போன் பண்ணுங்க பாய்!" என்ற படி கடமையை முடித்து விட்டு கிளம்பினார். அவர் கிளம்பியதும் இருவரையும் தன் அறைக்கு அழைத்து வந்து பத்து நொடிகளுக்கு முறைத்தார்.

கா. ரபீக் ராஜா

“உங்கள யாருடா போலீசுக்கு தகவல் குடுக்க சொன்னா?”

சுந்தரம், “தியேட்டர்ல இது மாதிரி கலாட்டா, பிரச்சினை வரும் போதெல்லாம் பழைய மேனேஜர் இப்படித்தானே செஞ்சாரு!”

சற்று அமைதியாக சொன்னார், “அப்ப நடக்குற பிரச்சினை வேற. இது வேற. எனக்கு தெரியும் என்ன பண்ணனும்ன்னு!”

“அந்த ரெண்டு பேர்ல யாரோ செஞ்சிருக்காங்க. அத சொல்லிருக்க வேண்டியது தானே?” என கந்தன் சட்டென்று சொன்னதை சுந்தரம் கொஞ்சம் கூட எதிர்பார்க்கவில்லை.

சாகுல் ஹமீது அவனை உற்றுப்பார்த்து சொன்னார்.

“போலீஸ் என்கிட்ட காசு வாங்குனத பாத்தியா?”

கந்தன் அமைதியாக நின்றான். “சொல்லுடா! பாத்தில?”

“ம் பாத்தேன்!”

“இங்க காசு வாங்குனவன், அங்க வாங்க கூசுமா? சொல்றா, கூசுமா?” என கத்திய போது வெளிய பள்ளி வாசலில் சப்தம் கேட்டது. அவர் தொடர்ந்து பேச எத்தனித்த போது பாங்கு சப்தம் தொடர்ந்து ஒலிக்கவே எழுந்து வெளியே வந்து பள்ளி வாசலை உற்றுப்பார்த்து விட்டு அங்கேயே நின்றார்.

“ஏன்டா இந்தாள எதுத்து பேச எங்கருந்து உனக்கு தைரியம் வந்துச்சு?” என்று கந்தனின் கால் பெருவிரலை அவனது காலால் மிதித்தவாறு கேட்டான் சுந்தரம்.

“அது என்னமோ தெரியல. இப்பெல்லாம் இவரை பாத்தா பயமே வரமாட்டுது!”

“ஒ தைரியமாயிருச்சோ?”

“ஆமா, வேலை நிச்சயமில்லாம இருக்குறப்பா இது கூட பேசாட்டி எப்படி? அதுமில்லாம நா ஒண்ணும் தப்பா பேசலயே?”

சுந்தரம் லேசாய் சிரித்தான். அதற்குள் சாகுல் ஹமீது வந்துவிட்டார்.

"என்னடா பராக் பாத்துட்டு நிக்கிறீங்க? திரையை சரி பண்ண ஆள கூட்டிட்டு வாங்கடா!" என விரட்டினார். இருவரும் வெளியே வந்தார்கள்.

பள்ளிவாசல் தொழுகைக்கு வாயிலில் நின்று இருந்தார்கள். சிலர் இவர்களை பற்றி பேசுவதும், வெறித்து பார்ப்பதுமாய் இருந்தார்கள். கந்தனுக்கு சற்று கூச்சமாக இருந்தது.

"ஏன்டா இப்படி பாக்குறானுங்க?"

"நீதான் பெயிண்டை கரச்சு ஊத்திருப்பன்னு நினைக்கிறாங்க போல!" என்றான் சுந்தரம் நக்கலாக.

"ஆமாமா, ஒரு விஷயம் கவுனிச்சியா? நம்ம பாய் எதுவுமே நடக்காத மாதிரி நிக்கிறத!"

"அதான் எனக்கும் ஆச்சரியமா இருக்கு. மனுசன் இந்நேரம் பேயாட்டம் ஆடிருப்பாருன்னு நினைச்சா, எதுவுமே நடக்காத மாதிரி இருக்காரு!"

"இதுக்கும் ஏதாவது காரணம் இருக்கும். ஊர்ல ரெண்டு பணக்கார பாய்களை சமாளிச்சிட்டு இருக்குறவரு திட்டம் இல்லாமலா இருப்பாரு. ஒரு விஷயத்தை உடனே நம்ம பண்ணியாகணும்."

"ஆமா, பெயிண்டு அடிக்க ஆள் பாக்கணும். சீக்கிரம் வா!"

சுந்தரம், "அதில்லடா, நமக்கு சீக்கிரமே ஒரு வேலைய பாக்கணும். அடுத்த சம்பவம் எப்படி இருக்க போகுதுன்னு தெரியல. உயிர்ப்பலி கூட இருக்கலாம்னு உள்மனசு சொல்லுது!"

"சனியம்பிடிச்ச மனசு அப்படியா சொல்லுது!" என்றான் கந்தன்.

"பின்ன, வெளிய நின்னு நம்மள ஒரு மாதிரியா பாக்குறது. ஊரு குளத்துக்குள்ள நம்மள போகவிட்டு முதுகுக்கு பின்னால

பேசுறது, எல்லாத்துக்கும் மேல ஸ்க்ரீனுக்கு மேல கருப்பு பெயிண்டு ஊத்துறது. எல்லாமே எனக்கு வேற மாதிரி இருக்கு!"

"எனக்கு கூட தியேட்டர் மாடில இருந்து கீழ விழுகுற மாதிரி கனவு வந்துச்சு. ஒரு வேளை அந்த உயிர்ப்பலி நாந்தானோ?" என்றான்.

தியேட்டருக்கு வெளியே நான்கு பேர் குடும்பத்துடன் உள்ளே வந்தார்கள். பார்ப்பதற்கு வெளியூர்காரர்கள் போல இருந்தார்கள்.

"இன்னிக்கு தியேட்டர் லீவு" என அவர்களை சுந்தரம் வெளியே அனுப்பி வைத்தான். தன் அறையில் இருந்த சாகுல் ஹமீது மனதில் நிம்மதியின்றி தவித்துக்கொண்டிருந்தார்.

பசித்து சாப்பிட்டு பத்து நாட்களுக்கு மேலாகிவிட்டது. பீர்முகம்து வந்து போனத்திலிருந்து மனதில் நிம்மதி தங்கவில்லை. எப்பொழுதும் தன்னை தள்ளி நின்று வேடிக்கை பார்த்த ஊர் எதிரிகள் இன்று சாயம் கரைத்து ஊற்றும் அளவிற்கு எப்படி தைரியம் வந்தது என்றே பிடிபடவில்லை.

திரையரங்குள் வந்து பார்த்தார். எண்ண அலைகள் அவரை எங்கெங்கோ அழைத்துச் சென்றது.

"இன்னும் ஜெயிக்கவே இல்ல அதுக்குள்ள நல்ல சேதியா வந்திட்ருக்கு!" என்றார் மஸ்தான் பாய்.

படித்துக்கொண்டு இருந்த நாளிதழை பொறுமையாக மடித்து வைத்துவிட்டு பார்த்தார் காதர்கனி.

"ஆமா ராவுத்தரே, அந்த கொட்டகை திரையில எவனோ கருப்பு மையை ஊத்திட்டு போயிடாங்களாம். யாரு செஞ்சதுன்னு தெரியலையாம்!" என காதர்கனியை ஒரு மாதிரியாக பார்த்தார்.

காதர்கனி, "என்னய்யா ஒரு மாதிரியா பாக்குற இந்த மாதிரி வேலையெல்லாம் அந்த செல்லப்பா பயதான் பாப்பான்!"

"நீங்களும் செய்யலேன்னா வேற யாரு செஞ்சிருப்பா?" என்றார் சலீம்.

செல்லப்பா, "வேற யாரு அந்த காதர்கனிதான் அவனுக்கு உடம்பு முழுக்க விசமத்தை மட்டும் தான் அல்லாஹ் குடுத்துருக்கான்!"

சலீம் யோசித்துக்கொண்டு இருப்பதை பார்த்த செல்லப்பா, "கந்தூரிக்கு தலைக்கு மேல வேலை கெடக்கு. நீ அதப்பாரு சலீமு. இப்போதைக்கு இத சிறப்பா நடத்தி முடிச்சு அந்த நாய் முகத்துல கரிய பூசணும்!"

# 30

*கா*தர்கனியின் அணி ஆதரவு கேட்டு ஊரை வலம் வந்தது. செல்லப்பா ஆதரவு சுவரொட்டி தாங்கியிருந்த வீடுகளை கவனமாக தவிர்த்து பிற வீடுகளில் சரமாரியாக "அஸ்ஸலாமு அலைக்கும்"களை தெரிவித்தார். குவாரியில் இவரிடம் அடி வாங்கியவர்கள், உதவி கேட்டு வந்து அடித்து விரட்டப்பட்டவர்கள், அநியாய தண்டம் வசூல் செய்யப்பட்டவர்கள் என எல்லோர் முகத்திலும் முழிக்க வேண்டிய துர்பாக்கிய நிலைக்கு தள்ளப் பட்டிருந்தார் காதர்கனி.

தாயத்து அவுலியா அடங்கியிருந்த பகுதி வண்ண விளக்கு களால் அலங்கரிக்கப்பட்டு ஜொலித்தது. மக்களின் வரவை வைத்து தான் தன்னுடைய வெற்றியை வாய்ப்பு அடங்கியுள்ளதாக செல்லப்பா ஆழமாக நம்பினார். ஆட்கள் இரண்டு மூன்று பேர் வரத்தொடங்கி இருந்தார்கள். அது மரியாதைக்குரிய ஆட்களாக இல்லா விட்டாலும் அவர்களை அன்போடும், பண்போடும் உபசரித்து பந்தி நடக்கும் இடத்திற்கு இன்முகத்துடன் செல்லப்பா அனுப்பி வைத்ததை பிச்சை ஆச்சரியத்துடன் பார்த்துக்கொண்டு தன் சகாக்களிடம் தன் அதிர்ச்சியை பகிர்ந்து கொண்டார்.

காதர்கனி ஜமாத் தேர்தலில் தலைவராக தேர்ந்தெடுக்கும் பட்சத்தில் இந்த வருட நோன்பிற்கு நலத்திட்டங்களையும் அதிகாரபூர்வமற்ற முறையில் அறிவித்தார். கூடவே, தனது மகன் ரகுமானையும் அழைத்து வந்தார். அது அடுத்ததலைமுறைக்கான நற்செய்தி என அவரின் தரப்பு பேசிக்கொண்டது. நெடுநேரம்

நடந்து கால்கள் வலிக்கவே அவரின் திறந்த வெளி வாகனம் வரவே, அதில் ஏறி நின்று ஓர் அரசியல் தலைவர் போல அன்போடு கையசைத்து கொண்டார்.

அது பெரிய கூட்டம் என்றாலும் கவுரவமான அளவில் மக்கள் கூடியிருந்தார்கள்.

இஸ்லாமிய பாடல்கள் மற்றும் அதனுடன் கூடிய மங்கள இசை வாத்தியங்கள் முழங்க விழா நடைபெற்றுக்கொண்டு இருந்தது. செல்லப்பாவின் குடும்பம் அலங்காரம் செய்யப்பட்ட சிறிய குடில் போன்ற மேடையில் அமர்ந்திருந்தார்கள். வந்திருந்த மக்களில் சிலர் அவர்களோடு சிறிது நேரம் பேசிவிட்டு சென்றார்கள்.

"என்ன மஸ்தான் பாய், எவனோட மூஞ்சியிலயும் சிரிப்பே காணோம். ஓட்டு போடுவானுங்களா!" என்றார்.

"ராவுத்தரே, நீங்க என்ன சாதாரண ஆளா! இங்க ஓட்டு போடாம இருந்தா நாளைக்கு உங்ககிட்ட தான் வேலைக்கு வரனும். உங்ககிட்ட எவ்வளவு பேர் வேலை பாக்குறான், அதுல எத்தனை பேருக்கு ஓட்டிருக்குன்னு எல்லாமே லிஸ்ட் எடுத்து வச்சிருக்கு. எவனும் தப்பிக்க முடியாது. நீங்க சொன்ன மாதிரி உங்க கணக்குப்பிள்ளைகிட்ட சொல்லி ஒரு மாச சம்பளம் பிடிச்சிருக்கு. ஓட்டு போடாம எங்க போயிட போறாங்க?"

மக்கள் வரிசையாக உட்கார்ந்து சாப்பிட்டுக் கொண்டிருந் தார்கள்.

விருந்துக்கு ஏற்பாடு செய்யப்பட்டிருந்த இருந்த இடத்தில் இருந்த கூட்டம் கூட தாயத்து அவுலியா நினைவிடத்தில் இல்லை. அவுலியாவின் தலைமாட்டில் ஏற்றி வைக்கப்பட்டிருந்த ஊதுபத்திகள் எந்நேரமும் தன் இறுதி மூச்சை முடிவுக்கு கொண்டு வரும் தருணத்தில் புகைந்து கொண்டிருந்தன. பிச்சைக்கு செல்லப்பா ராவுத்தரிடம் நிறைய பேசவேண்டும் போல இருந்தது. விஷயங்கள் அனைத்தும் அவருக்கு கோப மூட்டும் எதிர்மறைமிக்கது என்பதால் அமைதியை கடைபிடித்தார் என்றாலும், அவரை மீறி வாய் முணுமுணுத்தது.

"தாயத்து அவுலியாவை எவனும் மதிக்கல. ஆனா வெள்ளச் சோறு, கறிக்குழம்ப மானாவாரியா மதிக்கிறாய்ங்க. எப்புடி திங்கிறானுங்க பாரு!"

காதர்கனி, ஜாபர் வாத்தியாரை அருகில் அழைத்து கேட்டார்,

"செல்லப்பா கந்தூரி விழா என்னாச்சு? கூட்டம் கூடுனதாமா?"

"ஓரளவு கூட்டம்தான்! ஆனா, செல்லப்பாவுக்கு மூஞ்சியே சரியில்லேன்னு பேசிக்கிறாங்க!"

"ஏனாம்?"

"தாயத்து அவுலியாவை யாரும் கண்டுக்காம சாப்பிட்டு போறாங்களாம். அதான் கவலைல இருக்காரு!"

காதர்கனி வாய்க்கொள்ளாமல் சிரித்துக்கொண்டார்.

செல்லப்பா சலீமை அழைத்தார். "எவ்வளவு செலவு பண்ணிருக்கோம்?"

"கந்தூரி விழாவுக்கு இதுவரைக்கும் நாற்பதாயிரம் செலவு பண்ணிருக்கோம்!"

மாலிக் அதிர்ச்சியாகி நெஞ்சில் கை வைப்பதை செல்லப்பா பார்த்ததும் அவருக்கும் நெஞ்சில் லேசாய் வலி பாய்ந்தது போல இருந்தது. ஆனால், நெஞ்சில் தான் கை வைக்க முடியவில்லை.

"தின்னுட்டு போன பயலுகளாவது ஏதாவது ஓட்டு போட்ற மாதிரி தெரியுதா?" என்று சலீமை பார்த்து பரிதாபமாக கேட்டார்.

சலீம் ஏதும் சொல்லவில்லை.

காதர்கனி ஊரில் பாதி தெருவை வலம் வந்துவிட்டார். எதிர்பார்த்த ஆதரவு இருப்பதாக தெரியவில்லை.

"என்ன வாத்தியாரே, ஊர்காரனுங்க செய்யிற எல்லாமே மர்மமா இருக்கு! அங்க செல்லப்பன் ஏற்பாடு பண்ணுன கந்தூரி விழா பெருசா எடுபடலயாம். இங்க என்னென்னா கண்டும்

காணாம போறானுங்க. மனசுல என்னதான் நினைச்சிட்டு இருக்காய்ங்க. நோட்டீஸ், போஸ்டர், கூட்டம்ன்னு போனதுல பெரிய பள்ளிவாசல் ஆளுங்க எதுவும் வேலை பாத்துடாய்ங்களா?"

ஜாபர் வாத்தியார் கொஞ்சம் நியாயமாக பேசவேண்டும் என நினைத்தார்.

"அதாவது ராவுத்தரே இந்த தேர்தல் உங்க ரெண்டு பேருக்கும் மானப்பிரச்சினை. ஆனா, ஊர் மக்களுக்கு ரொம்ப சாதாரண விஷயம். நம்ம என்னதான் அவங்க கவனத்தை கவர்ற மாதிரி இருந்தாலும் போகப்போக அது அவங்களுக்கு ரொம்ப சாதாரண மான விஷயமா போயிருச்சு. உள்ளுக்குள்ள கொஞ்சம் பரபரப்பா தான் இருக்காங்க. இன்னொரு முக்கியமான விஷயம் ஊர் மக்கள் ரெண்டு பேரையும் பகைச்சுக்க விரும்பல. எதுவா இருந்தாலும் நாளைக்கு ஒருத்தர்கிட்ட தான் வந்து நிக்கணும்ன்னு எதார்த்தத்தை ரொம்ப தெளிவா புரிஞ்சு வச்சிருக்காங்க. அதுனால நீங்க போட்டு மனசை குழப்பிக்க வேணாம். ஒரு விஷயம் மட்டும் நல்லா தெரியுது. போட்டி கடுமையா இருக்கும்!"

ஜாபர் வாத்தியார் களநிலவரத்தை மிகச்சரியாக கணித்தது போலதான் மக்களின் மனநிலையும் இருந்தது. எடுத்துக்காட்டாக காதர்கனியிடம் வேலை பார்த்த ஒருவன் வேலையை விட்டு நின்றால் அவன் அடுத்து செல்லப்பாவின் ரைஸ்மில், அரிசி ஆலை போன்ற ஏதாவது ஒன்றில் தான் சேர வேண்டும். அப்படி இருக்கும் போது குறிப்பிட்ட ஒருவரின் ஆதரவாளராக காட்டிக்கொள்ள அவர்களுக்கு விருப்பமே இல்லை.

மறுநாள் இருவருக்கும் பெரிய பள்ளிவாசலில் இருந்து கடிதம் ஒன்று வந்தது. அதன்படி, அதீத பிரச்சார நிகழ்வுகள் இசுலாமிய நெறிமுறைகளுக்கு எதிராக இருப்பதால் அனைத்தையும் உடனே நிறுத்துமாறும் கேட்டுக்கொள்ளப்பட்டது.

மேலும், இனி இருவருக்கும் பரப்புரை செய்ய அனுமதி இல்லை எனவும் நேரடியாக தேர்தல் மட்டுமே நடைபெறும் என அந்த கடிதத்தில் சொல்லப்பட்டருந்தது. மீறினால், மறு தேதி அறிவிக்கப்படாமல் தேர்தல் ஒத்திவைக்கப்படும் என்ற

எச்சரிக்கையும் அதில் இருந்தது. நினைத்தது போலவே நடந்து விட்டதாக சலீம், ஜாபர் வாத்தியார் கருதினார்கள்.

செல்லப்பா இந்த கடிதம் முன்பே வந்திருந்தால் கந்தூரி விழா நடக்காமல் நாற்பது ஆயிரம் மிச்சமாயிருக்கும் என குறைப்பட்டுக்கொண்டார்.

சிக்கந்தாபுரம் இரண்டு நாட்கள் மிக அமைதியாக இருந்தது. இரு தரப்பில் கொடுக்கப்பட்ட நோட்டீஸ் தெருவில் பறந்து கொண்டிருந்து. போஸ்டர்கள் ஆடுகளால் மேயப்பட்டது. பெரிய பள்ளிவாசல் நிர்வாகிகள் தேர்தல் நடத்துவதற்கான ஆயத்த பணியில் இருந்தார்கள். ஊர் இளைஞர்கள் சிலர் யார் வெற்றி பெறுவார் என பணம் கட்டி பந்தயம் வைத்தார்கள்.

இந்த நேரத்தில் தான் நாயகம் அம்மாவின் உடல்நிலை மோசமானது. வைத்தியர்கள் வீட்டில் வந்து மருத்துவம் பார்த் தார்கள். சாகுல் ஹமீது அம்மாவின் அருகிலேயே உட்கார்ந்து கவனித்து வந்தார். சுமார் ஐநூற்று சொச்சம் சந்தா ஓட்டுகள் கொண்ட சிக்கந்தாபுரம் அன்று விடிந்த பொழுதோடு ஜமாத் தேர்தலின் வாக்கு எண்ணிக்கைக்கு தயாரானது. பள்ளிவாசல் பாதையின் இருபுறமும் வெள்ளை கோடுகள் போடப்பட்டது. மோதினார் முத்தலீபுக்கும், அம்பாவுக்கு கடுமையான வேலை நாளாக அமைந்துவிட்டது.

# 31

இரண்டு போலீசார்கள் பள்ளிவாசல் முன்பு போடப்பட்ட பெஞ்சில் அமர்ந்திருந்தார்கள். அரைமணி நேரத்திற்கு பிறகு தான் அது ஜமாத் தேர்தலின் பாதுகாப்பு பணிக்கு என அறிய முடிந்தது. ஜமாத் தேர்தல் பெரிய பள்ளிவாசல் அந்த பகுதி காவல் நிலையத்தில் சொல்லி செய்யும் வழக்கமான நடைமுறையாகும். வழக்கமான தேர்தல் காலை எட்டு மணிக்கு தொடங்கும். ஆனால், ஜமாத் தேர்தல் காலை பத்து மணிக்கு ஓட்டுப்பதிவு ஆரம்பமாகும் என அறிவிப்பு செய்யப்பட்டது.

வாக்கு செலுத்த வரும் நபர் தன் அடையாளத்தை நிரூபிக்க ரேஷன் கார்டு அல்லது வாக்காளர் அடையாள அட்டையுடன் பள்ளிவாசலுக்கு கடைசியாக செலுத்திய சந்தா ரசீது கையில் வைத்திருக்க வேண்டும் என பள்ளிவாசல் ஒலிபெருக்கியில் சொல்லப்பட்டது. தங்கள் ஆதரவாளராக அறியப்பட்டவர்களில் செலுத்தப்படாத சந்தாவை செல்லப்பாவும், காதர்கனியும் அவர்களது ஆட்களுக்கு செலுத்தி விட்டார்கள்.

ஓட்டுப்பதிவு ஓய்வு பெற்ற நீதிபதியின் முன்பாக நடைபெறும். வாக்குப்பதிவு சரியாக ஐந்து மணியளவில் முடிந்து சரியாக ஆறுமணிக்கு இருதரப்பு முன்னிலையில் வாக்குகள் எண்ணப் பட்டு அன்று இரவே முடிவுகள் அறிவிக்கப்படும். இவையனைத்தும் ஓய்வு பெற்ற நீதிபதியோடு பெரிய பள்ளிவாசலின் முக்கிய நிர்வாகிகள் முன்னிலையில் நடைபெறும். தேர்தல் நடை பெறுவதால் அன்று காட்சிகள் ஓட்டக்கூடாது என்ற கடிதம்

காவல்துறை வாயிலாக சாகுல் ஹமீதுக்கு தெரிவிக்கப்பட்டு இருந்தது.

காதர்கனி வெகு சீக்கிரம் எழுந்துவிட்டார். தன் காரியம் கைகூட வேண்டுமென்றால் அரிதாக வீட்டில் தொழுவார். அன்றும் அப்படித்தான் தொழுதார். ஜமீலா அவர் கைகளை பிடித்துக்கொண்டு நின்றாள். "எதுவா இருந்தாலும் நிதானம் தவறிடாதீங்க!" என்றாள்.

"எதுவா இருந்தாலும் நான் தான் ஜெயிக்கப்போறேன். நீ ஆக வேண்டியத பாரு. என்னோட புள்ள பிறக்கும் போது இந்த மஹல்லாவுக்குத் தலைவரா இருப்பேன்!" என ஜமீலாவின் வயிற்றைப் பாசமாய் நெருடிவிட்டு தன் அம்பாசிடர் காரில் ஏறினார்.

செவ்வந்தியப்பன் அவரை முதன்முறையாக பார்ப்பது போல பார்த்தான். உடன் மஸ்தான், ஜாபர் வாத்தியார், கமால் ஏறிக்கொண்டார்கள்.

"என்ன எல்லாரும் அல்லாட்டா தொழுது துவா கேட்டீங்களா?" என்றார் காதர்கனி.

இருவரும் தலையாட்ட, மஸ்தான் பாய் மட்டும் வெற்றிக்காக அவர் குடும்பத்துடன் நோன்பிருப்பதாக பொய் சொன்னார். காதர்கனி அவரை பாராட்டினார்.

உண்மையில் மஸ்தான் பாய் சற்று முன் தான் காலை உணவாக ஏழு இட்லியை உள்ளே தள்ளியிருந்தார்.

நேரம் சரியாக பத்தாவதற்கு அரை மணிநேரம் இருந்தது. கார் பள்ளிவாசல் நோக்கி பறந்தது. அந்த நான்கு தெரு தாண்டிச் செல்லும் வரை யாரும் எதுவும் பேசிக்கொள்ளவில்லை. மிக அமைதியாக இருந்த இடத்தில் யார் பேச்சை ஆரம்பிப்பது எனும் மௌனப்போராட்டம் நடந்து கொண்டிருந்தது. யார் பேச ஆரம்பித்தாலும் அது படுசெயற்கையாகவே இருக்கும் எனும் சூழல் நிலவியது.

காதர்கனிதான் ஆரம்பித்து வைத்தார்,

"என்ன வாத்தியாரே திரும்பி வீட்டுக்கு வரும் போது சந்தோஷமாத்தானே வருவோம்?"

செல்லப்பா, காதர்கனி வருவதற்குள் தேர்தல் நடக்கும் இடத்திற்கு சென்று விட வேண்டும் என நேற்று இரவே முடிவு செய்துவிட்டார். அதன்படி ஒன்பது மணிக்கெல்லாம் வீட்டிலிருந்து புறப்பட்டு பள்ளிவாசலுக்கு செல்ல ஆயத்தமானார்.

"ஏங்க எதுவும் நினைக்காதீங்க. எது நடந்தாலும் அல்லாஹ் அதுல ஒரு நன்மையை வச்சிருப்பான்!" என்றாள் அமீரா.

தன் தந்தையை இவ்வளவு சீக்கிரம் வெளியே கிளம்பி பார்க்காத அலிமா, தானியா அவரை ஆச்சரியமாக பார்த்தார்கள். அலிமாவின் கன்னத்தில் செல்லமாய் கிள்ளிவிட்டு, தானியாவுக்கு ஒரு பாசமான முத்தம் கொடுத்தார். செல்லப்பா கிளம்பி செல்வதை பிழைப்புக்காக காணாத தேசத்துக்கு செல்வது போல மூவரும் அவரை வழியனுப்பி வைத்தார்கள். தனக்கு பிடித்த கரும்பச்சை அம்பாசிடர் காரில் அவரே ஓட்டிச்செல்ல அவரது அணியினர் தெரு முக்கில் ஏறிக்கொண்டார்கள்.

தான் வருவதற்கு முன்பே செல்லப்பாவின் கார் நிற்பதை காதர்கனி கவனித்தார்.

சீக்கிரத்தில் வந்ததால் வசதியான இடத்தில் நிறுத்தியிருந்த காரை பார்த்து தான் அவனை விட சீக்கிரம் வந்திருக்கலாமே என நினைத்துக்கொண்டார்.

வாக்கு எண்ணிக்கை நடக்கும் முன்பு ஓர் அறையில் முக்கியஸ்தர்கள் கூடியிருந்தார்கள். அங்கு ஓய்வு பெற்ற நீதிபதி, பெரிய பள்ளிவாசல் நிர்வாகிகள் தவிர செல்லப்பாவும் ஒரு சேரில் அமர்ந்திருந்தார். காதர்கனி வருவதை செல்லப்பாவும் கவனித்து விட்டார். இருவருக்கும் ஒருசேர ஒரு மெல்லிய நரம்பு காலில் இருந்து தலைக்கு ஏறிக்கொண்டிருந்தது. கிட்டத்தட்ட இருவரும் பார்த்துக்கொண்டு எட்டு மாதம் இருக்கும். எப்படிப் பட்ட எதிரியாக இருந்தாலும் பெருநாள் தொழுகையில் சந்தித்து கொள்ளாவிட்டாலும் குறைந்தபட்சம் ஒருவரது முகத்தை பார்த்துக்கொள்வது தவிர்க்க முடியாதது.

அப்படித்தான் கடைசியாக பார்த்துக்கொண்டார்கள்.

அதன்பின், இப்போது பார்க்கும் சூழல் வெகு அசாதாரண மானது. அவர்களை போலவே அவர்களது அணியினரும் சம்பிர தாயமாக முறைத்துக்கொண்டார்கள். உண்மையில் அவர்களுக் குள் எந்த பகை உணர்ச்சியும் இல்லை.

நீதிபதி இருவரையும் அழைத்து ஒரு படிவத்தில் கையெழுத்து வாங்கிக்கொண்டார். இருவரில் யார் முதலில் கையெழுத்து போடுவது என்ற சண்டை கூட நிகழும் என்று பிச்சை எதிர் பார்த்தார். ஆனால், நீதிபதி காதர்கனியை கையெழுத்து போட முதலில் அழைத்தார். செல்லப்பா கையெழுத்து போடும் போது அருகில் இருந்த காதர்கனியின் கையெழுத்தை பார்த்து அதையும் பாரபட்சமின்றி வெறுத்தார். இருவரும் எதிரெதிர் அமர்ந்து கொண்டார்கள். நடுவில் நீதிபதி அமர்ந்து தேர்தல் நடைமுறையை மீண்டும் ஒருமுறை விளக்கிச் சொன்னார். அவர் விளக்கிக் கொண்டிருக்கும் போதே இருவரும் யதார்த்தமாக மூன்று முறை பார்க்கும் படி ஆகிவிட்டது.

அன்று ஞாயிற்றுக்கிழமை. எப்பொழுதும் விடுமுறைதான். ஆனால், அன்று விடுமுறை தேர்தலுக்காகவே விட்டது போல இருந்தது. சந்தாகட்டும் குடும்பத்தலைவர்கள் மிகுந்த உற்சாகத் துடன் கிளம்பினார்கள். முடிவு அன்று இரவே வெளிப்பட்டு விடும் என்பதால் பரபரப்பும் தொற்றிக்கொண்டது. இன்று முழுக்க வேடிக்கைக்கும், சம்பவங்களுக்கு குறைவிருக்காது என பேசிக்கொண்டார்கள்.

மணி பத்தாவதற்கு முன்பே வாக்களிக்க ஆட்கள் பள்ளி வாசலுக்கு வெளியே கூடி நின்றிருந்தார்கள். அவர்களை போலீசார் ஒழுங்குபடுத்தி வரிசையில் நிற்க வைத்தார்கள்.

வாக்காளர்கள் ஒரே நேரத்தில் கூடி நிற்பதால் அதிகபட்சம் மூன்று மணி நேரத்தில் தேர்தல் முடிந்துவிடும் போல தெரிந்தது. நீதிபதி மைக்கில் அறிவித்ததும் தேர்தல் தொடங்கியது. முதல் வாக்கினை தலைவர்கள் மற்றும் அவரது அணியினர் செலுத்தினார்கள். அவர்களைத் தொடர்ந்து சந்தாதாரர்கள் ஒவ்வொருவராய் வாக்களிக்க வந்தார்கள். இரண்டே பெயர்கள்

இருந்தால் தேர்ந்தெடுப்பதில் அவர்களுக்கு அவ்வளவு ஒன்றும் குழப்பங்கள் இல்லை. இன்னும் சொல்லப்போனால் வீட்டில் இருந்து வரும் போதே யாருக்கு வாக்களிப்பது என்ற முடிவில் தெளிவாக இருந்ததால் அவர்களின் வேலை எளிதாக இருந்தது.

வாக்களிக்கும் ஆட்களை தூரத்தில் இருந்து பார்த்த காதர்கனி, செல்லப்பா அவர்கள் மையிடும் வாக்கு யாருக்கு விழுகிறது என்பதை இங்கிருந்தே அறிவதற்கான முயற்சியில் இருந்தார்கள்.

மோதினார் முத்தலீபு அங்குமிங்கும் ஓடிக்கொண்டிருந்தார். அவரை ஆளாளுக்கு வேலை வாங்கிக் கொண்டு இருந்தார்கள். இமாம் நூர் அவரின் சொந்த ஊருக்குச் சென்றதால் மோதினார் தொழுகை நடத்தும் வேலையும் சேர்த்து செய்து கொண்டிருந்தார்.

இடைவிடாத ஓட்டுப்பதிவு மதியம் தொழுகைக்காக சற்று நேரம் நிறுத்தப்பட்டது. வெளியே வாக்களிக்க நின்றவர்கள் வேறு வழியில்லாமல் தொழுகையில் கலந்து கொள்ள வேண்டிய நிர்பந்தத்திற்கு உள்ளானார்கள். அசந்தர்பவாதமாக செல்லப்பா வும், காதர்கனியும் அருகருகே நின்று தொழ வேண்டிய கட்டாயம்.

இருவரும் பரஸ்பரம் அவரவர் அத்தர் வாசனையை அறவே வெறுத்தார்கள். தொழுகையில் இருவரது தோளும் தோளும் உரசிக்கொண்டது. தோழமையில் இருந்த காலங்களின் தோள்கள் உரசிக்கொண்ட நாட்களுக்கு பிறகு இப்போது தான் நடந்திருக்கிறது. இருவரும் மறுத்தாலும் அவர்களது அத்தர் வாசனை பால்ய காலத்துக்கு அழைத்துச் சென்றது! ●

# 32

அம்பா சிரித்துக்கொண்டார்.

அந்த வேலை பளுவிலும் மோதினார் முத்தலீபு அம்பாவை பார்த்து கேட்டார்.

"அம்பா, இந்த முறையாவது ஏ சிரிக்கிறீங்கன்னு சுத்தி வளைக்காம சொன்னா அல்லாஹ் உங்களுக்கு பரகத்தையும், ரஹ்மத்தையும் வழங்குவான்!"

சிரிப்பு மாறாமல், "இனி பரகத்தையும் ரஹ்மத்தையும் வச்சு என்ன பண்ண போறேன்? எனக்கு இனிமே தேவை அமைதியான மௌத்துதான். ஆமா என்ன கேட்ட?"

"சிரிச்சிங்களே அதான் கேட்டேன். தப்புனா சொல்ல வேணாம். வேல கெடக்கு, தலைக்கு மேல!" என்று முன் னெச்சரிக்கையாக பின்வாங்கினார் மோதினார்.

"ஒண்ணுமில்ல முத்தலீபு. மனசுக்குள்ள ரெண்டு மையத்து அடக்கம் பண்ண ரெடியா இருக்கு. ஒண்ணு ஆம்பள ஜனாஸா, இன்னொன்னு பெண் ஜனாஸா. ரெண்டுமே பெரிய இடத்து ஜனாஸா!"

வீட்டில் இருக்கும் வேலையாட்கள் விக்கித்து நின்றார்கள். நாயகம் அம்மாள் படுக்கையில் இருந்தார். பேச வேண்டும் என்ற வைராக்கியம் இருந்தாலும் வார்த்தைகள் எழவில்லை.

சாகுல் ஹமீது வேலையாட்களை பார்த்து சப்தமிட்டு சொன்னார்,

"அந்த ரெண்டு புண்ணியவானுங்களுக்கு ஓட்டு போடணும்ன்னு நினைக்கிறவனுங்க தாராளமா போய் போடுங்க. அம்மாவை நா பாத்துகிறேன்!"

அவர் விரக்தியில் சொல்கிறாரா? அல்லது ஜமாத்தை மதித்து சொல்கிறாரா என அவர்களால் விளங்கிக் கொள்ள முடியவில்லை. உண்மையில் அம்மாவிடம் பேச அவருக்கு தனிமை தேவைப்பட்டது. மேலும், தன்னுடைய இன்னொரு முகம் வெளிப்படும் தருணத்தை பிறர் பார்க்க விரும்பவில்லை.

நாயகம் அம்மாவின் கண்களின் ஓரம் கண்ணீர் ஓடியது. அதை பார்த்து கொண்டே இருந்த சாகுல் ஹமீது கண்களிலும் நீர் கோர்த்து நின்றது. இருவரும் அழுது எப்படியும் ஓர் இருபது வருடங்களுக்கு குறையாமல் இருக்கும்.

"அம்மா!" என மெல்லிய குரலில் கூப்பிட்டார்.

நாயகம் அம்மாவின் கண்கள் துடித்தது. மீண்டும் அம்மா என்று சப்தமாக கூப்பிட்டார். கண்கள் திறக்கும் போதே கண்ணீர் கொட்டியது. அதை தன் கையால் துடைத்து ஈரத்தை தன் சட்டையில் துடைத்துக் கொண்டார்.

என்ன பேசுவது என புரியாமல்

"அம்மா, ஆஸ்பத்திரிக்கு போவமா?" என்றார்.

வீட்டுக்கு வந்து மருத்துவம் பார்த்த மருத்துவர், ஆஸ்பத்திரியில் சேர்த்தாலும் பெரிய பலன் இருக்காது என்றும் எடுத்து பார்த்த பரிசோதனையில் முக்கிய உறுப்புகள் செயலிழந்து வருவதாகவும் சொன்னார்.

பதிலாக, "ம்!" என்ற பதிலே வந்தது.

"அம்மா, தியேட்டர் திரையில பெயிண்டை கொட்டி வச்சிருக்காங்கம்மா!" இதற்கான பதிலை எதிர்பார்க்காவிட்டாலும் ஆதங்கத்தை கொட்ட வேறு வழியும் இல்லை.

அம்மாவின் முனங்கல் சப்தம் கொஞ்சம் தெளிவாக இருப்பது போல தோன்றியது. அருகில் காது வைத்துக் கேட்டார்.

"அம்மாவை தனியா உட்டுட்டு போகாத!"

"உன்ன விட்டுட்டு எங்க போகப்போறேன் சொல்லு? இனி உன்கூடத்தான் இருப்பேன்!" என சொல்லிய போது கண்களில் தண்ணீர் இடைவிடாமல் கொட்டியது.

அழுத தடம் யாருக்கும் தெரியக்கூடாது என நினைக்கும் போதெல்லாம் வருடக்கணக்கில் தேக்கி வைத்த கண்ணீர் கொட்டுவதை நிறுத்தவே முடியவில்லை. ஒரு கட்டத்தில் சுதந்திரமாக கதறி அழும் வாய்ப்பு கிடைத்தது. நேரமாக நேரமாக சப்தம் அதிகமாகியது.

நாயகம் அம்மாள் கண்களை அகலமாக விரித்து அவனைப் பார்த்தாள்.

"அம்மா நீயும் போய்ட்டா நா அனாதையாக ஆயிருவேனே!" என சொல்லி அழ ஆரம்பித்து நிறுத்தினார். யாரும் வரவில்லை என தெரிந்ததும் மீண்டும் அழுதார்.

நாயகம் அம்மாவால் கைகளைத் தூக்க முடிந்தது. கடந்த இருபத்து நான்கு மணிநேரத்தில் ஏற்பட்ட அதிகபட்ச முன்னேற்றம் இது. கைகள் வெடவெடவென்று ஆடியது. அந்த கையை பிடித்து இவர் கன்னங்களில் வைத்துக்கொண்டார். கைகள் வெப்பமின்றி குளிர்ச்சியாக இருந்தது. அம்மா இறந்து விட்டாளோ என்று கூட நினைத்தார்.

நாயகம் அம்மாள் நிறைய பேச நினைத்தார். குடிக்க கொஞ்சம் தண்ணீர் கேட்டார். சாகுல் ஹமீது தண்ணீரை மிக கவனமாகக் கொடுத்தார். அதை குடித்த நாயகம் அம்மா ஓரத்தில் வழிய விட்டார். தியேட்டரில் அம்மா இறக்கும் காட்சிகள் ஏராளமாய் பார்த்தவருக்கு தத்ரூபம் மிகுந்த பயத்தை கொடுத்தது.

"அம்மா, வேற எதுவும் வேணுமா?" பதிலுக்கு நாயகம் அம்மாள் அவர் கைகளை மிக இறுக்கமாக பிடித்தார். அம்மா

எனும் ஜீவனுக்குள் பொதிந்து கிடந்த அன்பை புரிந்து கொள்ளாமலே போய் விட்டோமோ என்ற குற்ற உணர்வு அவரை வாட்டி வதைத்தது.

ஓட்டு போட்டு விட்டு இரண்டு வேலையாட்கள் வந்து விட்டார்கள். அவர்களை பின்னால் இருக்கும் வீட்டுக்கு போகச்சொல்லி விட்டார்.

எதிரே இருந்த பழம் பெரும் கடிகாரம் மணி இரண்டை காட்டியது. அம்மா அவர் கைகளை விடவேயில்லை. அருகே அழைத்தாள்.

"ஹமீது!" முனகினாலும் வார்த்தை தெளிவான உச்சரிப்பில் இருந்தது.

"சொல்லுமா!"

"நா மௌத்தா போயிருவேன்டா!"

"அப்படியெல்லாம் சொல்லாதம்மா. வைத்தியம் பாப்போம். நீ கவலைப்படாத. நா பாத்துகிறேன்!"

"இய்யா ஹமீது!"

"சொல்லுமா!"

"எனக்கு நாயகத்துகிட்ட இருந்து உத்தரவு வந்துருச்சு. நா போயிருவேன்!"

"உனக்கு ஒண்ணுமில்ல!"

அந்த நிலையிலும் நாயகம் அம்மாவால் சிரிக்க முடிந்தது.

"ஊர்ல சண்ட போடாதய்யா!"

"இனிமே சண்ட போட்டு என்னம்மா பண்ண போறேன்?"

ஏதோ சொன்னாள். சாகுல் ஹமீதுக்கு சரியாக விளங்கவில்லை. காதுகளை தீட்டிக்கொண்டு கேட்டார்.

"என்னய தனியா விட்டுட்டு போயிடாதய்யா!"

“நா எங்கேயும் போகல!”

“இன்னொரு விஷயம், இங்க பக்கத்துல வா!”

“சொல்லுமா!” அருகில் வந்தார்.

“ஊருக்குள்ள சண்ட போட்டு என்னய நம்ம பண்ணைல போய் அனாதையா அடக்கம் பண்ணிடாதய்யா.”

அம்மாவின் உறுதியான குரல் ஆச்சர்யமாக இருந்தது.

“பண்ண மாட்டேம்மா!”

“ம், தனியா இருந்தா நரகத்துக்கு போயிருவேன். நாயகம் சொல்லிட்டாரு!”

“சரிம்மா, நீ கண்ணை மூடி தூங்கு!”

“தூங்கமாட்டேன். தூங்குனா மவுத்தா போயிருவேன்!”

யாரோ வெளியிலிருந்து கூப்பிட்டது போல இருந்தது.

சற்று பரிச்சயமான குரல் போல கேட்டது. வேலைக்காரர்களை பின் வீட்டுக்கு அனுப்பி வைத்தது நினைவுக்கு வந்தது. அம்மாவின் கைகளில் இருந்து விடுவித்துக் கொண்டு வெளியே நடந்தார்.

“அஸ்ஸலாமு அலைக்கும்!” வெளியே ஒரு பிச்சைக்காரன் வெகு உற்சாகமாய் கைகளை அசைத்தான். பின்பு, சாகுல் ஹமீதை பார்த்ததும் கொஞ்சம் உற்சாகம் குறைந்தார் போல காட்டிக்கொண்டன்.

“அம்மா இல்லையா?”

“படுத்திருக்காங்க!”

“ஓ!” என்றான். அதில் ஏமாற்றம் நிறைந்து கிடந்தது.

“என்ன வேணும்?”

“அம்மாவை எழுப்பனும்!”

"அவங்க தூங்குறாங்க!"

"நா வந்துருக்கேன்னு சொல்லுங்க. தெரியும். நீங்க யாரு? அம்மாவுக்கு சொந்தமா?" என்ற போது ஒரு வேலைக்காரன் வந்து அவனை விரட்டினான்.

"வீட்டு முதலாளிய பாத்து என்னென்னமோ சொல்ற! போடா அங்குட்டு!" என சத்தம் போட்டான்.

அவன் பயந்து பின் வாங்கியது போல தெரியவில்லை.

சாகுல் ஹமீது அவனை உற்றுபார்த்துவிட்டு உள்ளே சென்று அம்மாவின் அருகில் உட்கார்ந்து கொண்டார்.

நாயகம் அம்மா, "யாரு?"

"யாரோ பிச்சைக்காரன்!" என்றார். நாயகம் அம்மாள் நிலை கொள்ளாதது போல தவித்தாள்.

"என்னமா வேணும்?" அருகில் வேலைக்காரி சிறுநீர் போகும் கோப்பை கொண்டு வந்தாள். அதை தட்டிவிட்ட நாயகம் அம்மாள் அவரை அருகில் அழைத்தாள்.

"அந்த பிச்சைகாரனை கூட்டிட்டு வா!"

வீட்டு வேலையாட்கள் வெகுநேரம் தெருவை சல்லடை போட்டு தேடினார்கள். இறுதியாய் கண்டுபிடித்து நாயகம் அம்மாள் முன்னால் அவனை நிறுத்தினார்கள்.

பிச்சைக்காரன், "என்னமோ சேலை தர்றேன்னு சொல்லிட்டு இங்க படுத்து கெடக்க? சேலை எங்க?"

கைவசம் இரண்டொரு சேலைகளை மட்டும் வைத்துக்கொண்டு மற்ற எல்லா சேலையும் ஒரு மூட்டையாக கட்டி அவன் வசம் கொடுக்கப்பட்டது.

நாயகம் அம்மா சாகுல் ஹமீதை அழைத்துச் சொன்னாள், "எல்லா பாரமும் குறைஞ்சு மனசே லேசான மாதிரி இருக்கு. அங்க பாரு உங்க அத்தா நிக்கிறாரு, கல்யாணத்தில பாத்த மாதிரியே!" திரும்பி பார்த்தார், யாருமில்லை. ●

# 33

ரகுமான் அலிமாவை போனில் அழைத்தான். சாவித்திரிதான் எடுத்தாள்.

“யாருங்க?”

“ரகுமான் பேசுறேன். அலிமா ஃபிரெண்டு!” என்றதுமே சாவித்திரி யூகித்துவிட்டாள், தன் கணவன் எதையும் மிகைப்படுத்தி சொல்லவில்லை என்று.

“பாப்பா, போன் வந்துருக்கு!”

அலிமா எதிர்பார்த்தவள் போல ஓடிவந்தாள். அதை ஓர் அற்புதம் போல பார்த்துக்கொண்டிருந்தாள் சாவித்திரி.

“யாரு?” என மெல்ல கிசுகிசுத்தாள்.

“யாரோ ராகுமானமா!” சற்று கிண்டலாக சத்தமாய் சொன்னவளை அமைதியாக சொல்லும்படி பணித்து விட்டு போனை கையில் வாங்கினாள்.

“சொல்லுடா! செமஸ்டர் எக்ஸாம்ல எதுவும் சந்தேகமா?” என கேட்டு விட்டு அலிமா சிரித்தாள்.

“ஆமா, ரெண்டு பெரிய கொஷ்டீனுக்கு ஆன்சர் தெரியல!” என்றான் ரகுமான்.

அலிமா சற்று யோசித்து விட்டு, “என்ன கொஸ்டீன்?”

"ரெண்டு பேர்ல யாரு ஜெயிப்பா? ஜெயிச்சா என்ன நடக்கும்?"

அலிமா சிரித்தாள்.

"யாரு ஜெயிச்சாலும் அவங்க நம்ம குடும்பத்து ஆளுங்கதானே?"

"ஆமா!" என்றபடி அமைதியாக இருந்தான்.

"என்னடா பேச மாட்ற! வச்சிடவா?"

"மருமகளே எப்படிடா இருக்க?" போனை ஜமீலா வாங்கிப் பேசினாள்.

அலிமா நாக்கை கடித்தது போல கைகளை உதறி விட்டு, "அஸ்ஸலாமு அலைக்கும் மாமி! எப்படி இருக்கீங்க?"

ஜமாத் தேர்தல் பரபரப்பாக நடந்து கொண்டிருந்தது. எந்த அசம்பாவிதம் நடக்கா விட்டாலும் பாதுகாப்புக்கு மேலும் இரண்டு போலீசார் வந்திருந்து அசம்பாவிதம் நடந்தது போல அங்குமிங்கும் நடந்து கொண்டிருந்தார்கள். மோதினார் முதலீப்பு முக்கிய பிரமுகர்களுக்கு, பெரிய பள்ளிவாசல் நிர்வாகிகளுக்கு கலர் வாங்கச் சென்றிருந்தார்.

"எங்க போனாலும் நம்ம வேலை ஓயாது போல. இந்த நேரம் பாத்து இமாம் அம்மாவுக்கு உடம்பு சரியில்லேன்னு ஓடிப் போயிட்டாரு. தெருஞ்சு ஓடுனாரா, இல்ல இவனுங்களே விரட்டி உட்டானுங்களான்னு தெரியல!" என யோசித்துக் கொண்டிருக்கும் போதே பெரிய பள்ளிவாசலின் நிர்வாகி ஒருவர் அழைத்தார்.

இவர் திரும்பும் போது,

"ரெண்டு டீயும் சேத்து வாங்கிட்டு வந்துருங்க" என்றார் அதிகாரமாக!

"ஊருக்கு இளச்சவன் பள்ளிவாசல் மோதினார்" என்று சத்தமாக சொல்லிப்பார்த்து விட்டு கடையை நோக்கி நடந்தார், முத்தலீபு.

ஓட்டு எண்ணிக்கையில் ஒரு சலசலப்பு ஏற்பட்டது. சாராய நெடியில் வந்தவர் கூட்டத்தில் சலம்ப இதை எதிர்பார்த்து காத்திருந்த இரண்டு போலீசார் அப்படியே தூக்கிக்கொண்டு வெளியே சென்றார்கள்.

பெரிய பள்ளிவாசல் நிர்வாகி ஒருவர் உட்காந்திருந்த செல்லப்பா, காதர்கனி ஆகிய இருவரிடமும் ஒரு வாய் வழி கோரிக்கை ஒன்று வைத்தார்.

“யாரு செயிச்சாலும் ஊருக்குள்ள யாரும் குடிக்கக் கூடாதுன்னு ஒரு கட்டுப்பாடு போடுங்க. இங்க பாருங்க குடிச் சிட்டு ஒருத்தன் ஓட்டு போட வர்றான். அதுவும் ஜமாத் தேர் தலுக்கு!” காதர்கனி செல்லப்பாவை பார்த்து சிரித்துக்கொண்டார்.

“இவனே ஒரு குடிகாரப்பய. இவருக்கிட்ட போய் கோரிக்கை வைக்கிறான் இந்தாளு!”

ஏற்கனவே, தேர்தல் நடத்தி அனுபவம் வாய்ந்த குறிப்பாக ஜமாத் தேர்தல் நடத்தும் பத்து பேர் கொண்ட குழுதான் இந்த தேர்தலை நடத்திக்கொண்டிருந்து.

எனவே, எந்த குழப்பமும் இன்றி ஓட்டுப்பதிவு சீராக நடைபெற்றுக் கொண்டிருந்தது.

வெளியே செவ்வந்தியப்பன் காரின் உட்கார்ந்து கொண்டு நடக்கும் காட்சிகளை வேடிக்கை பார்த்துக்கொண்டிருந்தான். அப்போதுதான் சாவித்திரி அவனுக்கு சாப்பாடு கொடுக்க வந்திருந்தாள்.

“வீட்லயே முழுங்கிட்டு வர வேண்டியது தானே, ஏ என்னய அலையவிட்டு வதையும் கொலயும் வாங்குற!” என சாவித்திரி சலித்துக்கொண்டாள்.

“எல்லா வர லேட்டாகும் போல. நம்ம கோயில் மாதிரி இல்ல. இங்க பாத்ரூம், கக்கூஸ் எல்லாம் உள்ளேயே இருக்குறதால எந்த பெருசும் வெளிய வரல. அநேகமா முடிவு அறிவிச்சத்துக்கு அப்புறமா தான் வருங்க போல. அதான் ஆள உட்டு சாப்பாடு கொண்டு வரச்சொன்னேன்.”

“செல்லப்பாண்ணே மகளும் அந்த பயலும் போன்ல பேசுறாங்க.”

“ஒண்ணா வண்டிலயே வருதுங்க. புதுசா கண்டுபுடிச்ச மாதிரி வந்துட்டா. தூக்கு சட்டிய குடுத்துட்டு போடி அங்குட்டு.”

பதிவாகும் ஒவ்வொரு பத்து சதவீத ஓட்டுகளுக்கு ஒரு முறை பள்ளிவாசல் ஒலிபெருக்கியில் அறிவிப்பு செய்யப்பட்டது. இதுவரை எழுபது சதவீத ஓட்டுக்கள் பதிவானதாக அறிவிக்கப் பட்டது. ஓட்டு போட்ட ஆண்கள் அங்கிருந்து கலையாமல் அணி அணியாக நின்று பேசிக்கொண்டு இருந்தார்கள். ஆங்காங்கே கூட்டம் கூடவே புதிதாய் சில திடீர் தள்ளுவண்டி பெட்டிக்கடைகள் முளைத்தன.

பள்ளிக்குள் இருந்து வெளியே வரும் ஆட்கள் ஒவ்வொரு வரிடமும் உள்ளுக்குள் நிலவும் சூழல் குறித்து கேட்டார்கள்.

குறிப்பாக செல்லப்பா - காதர்கனி ஒரே அறையில் இருப்பதே பெரும் சுவாரஸ்யமான விவாதமாக உருவெடுத்தது. ரெண்டு பேரும் எப்படி பேசிக்காம இருக்காங்க என ரகசியமாக பேசிக்கொண்டார்கள். இன்னும் சிலர் செல்லப்பா ஸலாம் சொன்னதாகவும் அதற்கு காதர்கனி பதில் ஸலாம் சொல்லிக்கொண்டதாகவும் வதந்தி தன் இஷ்டத்துக்கு பரவியது. இன்னும் சிலர் இருவரும் வேண்டுமென்றே அருகருகே நின்று தொழுது கொண்டார்கள் எனவும் பேசிக்கொண்டார்கள்.

பள்ளிவாசலின் ஒலிப்பெருக்கியில் அறிவிப்பு செய்தார்கள். இன்னும் முப்பது சதவீத ஓட்டுக்கள் மட்டுமே பதிவாகாமல் இருப்பதால் ஆங்காங்கே இருக்கும் மஹல்லாவாசிகள் சீக்கிரமே பள்ளிக்கு வந்து தங்கள் வாக்குகளை செலுத்துமாறு கேட்டுக் கொள்ளப்படுகிறார்கள். எக்காரணம் கொண்டும் மாலை ஐந்து மணிக்கு மேல் வருபவர்களின் வாக்குகள் ஏற்றுக்கொள்ளப்படாது என இரண்டு முறை சொல்லப்பட்டது.

ஒலிப்பெருக்கி இயங்கிகொண்டே இருந்தது. அறிவிப்பு செய்பவர் அவ்வப்போது சளியில் இருமிக்கொண்டே இருந்தார். அதைத் தொடர்ந்து இன்னொரு அறிவிப்பும் வெளியானது,

“ஜமாத் வாக்குகளை செலுத்தியவர்கள் கூட்டம் கூடாமல் கலைந்து செல்லுமாறு கேட்டுக் கொள்ளப்படுகிறார்கள்” என்றதும் போலீசார் கூடி நின்றவர்களை வீட்டுக்குச் செல்லுமாறு எச்சரிக்கை செய்தார்கள்.

அப்படியும் கலையாமல் சிலர் நின்று கொண்டிருந்தார்கள்.

பெரிய பள்ளிவாசல் நிர்வாகம் எந்த சூழலிலும் ஒரு சிறிய அசம்பாவிதம் கூட நிகழ்ந்து விடக் கூடாது என்பதில் உறுதியாக இருந்தது. நேர்மையான வாக்குப்பதிவும் முடிவு அறிவிக்கும் போது குழப்பமில்லாத சூழலும் மிக முக்கியம் என கருதி செயல்பட்டது.

ஆகவே தான் அவ்வப்போது இரண்டு வேட்பாளர்களிடமும் பதிந்த வாக்குகள் விபரங்களை உடனுக்குடன் பகிர்ந்து கொண்டு கையெழுத்து பெறப்பட்டது. சில ஜமாத் தேர்தல்களில் சர்ச்சை ஏற்பட்டு நீதிமன்றம் வரை சென்றிருக்கிறது. ஒரு சில இடங்களில் கத்தி குத்து சம்பவம் வரை நடந்தேறியிருக்கிறது.

செல்லப்பா, காதர்கனிக்கு இந்த வெற்றி இது வரை இந்த ஊரில் வாழ்ந்து பெற்ற மரியாதையை மீட்டெடுக்கும் தருணமாக இல்லை. எதிரியை வீழ்த்த வேண்டும் என்பதே.

சாகுல் ஹமீது ஒரு காலத்தில் பள்ளிவாசலின் சந்தாதாரராக இருந்திருக்கிறார். எப்பொழுது தியேட்டர் குறித்த சர்ச்சைகள், சண்டை உருவானதோ அப்பொழுதில் இருந்து அவர் சந்தா செலுத்துவதில்லை. ஆகவே, அவருக்கு ஓட்டுரிமை மறுக்கப்பட்ட ஒன்றாக மாறிவிட்டது. பழைய ஜமாத் தலைவர் இவருக்கு எவ்வளவு எடுத்துச் சொல்லியும் சாகுல் ஹமீது சந்தா கட்ட மறுத்துவிட்டார்.

“சிக்கந்தாபுரம் ஜமாத் தேர்தல் வாக்குப்பதிவு முடிய இன்னும் இரண்டு மணி நேரங்களே இருக்கிறது. வாக்குகளை செலுத்தாத மஹல்லாவாசிகள் விரைந்து வந்து தன் வாக்குகளை செலுத்துமாறு கேட்டுக்கொள்ளப்படுகிறார்கள்.”

ஒலிபெருக்கியில் எழுந்த சப்தம் ஊர் எல்லையில் இருந்த சாகுல்ஹமீது வீடு வரை எட்டியது. நாயகம் அம்மாள் உயிருடன்

இருக்கிறார் என்பதற்கு மேலே எழும்பும் மூச்சு மட்டுமே அத்தாட்சியாக இருந்தது.

பகல் முடிவதற்கான அறிகுறிகள் தென்பட தொடங்கி விட்டது. மனம் கேட்காமல் மீண்டும் மருத்துவரை அழைத்து வர வேலையாட்களை அனுப்பி வைத்தார். தன் அம்மாவை பார்க்க சகிக்க முடியாமல் வெளியே வந்தார். தெரு வெறிச்சோடி இருந்தது. அன்றாடம் மாடு மேய்த்து வீடு திரும்பும் ஆட்களையும், விவசாய கூலிகளை கூட பார்க்க முடியவில்லை.

ஒலிபெருக்கி சப்தம் மீண்டும் கேட்டது.

"வாக்குப்பதிவு நிறைவு பெற்றது. சற்று நேரத்தில் வாக்கு எண்ணிக்கை நடைபெறும்." என பள்ளியில் அறிவிப்பு கேட்ட போது சரியாக மருத்துவர் வந்துவிட்டார். அவரை அழைத்துக் கொண்டு அம்மாவின் அறைக்குச் சென்றார் சாகுல் ஹமீது. ●

# 34

ஓட்டு எண்ணிக்கை முடிந்ததாக அதிகாரப்பூர்வமாக அறிவிக்கப்பட்டது. நீதிபதி இருவரையும் அழைத்து ஓட்டு எண்ணப்படும் முறையை விளக்கினார். எவை செல்லாத ஓட்டுகளாக கருதப்படும் என்பதையும் கூறினார்.

மஹ்ரீப் தொழுகைக்கு பாங்கு சொல்லப்பட்டது. பள்ளி வாசலில் இரண்டு வரிசையை தாண்டாத கூட்டம் அன்று பத்து வரை நீண்டு கிடந்தது. அவ்வளவு கூட்டத்துக்கு தொழுகை வைத்து பழக்கப்படாத மோதினார் முத்தலீபு கொஞ்சம் பதட்டமாக உணர்ந்தார்.

பாங்கு சொல்லி முடித்ததுமே தொழுகை ஆரம்பமானது. தொழுகை உச்சரிப்பு அன்று மிகுந்த ராகத்துடன் அமைத்தார் முத்தலீபு. வாழ்வில் முதன்முறையாக இவ்வளவு கூட்டத்திற்கு தொழுகை நடத்துவதை பெருமையாக கருதினார். இதை கவனித்த அம்பா இதனை ஒருவித சிரிப்புடன் தொழுது கொண்டிருந்தார். அம்பாவுக்கு தெரியும் தொழுகை முடிந்ததும் முத்தலீபு தன்னிடம் தொழுகை நடத்திய விதம் பற்றி கருத்து கேட்பார் என்று.

சரியாக ஸலாம் சொன்ன போது வெளியே நாய்கள் இரண்டு ஊளையிட்டது. செல்லப்பா, காதர்கனி இருவருமே இதை தங்கள் வெற்றி மீதான அப்சகுணமாக கருதினார்கள். துவா வுடன் தொழுகை முடிந்தது. வழக்கமாய் தொழுகை முடிந்ததும்

செருப்புகளை கைப்பற்ற ஓடுவர்கள் அன்று மிக நிதானமாக செயல்பட்டார்கள்.

ஓட்டு எண்ணிக்கை நேரடியாக பார்த்து தெரிந்து கொள்ளும் ஆவல் அதிலிருந்தது. ஆனால், விரும்பதாகாத நிகழ்வுகள் உருவாகலாம் என்பதால் பெரிய பள்ளிவாசல் அனைவரையும் வீட்டுக்கு செல்லுமாறு பணித்தது.

உண்மையில் யாருமே பிரச்சினை செய்யும் நோக்கத்தில் இல்லை. இரண்டு பணக்காரர்களின் ஒருவரது வீழ்ச்சியையும் இன்னொரு தரப்பின் கொண்டாட்டத்தையும் காணும் பார்வையாளர் அனுபவத்திற்கே காத்திருக்க ஆவல் கொண்டது.

செல்லப்பா சலீமை அழைத்து கேட்டார்,

“ஜெயிச்சிருவோம்ல?”

ராவுத்தரே, “நீங்க பதட்டப்படாம இருங்க. அங்க பாருங்க. அவரு எப்பவும் போல சாதாரணமா இருக்காரு. உங்க முகத்துல பதட்டம் அப்பிக்கெடக்கு!”

“அப்படியா தெரியுது?” என முகத்தில் வியர்வையை துடைத்து விட்டு பதட்டத்தை துடைத்து விட்டது போல கேட்டார்.

“இப்ப?” இப்படி ஒரு சிறுகுழந்தையாக மாறிப்போவார் என்று சலீம் நினைக்கவே இல்லை.

காதர்கனிக்கு வயிற்றுக்குள் ஏதோ செய்தது. இன்னும் மிகுந்த நேரத்துக்கு அடக்கி வைக்கும் சமாச்சாரம் போல இது தெரிய வில்லை. அதுவுமில்லாமல் கக்கூஸுக்கு செல்ல வேண்டுமானால் எல்லாரையும் தாண்டிச் செல்லவேண்டும். அது நிச்சயம் எல்லோரது கவனத்தையும் ஈர்க்கும். வெற்றியோ தோல்வியோ காதர்கனிக்கு பேதி போய்விட்டது என ஊருக்குள் பேச்சு பரவிவிடக்கூடாது என நினைத்தார்.

“ஜாபரு ரொம்ப விழிப்பா இருக்கணும். இந்த செல்லப்பா பய என்ன வேணும்னாலும் செய்வான். சல்லிபய!” இதையே தான் செல்லப்பாவும் நினைத்தார்.

உண்மையில் இருவரும் எதிர்தரப்பு ஏதேனும் செய்து விடுமோ என்ற பீதியில் தான் இருந்தார்கள்.

“அதெல்லாம் எதுவும் எடுபடாது. நீங்க கட்சி எலெக்சனை போட்டு குழப்பிக்க வேணாம். நமக்கு அல்லா என்ன ஓட்டு விதிச்சிருக்கானோ அது அப்படியே விழும்!” என பரஸ்பரம் இருதரப்பு ஆதரவாளார்களும் பேசிக்கொண்டார்கள்.

எல்லா ஓட்டுகளும் ஒரு பெரிய பச்சை நிற பெட்டியில் போட்டு வைத்தார்கள். அந்த பச்சை நிற பேட்டி அப்படி ஒன்றும் பிரத்யோகமானது இல்லை.

ஓட்டு எண்ணிக்கை ஆரம்பமானது.

ஓட்டுகளை பிரித்து தனித்தனியாக அடுக்கி வைத்தார்கள். சிகப்பு, இளமஞ்சள் ஆகிய இரண்டு சதுர வடிவ பிளாஸ்டிக் தட்டுகளில் ஒவ்வொருவரின் பெயரும் ஓட்டப்பட்டது. செல்லாத ஓட்டுக்கள் இன்னொரு தட்டில் போடப்படும் என சொல்லப்பட்டது.

இருவர் ஓட்டுகளை தனித்தனியே அடுக்கி வைத்தார்கள்.

முதல் ஓட்டு செல்லப்பாவின் தட்டில் வைக்கப்பட்டதும் அவர் முகத்தில் பெருமிதம் ரேகை ஓடிக்கொண்டிருந்தது. அடுத்து ஐந்து ஓட்டுக்கள் காதர்கனிக்கு விழுந்ததும் மகிழ்ச்சி ரேகை இந்தப்பக்கம் தாவியது.

ஓட்டுகளை பிரித்தெடுக்கும் பணியே கிட்டத்தட்ட ஓட்டு எண்ணும் நேரம் போல பரபரப்பாக இருந்தது. ஒவ்வொரு தட்டிலும் ஓட்டு ஏற்ற இறக்கமாய் போனது செல்லப்பாவுக்கு மயக்க மருந்தில்லாமல் அறுவை சிகிச்சை செய்து கொண்ட வலியை தந்தது.

காதர்கனிக்கு வலி வயிற்றில் தான். இனி யார் என்ன நினைத்தால் சரி என்று ஜாபர் வாத்தியாரை அழைத்தார்,

“ஜாபரு வயிறு சரியில்ல. மாறியா கலக்குது. எல்லாத்தையும் கண்கொத்தி பாம்பு மாதிரி பாத்திட்டு இரு. போய்ட்டு வெரசா

வந்துறேன்!" என ஓட்டமும் நடையுமாக கழிவறை நோக்கி ஓடினார். உள்ளே நுழைந்த காதர்கனிக்கு துர்நாற்றம் வீசியது. தலைவரானதும் கக்கூஸை சரி பண்ணனும் என்றபடி தொந்தரவை சரிசெய்து கொண்டிருந்தார்.

இரண்டு தட்டுகளில் எதில் அதிக வாக்குகள் இருக்கிறது என்பதை கணிக்க முடியாததாக இருந்தது. இன்னும் சொல்லப் போனால் ஓட்டுக்கள் சரி சமமாய் இருந்தாலும் ஆச்சரியப்பட ஏதுமில்லை என்றளவுக்கு பேச்சுக்கள் ஓடியது. இது ஊருக்கு வெளியேவும் வதந்தியாக ஓடியது. இருவரும் சம ஓட்டுக்கள் வாங்கினால் சீட்டு குலுக்கல் முறையில் நடைபெறும் என்றும் பேசிக்கொண்டார்கள்.

"எங்க அந்தப்பயல காணல!" என்ற செல்லப்பாவிடம் மாலிக் பாய் "கக்கூஸுக்கு!" என்று சிரித்தார்.

"ஓட்டுக்கள் பிரிக்கப்பட்டு விட்டன். இனி ஓட்டுக்கள் எண்ணப்படும்" என்ற ஒலிபெருக்கி சப்தம் கேட்டதும் முழுமை யாக திருப்தி அடையாவிட்டாலும் சீக்கிரமே முடித்துக்கொண்டு கழிவறையை விட்டு வெளியேறினார்.

இருவர் முன்னிலையிலும் ஓட்டுகள் எண்ணப்பட்டது. வாக்குகளை வரிசையாக அடுக்கி ரூபாய் ஓட்டுகளை எண்ணு வது போல தொடங்கியது.

காதர்கனி, "ஜாபரு இதுல ஃப்ராடு பண்ண வேலையே இல்ல போல! ரொம்ப கரெக்ட்டா இருக்காங்க பாரு"

"ஆமா ராவுத்தரே, எல்லாத்துலயும் ரொம்ப கவனமா பாத்து பன்றாங்க. இதுல யாரையும் குறை சொல்லக் கூடாதுன்னு பாத்து பாத்து செய்றாங்க"

அம்பது ஓட்டுகளை ஒரு கட்டுகளாக கட்டி வைத்தார்கள். அதில் அம்பது ஓட்டுக்கள் இருக்கின்றனவா? என்பதை இன்னொருவர் எண்ணி வைத்து சரி பார்த்தார்.

சாகுல் ஹமீது வாசலுக்கு வெளியே நின்றார். கந்தனும், சுந்தரமும் வந்தார்கள்.

"திரையை சரி பண்ணியாச்சு!" என்றான் சுந்தரம்.

"ம்!" என்றதை தவிர அவர் வேறு ஒன்றும் சொல்லவில்லை.

பின் அவரே, "எவ்வளவு செலவாச்சு?"

"ரெண்டாயிறது ஐநூறு!" என்றான் சுந்தரம்.

"ம், காசு?"

"கலெக்ஷன் காசை குடுக்க சொல்லி நீங்க தானே சொன்னீங்க!"

"ம், ஆமா சொன்னேன். வேற என்ன? முக்கியமான விஷயம் இருக்கா?"

சுந்தரம், "நைட்டு படம் போடலாமா? இல்ல நாளைக்கு காலைல ஆரம்பிக்கலாமா?"

"பெயிண்டு நல்லா காயட்டும். காலைல போடலாம்!"

பின்பு கந்தனை பார்த்து, "நைட்டு மதுர பஸ்ல இருந்து புதுபெட்டி வருது. நீ மறக்காம போய் எடுத்துட்டு வந்துரு. போன தடவை மாதிரி போஸ்டரை மறந்திடாத. என்ன புரியுதா?"

கந்தன் தலையாட்டி விட்டு நின்றான். நியாயமாய் சாகுல் ஹமீது வேலை சொல்லியவுடன் இருவரும் கிளம்பாமல் அப்படியே நின்றார்கள்.

"என்னடா அப்படியே நிக்கிறீங்க? அட்வான்ஸ் எதுவும் வேணுமா? வேணும்னா அதையும் கலெக்ஷன்ல எடுத்துக்க வேண்டியதானே?"

"இல்லங்க.. வேலை" என்று இழுத்தான் கந்தன்.

"வேலைக்கு என்னவாம்?"

"அந்த பெயிண்டு ஊத்துனதுல இருந்து ஒரு மாதிரியா இருக்கு. தொடர்ந்து வேலை செய்யவே...!" என இழுத்தான் சுந்தரம்.

"இனி எதுவும் நடக்காது. நீங்க பயப்படாம போய் வேலைய பாருங்க!"

"ஐயா, சீக்கிரம் உள்ள வாங்க!" என்றபடி வெளியாட்களில் ஒருவன் வெளியே ஓடி வந்தான்.

சாகுல் ஹமீது நடந்து உள்ளே சென்றார்.

நாயகம் அம்மாள் தொண்டையில் இருந்து எடுத்து வந்த மூச்சை மூக்கில் சுவாசிக்க முடியாமல் திணறிக்கொண்டிருந்தார்.

மருத்துவர், "இன்னும் ஒரு மணிநேரம் தாக்கு பிடிக்கிறது கஷ்டம். பக்கத்துலயே இருங்க" என்றபடி பெட்டியை எடுத்துக் கொண்டு கிளம்பினார்.

நாயகம் அம்மாவின் கண்களில் இருந்து கண்ணீர் மட்டுமே சுலபமாக வெளியேறிக்கொண்டு இருந்தது. தன் மகனை மட்டுமே பார்த்துக்கொண்டிருந்தார். மூச்சின் வேகம் கொஞ்ச கொஞ்சமாய் குறைந்தது.

வேலைக்காரி ஒருத்தி நாயகம் அம்மாவை பார்த்து, "இலைஹிலாக இல்லல்லாஹ்" சொல்லுங்கம்மா என்றாள். அதற்கெல்லாம் வாய்ப்பு இருப்பதாக தெரியவில்லை, சாகுல் ஹமீதுக்கு!"

# 35

ஓட்டுக்கள் எண்ண ஆரம்பித்ததும் செல்லப்பாவும், காதர் கனியும் மாறி மாறி முன்னணிக்கு சென்றார்கள். இது ஓட்டு எண்ணிய பெரிய பள்ளிவாசல் நிர்வாகிகளுக்கே வியப்பாக இருந்தது.

செல்லப்பா அடிக்கடி முகத்தை துடைத்துக்கொண்டார். காதர்கனி சிறு சிறு இடைவெளிகளில் மூன்று முறை கழிவறைக்கு சென்று வந்துவிட்டார்.

எல்லா வேலையும் முடிந்ததால் அம்பாவுக்கும், முத்தலீப்புக்கும் நிறைய ஓய்வு நேரமும் அரிய பெரிய நிகழ்வுகளை மனதார வேடிக்கை தருணமும் கிடைத்துவிட்டது. செல்லப்பா பதட்ட மான சூழல்களுக்கு நடுவே அம்பாவை முறைத்து பார்க்க தவறவில்லை. அதை முத்தலீப்பு ஒருமுறை பார்த்துவிட்டு அம்பாவிடம் கேட்டார்.

"செல்லப்ப ராவுத்தர் உங்களை முறைச்சு பாக்குறத நீங்க கவனிக்கிறீங்களா?"

"ம், ம்! கவனிச்சிட்டு தான் இருக்கேன். ஆனா என்னய முறைச்சு என்ன பண்ண போறாரு?"

"செல்லப்பா ஜெயிச்சா உங்க பாடு திண்டாட்டமாக போகுது அம்பா!"

அம்பா தன்னை மறந்து சிரித்தார். அதை அபூர்வமாய் ஒரு போலீஸ்காரர் பார்த்தார்.

“படைச்ச அல்லாஹ்வை தவிர என்னைய யாரும் எதுவும் பண்ண முடியாது. என்னோட மூக்குப்பொடி டப்பாவை கூட தொட முடியாது!” என அந்த டப்பாவை செல்லமாய் தட்டினார்.

முத்தலீப்பு சிரித்துக்கொண்டே, “அம்பா, தப்பா நினைக்கக் கூடாது. நீங்கெல்லாம் எந்த தைரியத்துல அப்படி பேசறீங்கன்னு ஆச்சரியமா இருக்கு. இந்த பணக்கார துலுக்கனுங்க முன்னாடி நம்மெல்லாம் எம்மாத்திரம்? இப்ப கூட பாருங்க, இந்த எலெக்சன் கூத்தெல்லாம்? மச்சினனுங்க சண்டையை ஊர் பிரச்சினையா மாத்தி பரபரப்பா குளிர் காயிறானுங்க பாருங்க..”

அம்பா மூக்குப்பொடியை ஆழ இழுத்தார்.

“முத்தலீப்பு, இந்த இணை வைக்கிறது, துணை வைக்கிறது எல்லாமே நம்ம ஊருக்குள்ள எடுபடவே படாது. நம்ம ஊருக் குள்ள அது பத்தின புரிதலும் இல்ல. இல்லேன்னா தாயத்து அவுலியாவை கண்டுக்காத பயலுங்க, வேத்து மத முனியய்யாவை யும் கண்டுக்காம இருக்கணும்ல? ஏ நேத்து வரைக்கும் செல்லப்பா சம்சாரம் முனியய்யாவுக்கு தட்டு தூக்கனும்?”

“எது இப்படி இருந்தாலும் நீங்க அவரை வேணும்னே வச்சி விளையாண்ட மாதிரி தானே ஆயிருச்சு!” அம்பா அதை ஆமோதித்து தலையாட்டினார்.

“சும்மா உட்கார்ந்துகிட்டு காலத்தை ஓட்டுறவன்கிட்ட யோசனை கேட்டா என்னத்த சொல்லுறதாம்? எத திண்ணா பித்தம் தெளியும்னு ரெண்டு வாரமா கிறுக்கு பிடிச்ச குரங்கு மாதிரி திரிஞ்சானுங்க. இவனுங்க எதையும் பண்ண தேவையே இல்ல. ஜமாத் தேர்தல் எப்ப நடக்கணும்னு முடிவு ஆச்சோ, அப்பவே ஓட்டு யார்யாருக்குன்னு முடிவாயிருச்சு. இவங்க சும்மா இருக்க கூடாதுன்னு ஊரையே ஒலப்பி எடுத்துட்டாங்க!”

மீண்டும் அவரே தொடர்ந்தார்.

“அதான் காதர்கனி சொல்லச் சொன்னதை அப்படியே செல்லப்பாகிட்ட சொன்னேன். அந்தாளும் அப்படியே செஞ்சான்!”

“அல்லாவே இது துரோகமாகாதா அம்பா?”

“மச்சினனுங்ககுள்ளயே துரோகம் பாக்கல!”

“இதுல உங்களுக்கு என்ன பலன்?”

மூக்குப்பொடி டப்பாவை காட்டினார். “அல்லாஹ் மேல சத்தியமா ரெண்டு மூக்குபொடிக்கு காசு வாங்குனே. ஆனா, செல்லப்பா இருநூறு மூக்குப்பொடிக்கு காசு குடுத்தாரு!” என சிரித்தார்.

முத்தலீப்புக்கு அவரிடம் தொடர்ந்து பேசுவது அவ்வளவு உகந்ததாக தெரியவில்லை.

“சரி, சரி வாங்க அம்பா! ஒரே இடத்தில உட்கார்ந்தா சும்மா இருக்குற மாதிரி தெரியும். அப்புடி போய் நிப்போம்!” இருவரும் எழுந்து போய் நிர்வாகிகளுடன் போய் நின்றார்கள்.

ஓரிரண்டு வாக்குகள் முன்னே பின்னே வருவது தொடர்ந்து நடைபெற்றுக் கொண்டிருந்தது. எனவே, யாராலும் எந்த முன் முடிவிற்கு வர முடியவில்லை. நேரம் செல்ல செல்ல முடிவு அருகில் வந்து நின்றது.

முடிவை அறிவிக்க ஓய்வு பெற்ற நீதிபதி தயாராக இருந்தார்.

எந்த முடிவாக இருந்தாலும் உடனே வந்து சொல்லும்படி செவ்வந்தியப்பனிடம் காதர்கனி மனைவி ஜமீலா கண்டிப்புடன் சொல்லியிருந்தாள். அதே போல சாவித்திரியும் தன் கணவனுக் காக காத்திருந்தாள்.

நீதிபதி கையில் பேப்பர் இருந்தது. மிக நேரமெல்லாம் எடுக்கவில்லை.

“ஒன்பது வாக்குகள் வித்தியாசத்தில் காதர்கனி தந்தை பெயர் மைதீன் மீரான் வெற்றி பெற்றுள்ளார்!” என்றதும் அது பள்ளி வாசல் என்பதை மறந்து காதர்கனி அணியினர் அவரை கட்டித் தழுவி ஆரவாரம் செய்தார்கள்.

"தாரே தக்பீர்! அல்லாஹு அக்பர்" கோஷம் ஒலித்தது. காதர்கனிக்கு மகிழ்ச்சியில் நிலை கொள்ளாமல் பரபரத்தார்.

செல்லப்பா மற்றும் அவரது அணியினர் மிகுந்த சோர்வில் இருந்தாலும் சலீம் உடனே ஓய்வு பெற்ற நீதிபதியிடம் மறுவாக்குப் பதிவு மற்றும் செல்லாத ஓட்டுகளை மறுஆய்வுக்கு உட்படுத்த வேண்டும் என்ற கோரிக்கையை வைத்தார். வாக்கு வித்தியாசம் மிக குறைந்த அளவில் இருப்பதால் அவரது கோரிக்கையை ஏற்று மீண்டும் மறு எண்ணிக்கை நடைப்பெற்றது.

காதர்கனி முகாம் கொண்ட உற்சாகம் சட்டென்று குறைந்து போனது. நீதிபதியும் மறுவாக்குப் பதிவுக்கான காரணத்தை விளக்கினார்.

மீண்டும் வாக்கு எண்ணிக்கை நடைபெற்றது. முன்பு கணக்கில் கொள்ளாத செல்லாத வாக்குகள் மறுபரிசீலனையில் மீண்டும் செல்லாத வாக்குகள் என சொல்லப்பட்டதால் நம்பிக்கையுடன் காத்திருந்த செல்லப்பாவுக்கு ஏமாற்றம் தலைக்கு ஏறியது. காட்சி கள் புலப்படவில்லை. எண்ணிக்கையில் ஏதேனும் அதிசயம் நிகழாதா என கடைசி நேர நம்பிக்கையோடு காத்திருந்தார்.

செவ்வந்தியப்பன் வீட்டுக்குச் சென்று தகவலை சொன்னதும் ஜமீலா இதற்கு சந்தோசம் கொள்வதா வேண்டாமா என யோசனையில் உட்காந்தாள்.

காதர்கனிக்கு மீண்டும் உற்சாகம் தொற்றிக்கொண்டது. வயிறும் இப்போது பிரச்சினை செய்யாததால் மிகுந்த உற்சாகத் தோடு பேசிக்கொண்டிருந்தார்.

"என்ன வாத்தியாரே, இனிமே நீங்க செயலாளர் தானே?" என கிண்டடித்துக் கொண்டிருந்தார். மஸ்தானை துணை தலைவர் என்றும் கமாலை பொருளாளர் என்றும் செல்லமாக வயிற்றில் குத்தி உற்சாகம் பொங்க பேசிக்கொண்டிருந்தார்.

இதை பார்க்கும் போதெல்லாம் செல்லப்பாவுக்கு கால் நரம்பு தலைக்கு பாய்ந்து கொண்டிருந்தது. உலகத்திலேயே மிகுந்த அவமானத்துக்குரிய மனிதன் தான்தான் என நினைத்து வெம்பிக்கொண்டார்.

மீண்டும் எண்ணிக்கை மற்றும் முடிவு குறித்து மறு அறிவிப்பு செய்யப்பட்டது. செல்லப்பா நிமிர்ந்து உட்கார்ந்தார். இறைவனின் திருநாமங்களை தொடர்ந்து உச்சரித்துக் கொண்டிருந்தார். அங்கு நிலவிய அமைதி காதர்கனியையும் உற்சாகமிழக்க போதுமானதாக இருந்தது. அறிவிப்பு செய்ய நின்றவர் நீதிபதியிடம் சிறு ஆலோசனை செய்தார். நிலவிய அமைதி இன்னும் பரபரப்பை கூட்டியது. முடிவு மாறியிருக்குமோ என கூட்டம் கிசுகிசுத்தது.

அறிவிப்பு செய்தவர்,

"செல்லப்பா அவர்களின் கோரிக்கையை ஏற்று மறுவாக்கு எண்ணிக்கை செய்து பார்த்ததில் முன்பு அறிவிப்பு செய்த அதே நிலை மீண்டும் உறுதி செய்யப்பட்டுள்ளது. காதர்கனி ஒன்பது ஓட்டுக்கள் வித்தியாசத்தில் சிக்கந்தாபுரம் ஜமாத் தலைவராக தேர்வு செய்யப்படுகிறார். மேலும் அவரது பரிந்துரையின் அடிப்படையில் பிற நிர்வாகிகள் தேர்வு நடைபெறும்" என்றதும் காதர்கனிக்கு அங்கிருந்தவர்கள் வாழ்த்துக்களை தெரிவித்தார்கள்.

செல்லப்பாவுக்கு காட்சிகள் யாவும் கண்ணை மறைத்தது. சலீம் அவருக்கு ஏதே சொல்ல எதையும் அவரது செவிப்பறை உள்வாங்கிக்கொள்ளவே இல்லை. காதர்கனி அவரை நெருங்கி நெருங்கி வர அவரது பாதம் சூடானது. கைகளின் நடுக்கத்தை மறைக்க அருகில் எந்த பிடிமானமும் இல்லாததால் கைகளை கட்டிக் கொண்டார். கண்கள் கலங்கியது இன்னும் காட்சிகளை மங்கலாக்கியது.

காதர்கனி அருகில் இன்னும் நெருங்கி வரவே எங்கு தனக்கு கை கொடுத்து சபை நாகரீக உபதேசம் பூசி விடுவானோ என்ற கவலை வேறு வாட்டியது. வெற்றி பெற்றவன் நாகரீகம் பார்ப்பான். தோல்வியுற்றவன் காயத்துக்கு மருந்திடவே நாளாகுமே.? காதர்கனி அப்படி ஒன்றும் பகையை மறப்பவன் அல்ல. பெரிய பள்ளிவாசல் நிர்வாகிகள் காதர்கனியை செல்லப்பாவுடன் கையை குலுக்கி இருவரும் நிர்வாகத்தில் ஒத்துழைப்பு கொடுத்துக் கொள்ளுமாறு வலியுறுத்தி கேட்டுக்கொண்டார்.

அதன் பேரில் தான் காதர்கனி செல்லப்பாவை நெருங்கினார்.

செல்லப்பாவின் இருதயம் தாறுமாறாக துடித்தது. எங்கே துள்ளிச் சென்று கீழே விழுந்து விடுமோ என்ற பயம் வேறு. தலைக்கு மேல் மின்விசிறி உச்சபட்ச வேகத்தில் சுற்றினாலும் வியர்வை சலவையாக பெருக்கெடுத்து கொட்டியது. காதர்கனி முகத்திற்கு முகம் வைத்து போலியாக சிரிக்க இடது தோள் பட்டையில் மையம் கொண்ட பெருவலி மூச்சு விடுதலை கடினமாகியது. அந்த சூழலிலும் காதர்கனியிடம் கை நீட்ட அவர் செல்லப்பாவை விசித்திரமாக பார்த்தார். காரணம் செல்லப்பாவின் வாய் ஒரு பக்கமாய் ஒடுங்கியது. கண்கள் முழுக்க இருட்ட காதர்கனியின் மேல் சாய்ந்தார்.

எதையும் காண முடியாமல் சாகுல் ஹமீது வெளியே வந்தார். பத்து நிமிடங்கள் கூட ஓடியிருக்காது. வேலைக்காரி ஓடிவந்தாள்,

“அம்மா மவுத்தா போயிட்டாங்க! இன்னாலில்லாஹி வ இன்னா இலைஹி ராஜிவூன்!” அந்த நேரத்தில் தான் பள்ளி வாசல் ஒலிபெருக்கியில் காதர்கனி வெற்றி அறிவிப்பு சொல்லப் பட்டது. சாகுல் ஹமீது கைவசம் எப்போதும் ஒரு திட்டம் கைவசம் இருக்கும். ஆனால், திட்டமே இல்லாமல் வீட்டுக்குள் சென்றார்.

# 36

காதர்கனி அனைவரது வாழ்த்துகளுடனும் மாடியில் உட்காந்திருந்தார். உடன் ஜாபர் வாத்தியார் மட்டும் இருந்தார்.

"இல்ல ராவுத்தரே, நீங்க அவரை போய் பாத்திருக்கணும்!" என்றார் ஜாபர் வாத்தியார்.

"எம்மேல தான் வந்து விழுந்தான். நா எப்படி பாக்க மாட்டேன்னு சொல்லுவேன்?"

"அப்ப போய் பாக்கலாமே?"

"கண்டிப்பா போவேன். அதுக்கு முன்னாடி நிறையா வேலை இருக்கு!"

"அப்படி என்ன வேலை ராவுத்தரே? நிர்வாகிகள் தேர்வுக்கு இன்னும் ரெண்டு நாள் போகட்டும் இப்ப என்ன அவசரம்?"

"அட அதில்ல ஜாபரு, அந்த சினிமா கொட்டகை கிருக்கனுக்கு பாடம் கத்துக் குடுக்க சரியான நேரம் வந்துருக்கு. இதவிட்டா வேற சந்தர்ப்பம் கிடைக்கும் சொல்லு?"

தீவிரம் புரிந்தவராக, "மவுத்துகாரங்க வீட்ல பழிவாங்க என்ன இருக்கு?"

காதர்கனி சூழ்ச்சியாக சிரித்தபடியே சொன்னார், "ஜாபரு என்னய என்ன மனசாட்சி இல்லாதவன்னு நினைச்சிட்டியா? ஒரு ரெண்டு நாள் அவனுக்கு நா யார்ன்னு காட்டிட்டு...!"

“காட்டிட்டு...?”

“அப்புறமா அந்தம்மாவை நம்ம ஜமாத் சார்பா நல்ல முறையில அடக்கம் பண்ணுவோம்.”

“அதுவரைக்கும்...?”

“எதுவுமே பண்ண கூடாது. பள்ளிவாசல்ல தெளிவா சொல்லிருங்க. ஜமாத் சார்பா யாரும் அங்க போகக்கூடாது. மையது குளுவாட்டா ஊர்க்காரங்க யாரும் அந்த பக்கமே போகக்கூடாது.”

“இதெல்லாம் அநியாயம் ராவுத்தரே, ஊருக்குள்ள ஒரு மாறியா பேச ஆரம்பிச்சிருவாங்க.”

“செத்த சும்மாரு ஜாபரு. அந்த கிருக்கனை என்னோட கால்ல விழ வைக்க வேற சந்தர்ப்பமே கிடைக்காம போயிரும். இது எனக்கு அல்லாவே குடுத்த சந்தர்ப்பம். இல்லேன்னா நா ஜெயிக்கும் போது அந்தம்மா மவுத்தா போயிருக்குமா?”

“இதெல்லாம் பெரிய பள்ளிவாசல் ஆளுங்களுக்கு தெருஞ்சா பிரச்சினையாயிரும்.”

“எல்லா பெங்களூர் மாநாட்டுக்கு கிளம்பிட்டாங்க. அவங்களுக்கு வந்து தகவல் தெரியவே ஒரு வாரமாயிரும். அதுக் குள்ள இந்த சினிமா கொட்டகையே இல்லாம பண்ணிருவேன். பீர்முகம்துகிட்ட பேசி எல்லாரையும் சரி பண்ணிடலாம்.”

ஜாபர் வாத்தியாருக்கு எதுவும் சரியாகப்படவில்லை. காதர்கனி நிறைய திட்டத்தை கைவசம் வைத்திருந்தார். நாயகம் அம்மாவின் உடலை புதைப்பதற்கு இடம் தருவதில் கூடுமான வரை நிறைய அலைக்கழிப்பு செய்ய வேண்டும் மனதுக்குள் நினைத்துக்கொண்டார்.

“ராவுத்தரே நம்ம அல்லாஹ்வுக்கு பயப்படனும். இதெல்லாம் ஊருக்குள்ள தெருஞ்சா ஜமாத்துக்கு தான் கெட்ட பேரு!”

“ஜாபரு, அல்லாஹ்வுக்குப் பிடிக்காத ஷைத்தான் பிடிச்ச வேலையை ஒருத்தன் ரெண்டு தலைமுறையா நெஞ்சழுத்தமா

செஞ்சிட்டு வர்றான். எவனாச்சும் கேக்க முடிஞ்சதா? இதுக்கெல்லாம் அல்லாவே ஒரு வழி காட்டிருக்கான். ஜாபர் நீ எதுலயும் தலையிடாதா..” என முகத்தில் அடித்தாற்போல் பேசியதும் ஜாபருக்கு ஒரு மாதிரியாக போய்விட்டது.

மஸ்தான் பாய் மூச்சிறைக்க மாடியேறி வந்தார். அவரை எதிர்பார்த்தாற் போல காதர்கனி உற்சாகமாய் வரவேற்றார்.

“என்னாச்சு மஸ்தான், எல்லா விசாரிச்சிடீங்களா?”

சில நொடிகள் மூச்சு வாங்கி விட்டு சொன்னார்.

“எல்லா விசாரிச்சிட்டேன் ராவுத்தரே, அந்தம்மா மவுத்தாகும் போது என்னய தனியா எங்கேயும் அடக்கம் பண்ணாம ஊர் மைய்யதாங்கரையில தான் பண்ணனும்ன்னு தான் அந்தம்மாவோட வசியத்து!”

காதர்கனிக்கு உற்சாகம் இருமடங்கு கூடியது.

“மாட்டுனான். இந்த ரெண்டு நாள்ல என்ன பண்ணப் போறேன்னு மட்டும் பாருங்க!” என்று உள்ளுக்குள் பேசிக் கொண்டார்.

ஜாபர் வாத்தியார் இந்த விஷயத்தில் தன்னுடன் நிற்பார் என எதிர்பார்த்தது தான் அதற்கு மாறாக நடந்துவிட்டது. இத்தனை நல்லவர்களை வைத்துக்கொண்டு என்னதான் சாதிக்க முடியும் என குறைப்பட்டுக்கொண்டார்.

சாகுல் ஹமீது வீட்டுக்கு தகவல் சேகரிக்க சென்ற மஸ்தானை ஜாபர் அற்பமாக பார்த்தார். காதர்கனி சற்று நேரத்தில் வந்து விடுவதாக கீழே சென்றார்.

“உனக்கெல்லாம் ஈவு இரக்கமே இல்லையா?” என்றார் மஸ்தானை பார்த்து ஜாபர்.

“அட நீங்க வேற, தலைவர் சொல்லி கேக்கலேன்னா தப்பா போயிடாதா? அதுவுமில்லாமா புது மாப்ள மாதிரி புது தலைவர் ரொம்ப சூடா இருப்பாரு. எதுக்கு வம்புன்னு தான் விசாரிக்க போய்ட்டேன். இதுல என்ன தப்பு?” என தன் மீது தவறு இல்லாதது போல பேசினார்.

“மையத்துக்கு சந்தாக்கு குடுக்க கூடாது, புதைக்க இடம் குடுக்கக்கூடாது. ஜமாத் சார்புல யாரும் இடம் குடுக்கக் கூடாதுன்னு வரிசையா அடுக்கிட்டு போறாரு. இதெல்லாம் உனக்கு தெரியுமா?”

மஸ்தான் போலியாக அதிர்ச்சி காட்டினார்.

“அல்லாவே இதெல்லாம் எனக்கு தெரியாது. தெருஞ்சா பண்ணுவனா?”

“என்ன என்கிட்ட நடிக்கிறீயா? எதுவுமே தெரியாமத்தான் விசாரிக்க ஆள் புடிக்க போனியோ?” என சொல்லி முடிப்பதற்குள் காதர்கனி மேலே வந்துவிட்டார்.

வாத்தியாரின் கேள்விக்கு பதில் தெரியாமல் திணறிக் கொண்டிருந்த மஸ்தான் தற்காலிகமாக தப்பியது குறித்து நிம்மதியடைந்தார்.

அது இறப்பு நிகழ்ந்த வீடு போலவே இல்லை. சொற்ப ஆட்களே இருந்தார்கள். தியேட்டர் சங்கம் சார்பில் ஒரு பெரிய மாலை போடப்பட்டு அது வாசலில் கிடந்தது. வந்திருந்தவர்களில் பலர் துக்கம் மட்டுமே விசாரிக்க வந்தவர்கள். உடன் சேர்ந்து துக்கத்தை அனுபவிக்க சாகுல் ஹமீது மட்டுமே இருந்தார். வீட்டு வேலைக்காரப் பெண்கள் இருவர் மிகவும் சிரமப்பட்டு மையத்தை குளிப்பாட்டி வரவேற்பு அறையில் வைத்திருந்தார்கள்.

ஜமாத் கட்டுப்பாடு அவசரமாக நடைமுறைக்கு வந்தது. இதற்கிடையில் காதர்கனியும், செல்லப்பாவும் ஒன்று சேர்ந்து விட்டார்கள் என்ற தகவலால் ஜமாத் கட்டுப்பாடு இன்னும் முக்கியத்துவமானதாக கருதப்பட்டது.

நாயகம் அம்மாவின் தலைமாட்டில் ஊதுபத்தி கட்டுகள் புகைந்து கொண்டிந்தது. எந்த சலனமும் இல்லாமல் அம்மா படுத்திருப்பதை பார்த்த சாகுல் ஹமீது கைகளை கட்டிக்கொண்டு அடுத்து என்ன செய்யலாம் என்ற யோசனையில் இருந்தார்.

பள்ளிவாசலில் இறப்பு செய்தி அறிவிப்புக்காக சுந்தரத்தை அவர் அனுப்பியிருந்தார். ஒலிபெருக்கியில் அந்த செய்தி

எப்பொழுது வரும் என எதிர்பார்த்துக் கொண்டிருந்தவருக்கு சுந்தரம் மட்டுமே வந்தான். அவன் முகத்தை வைத்து என்ன நடந்திருக்கும் என்பதை அவரால் அறிய முடிந்திருந்தது.

புல்லட்டை எடுத்துக்கொண்டு பள்ளிவாசலுக்குச் சென்றார். எதிர்ப்பட்ட ஊர்வாசிகள் வித்தியாசமாக பார்ப்பதே அவருக்கு எரிச்சலை கொடுத்தது. பள்ளிவாசலில் மோதினார் முத்தலீப்பு ஒது செய்யும் இடத்தில் தேங்கி நின்ற தண்ணீரை அகற்ற வழி ஏற்படுத்திக்கொண்டு இருந்தார். சாகுல் ஹமீது வந்ததை அவர் கவனிக்கவே இல்லை. பின்னால் ஒரு நிழல் ஊடாடுவதை பார்த்து திடுக்கிட்டு திரும்பிப் பார்த்தார்.

ஏன் வந்தார் எதற்கு வந்தார்? என்ற கேள்விக்கு இடமளிக்காமல் முத்தலீப்பு அவரிடம் சென்று,

“சந்தா கட்டாததால மவுத்தை அறிவிக்கக் கூடாதுன்னு தலைவர் உத்தரவு போட்ருக்காரு. முதலாளி நீங்க என்ன தப்பா எடுத்துக்கக்கூடாது!” என்று நடுக்கமான குரலில் கூறினார்.

தான் பணிவுடன் பேசுவதை யாராவது கவனிக்கிறார்களா? என்பதையும் ஒருமுறை நோட்டமிட்டார்.

சாகுல் ஹமீது எதையும் பொருட்படுத்தவில்லை. தன் கனமான குரலில் கேட்டார்,

“பள்ளிவாசலுக்கு சந்தா கட்டுனா அறிவிப்பீங்களா?”

இதை சற்றும் எதிர்பார்க்கதவராய்,

“ஜமாத்துக்கு ஒரு மன்னிப்பு கடிதமும் எழுதி குடுக்கணுமாம்!”

“என்னென்னு?”

“இனிமே தியேட்டர் நடத்த மாட்டேன்னு!” சொல்லும் போது மரியாதை குறைவாக இருக்கக் கூடாது என உட்கார்ந்தே விட்டார் முத்தலீப்பு.

கூடவே, கண்களையும் இறுக்க மூடிக்கொண்டார். இது போன்ற பெரிய செய்திகளை பலமே இல்லாத மோதினார்

வசம் சொல்லச் சொல்வது எவ்விதத்திலும் நியாயம் இல்லை என தலைவரையும் சபித்துக்கொண்டார்.

முத்தலீப்பு கண்களை திறக்கும் போது அவர் அங்கு இல்லை. எங்கே போயிருப்பார் என யோசித்துக்கொண்டிருக்கும் போது புல்லட் பள்ளிவாசல் வளாகத்தை விட்டு வெளியேறும் சப்தம் கேட்டது.

நிறைய வயர்களின் தொகுப்பு செல்லப்பாவின் மார்பை சுற்றி ஒட்டப்பபட்டிருந்தது. இதயத்துடிப்பின் எண்ணிக்கை, அளவு ஒரு எந்திரத்தில் ஓடிக்கொண்டிருந்தது. அதை வட்டவடிவ கண்ணாடியின் வழியே பார்த்துக்கொண்டிருந்தாள் அவரது மனைவி அமீரா. அருகில் அலிமா அம்மாவின் கையை பிடித்துக்கொண்டு நின்றாள். மருத்துவர்களால் இது இரண்டவது மாரடைப்பு என சொல்லப்பட்டது.

காதர்கனி மருத்துவமனையில் நுழைந்தார்.

# 37

காதர்கனி மருத்துவமனைக்கு வந்துவிட்டாலும் மனதிற்குள் செல்லப்பாவை பார்ப்பதில் நிறைய மனத்தடைகள் அவருக்கு இருந்தது. செவ்வந்தியப்பனிடம் சொல்லிவிட்டு தான் வந்தார், உடனே வந்து விடுவேன் காரை விட்டு இறங்கவேண்டாம் என்று!

இந்நேரம் செல்லப்பா வீட்டில் மயங்கி விழுந்து கிடந்திருந்தால் கேள்வியே இல்லை. தன் நெஞ்சில் சாய்ந்து விழுந்ததது தான் தன் கோபதாபங்களை சற்று விளக்கி வைக்க காரணமாய் அமைந்துவிட்டது.

உண்மையில் இருவருக்கும் பகிரங்கமாக சண்டையெல்லாம் ஒன்றுமில்லை. மன வருத்தங்கள் தான் நிரம்பியிருந்தது. அது நாளடைவில் போட்டியாக மாறியதும் அது வேறு வகையில் பகையாக உருவெடுத்தது. இருவரும் பேசிக்கொள்வதில்லை. காதர்கனிக்கு தங்கை அமீரா மீது அளவுகடந்த பிரியம் இருந்தது.

இப்போது செல்லப்பாவை பார்க்க வந்தது கூட அவள் மீதுள்ள பாசமும் ஒரு காரணமாய் இருந்தது. தூரத்தில் அண்ணன் வருவதை பார்த்ததும் அமீராவுக்கு அது வரை இருந்த விசும்பல் அழுகையாக வெடித்தது.

அண்ணன் வந்ததும் கட்டிப்பிடித்து அழுதாள். வேறு வலியில்லாமல் காதர்கனியும் அழ வேண்டியதாகிவிட்டது.

அவர் தங்கை மகள்கள் அலிமா, தானியாவை அந்த பிணைப்பில் சேர்த்துக்கொண்டார். இந்த அன்புப்பிடியை ஒரு செவிலியர் வேடிக்கை பார்த்துச் சென்றார். ஒரு நோயாளியும் இந்த காட்சியை வெகுவாக ரசித்துக்கொண்டிருந்தார்.

அமீரா, "அண்ணே அவர வந்து பாருண்ணே!"

கண்ணாடி வழியே எட்டிப்பார்த்தார்.

செல்லப்பா எந்த அசைவும் இல்லாமல் கிடந்தார். என்ன தான் பகையாக இருந்தாலும் செல்லப்பாவை அந்த நிலையில் பார்த்தது காதர்கனிக்கே ஒரு மாதிரியாக இருந்தது. சுமார் பதினாறு வருடங்கள் நிலவி வந்த சச்சரவுகள் ஒரே ஒரு கண்ணாடி அறையில் வைத்து பூட்டியது போல இருந்தது.

"உள்ள போய் பாக்கலாமா?" என கேட்டார் காதர்கனி.

"இருண்ணே போய் கேக்குறேன்!" என்ற அமீரா அந்த அறையின் வெளியே இருந்த டேபிளில் அமர்ந்திருந்த செவிலியரிடம் காதர்கனியை பார்த்து ஏதோ சொன்னாள்.

நர்ஸ் அவரை பார்த்தாள்.

"வாங்கண்ணே!" என கையை பிடித்து உள்ளே அழைத்து சென்றாள்.

இவரது கை நடுங்கியது. வெளியே நிற்கிறேன் என்று மனதிற்குள் ஜெபித்தாலும் உள்ளே செல்ல மறுப்பதற்கு வழியே இல்லை. வெளியே இருந்த அனல் இல்லை. உள்ளே உயிர்காக்கும் சாதனங்கள் ஈனஸ்வரத்தில் முனங்குவது போல இருந்தது.

திமிர், தென்னாவெட்டு, முன்கோபம் எல்லாவற்றையும் கட்டிலுக்குள் கீழே தள்ளி விட்டு செல்லப்பா மேலே படுத் திருந்தது போல இருந்தது. சர்வ சாதாரணமாக கெட்ட வார்த்தை கொட்டும் வாயில் நீளமான குழாய் சொருக்கப்பட்டிருந்தது.

"அண்ணே, கூப்பிடுண்ணே!" தங்கை பிடித்து உலுக்கினாள்.

தூரத்தில் இருந்து பார்த்த போது கொஞ்சம் பாவமாய் இருந்தது, அருகில் சென்ற போது மீண்டும் மனஸ்தாபங்கள்

காதர்கனியின் புத்திக்குள் வந்து சென்றது. இனி எதையும் தவிர்க்க முடியாது என கருதியவர் செல்லப்பாவின் கைகளை தொட்டார்.

“செல்லப்பா!” என கைகளை சுரண்டினார்.

“நல்ல சத்தமா கூப்பிடுண்ணே!”

“டேய் செல்லப்பா! மாப்ள! கண்ண திறந்து பாருடா!” என அவர் கைகளை இறுக்கப் பிடித்தார். எந்த அசைவும் இல்ல.

“என்னமா, முழிச்சு பாத்தானா இல்லையா?”

“அப்பப்ப முழிச்சு பாக்குறார்ணே!”

“டாக்டர் என்ன சொன்னாரு?”

“ஏதோ ஊசி போடணும் சொன்னாரு!” என மீண்டும் அழுதாள்.

“சரி சரி அழாத! சரியாயிடும்!” அவள் கண்களை துடைத்துக் கொண்டாள்.

உள்ளே வந்த ஒரு செவிலியர் இவர்களை வெளியே போகுமாறு கூறினாள்.

“நாளைக்கு ரிசல்டுனு நைட்டு முழுக்க தூங்காம வீட்டுக்குள்ள நடந்துகிட்டே இருந்தாரு. எவ்வளவு சொல்லியும் ஒரு பொட்டு கூட தூங்கல!” என சொல்லிவிட்டு மீண்டும் அழுதாள்.

“இப்ப அழுது என்ன பண்றது? புருஷன் கூட சேந்து நீயும் ஒத்தூதுனா இப்படித்தான் ஆகும். மச்சான்னு வேணாம் சரி! கூட்டாளின்னு கொஞ்சமாச்சும் என்னய வச்சு பாத்துருந்தா இப்படி ஆயிருக்குமா? அல்லாஹ்வுக்கு பயப்படணும் அமீரா!” என ஆறுதல் சொல்வது போல ஆதங்கத்தையும் சொல்லி முடித்தார்.

அமீராவும் அழுது முடித்திருந்தாள்.

“இனிமேலாச்சும் எல்லாரும் ஒண்ணா மண்ணா இருப் போம்ணே!” என சொன்ன தங்கையை பார்த்து காதர்கனி சிரித்தார்.

“ஏன்ணே சிரிக்கிற?”

“இந்தா படுத்துருக்கான் பாரு உன் புருஷன்காரன்! அவன் அமைதியா படுத்துருக்குற வரைக்கும் தான் இப்படி இருப்பான். எந்திருச்சு நடக்க ஆரம்பிச்சிட்டா அவ்வளவு தான். மட்டுமரியாத பாக்க மாட்டான். ஏற்கனவே பகை. இப்ப இவனை எதுத்து வேற ஜெயிச்சிட்டேன். இனி விடமாட்டான்.”

“அப்படியெல்லாம் சொல்லாதண்ணே. இப்படியே இருந்தா பித்து பிடிச்சு செத்து போயிருவேன்!” மீண்டும் அழ முற்பட்டாள்.

“எப்ப குடிக்க ஆரம்பிச்சானோ, அப்பவே சைத்தானா மாறிட்டான்!”

அமீரா தெரியாதது போல பார்த்தாள்.

அவள் பார்வையை புரிந்து கொண்ட காதர்கனி, “என்ன எனக்கு எதுவும் தெரியாதுன்னு நினைச்சியா? புட்டி புட்டியா பாட்டில் போறது எனக்கு தெரியாதா? இது என்ன பெரிய சீமையா? இருக்குற பத்து தெரு, நாலு முட்டு சந்துல தும்முனாலே வெளிய தெரியும். இந்த செல்லப்பன் ராவுத்தர் செய்யிறது தெரியாதோ?”

“இல்லண்ணே, எப்பயாவது குடிப்பாரு!” கணவனுக்காக பேசினாள்.

“எப்படியோ குடிக்கிறான்ல. என்கூட இருந்த வரைக்கும் ஒரு பீடி, சிகரெட் கூட இல்ல. இப்ப இதெல்லாம் எங்கருந்து வந்துச்சு? இந்த லெட்சனத்துல ஜமாத் தலைவர் பதவி. ஒரு குடிகாரன் ஜமாத் பதவிக்கு வந்தா அல்லா மன்னிப்பானா? நீயே சொல்லு?”

அமீரா இப்போது புது வகையாக திரட்டி வைத்திருந்த சேலையை குமித்து வைத்து அதற்குள் முகத்தை முகத்தை புதைத்து அழுது பார்த்தாள்.

செல்லப்பா இருந்த அறையிலிருந்து நர்ஸ் வெளிய வந்தாள்.

"பேஷன்ட் முழிச்சு ஏதோ கேக்குறாரு!" என்றாள் அந்த நர்ஸ்.

அமீரா பரிதவித்தபடி உள்ளே ஓடினாள். காதர்கனி தன் தங்கையின் மகள்களை முதுகில் தட்டிக்கொடுத்து அவர்களை ஆறுதல்படுத்துவது போன்ற ஒரு முயற்சியில் இருந்தார்.

அலிமாவிடம், "ரகுமான் கூட பேசுவியா? ரெண்டும் ஒரே பள்ளிக்கூடம் தானே?" என்றார்.

அலிமா சிரித்துக்கொண்டே, "அது காலேஜ் மாமா!" என்றாள்.

"அதான், காலேஜ்! நல்லா படிங்க. உங்க அப்பனை நினச்சு வருத்தப்படாதீங்க. மாமா நா இருக்கேன். குட்டி நீ என்ன படிக்கிற?"

தானியா வெட்கப்பட்டுக் கொண்டே சிரித்தாள்.

சலீமும் மாலிக்கும் அங்கு வந்தார்கள். காதர்கனியை பார்த்ததும் வேறு எங்கு ஒதுக்குவது என தெரியாமல் பரிதாபமாக நின்றார்கள்.

அவர்களை கிண்டலாக பார்த்த காதர்கனி,

"என்ன சலீமு? நீதான் செல்லப்பாவுக்கு வலது கரம்னு கேள்விப்பட்டேன்!"

சலீம் அமைதியாக நின்றார்.

"அட சும்மா சொல்லுப்பா. எதேதோ சொல்லி உங்க தலைவரை உள்ள படுக்க வச்சிட்டீங்க. இப்ப யாரு கூட நிக்கிறது? நாந்தானே?"

மாலிக் சலீம் காதில், "நம்ம தானே ராவுத்தரே ஆஸ்பத்திரில கொண்டு போய் சேத்தோம். என்னமோ இந்தாளு தோளில் தூக்கி போட்டு ஓடின மாதிரி பேசுறான்?" என்றார்.

"என்ன மாலிக்கு, சலீம் காத கடிக்கிற? எதா இருந்தாலும் என்கிட்ட சொல்லுப்பா. நானும் உன்னோட பழைய முதலாளி

தானே?" என்று சில வருடங்களுக்கு முன்னால் தன்னிடம் வேலை பார்த்த மாலிக்கை கிண்டலடித்தார்.

அமீரா வெளியே ஓடிவந்தாள். ஏதோ அசம்பாவிதம் நடந்தது போல திடுக்கிட்டார், காதர்கனி.

"அண்ணே, உள்ள வாங்க!" என்றாள்.

"என்னமா ஆச்சு, டாக்டர கூப்பிடாம என்னய கூப்புடுற? நா வேணா டாக்டரை கூட்டிட்டு வரவா?"

"அண்ணே நீங்க வாங்க!" என்றதில் அவளிடம் எந்த பதட்டமும் இல்ல. மாறாக ஓர் உற்சாகமும் எதிர்பார்ப்பும் இருந்தது.

காதர்கனி மெதுவாய் கதவை திறந்து உள்ளே சென்றான். செல்லப்பா கண்களை திறந்திருந்தார். நேற்று பார்த்ததை விட இன்று கண்கள் சிவந்திருந்தது. ஆனால், நேற்று தெரிந்த திமிர் இன்று கணிசமாக செல்லாப்பாவிடம் இருந்து வடிந்திருந்தது. காதர்கனியும், செல்லப்பாவும் ஒருவரை ஒருவர் அணுக மிகவும் சிரமப்பட்டுக் கொண்டார்கள். ●

# 38

பள்ளிவாசலில் இருந்து வீடு திரும்பி கொண்டிருக்கும் போது கண்ணை சிமிட்டாமல் தன்னை வேடிக்கை ஆட்களை பார்க்கும் போது வண்டியை நிறுத்தி அறைந்து விட்டு செல்வோமா என இருந்தது சாகுல் ஹமீதுக்கு.

நியாய அநியாய உபதேசங்கள் பற்றியெல்லாம் அவருக்கு எந்த நம்பிக்கையும் இருந்ததில்லை. கூடவே, இறை பக்தி பற்றி அதிகமாக சிந்தித்ததும் இல்லை. கவலையெல்லாம் அம்மாவின் கடைசி நேர விருப்பம் பற்றித்தான். அருகே உட்கார்ந்து ஆலோசனை செய்ய ஓர் உற்ற நட்பு இல்லாதது பற்றி முதன் முறையாக யோசித்துப் பார்த்தார்.

பீர்முகம்மதை இரண்டு முறை டெலிபோனில் அழைத்தார். பெங்களூர் மாநாட்டுக்கு போயிருப்பதாக தகவல் வந்தது. வழியெங்கும் யோசனைகள் அவருக்கு. விழுந்த பெரிய வீட்டு சாவுக்கு ஊர் பெரிதாக கண்டு கொண்டது போல தெரியவில்லை. ஆடுகள் மேய்த்துக் கொண்டிருந்தவன் அன்றும் ஆடுகளைத்தான் மேய்த்துக்கொண்டிருந்தான். களையெடுப்புக்கு ஆட்கள் வந்து கொண்டும் போய் கொண்டும் தான் இருக்கிறார்கள். இரவில் தூங்காதது கண்கள் எரிச்சலை கொடுத்தது. முகத்தில் வெப்பம் தகித்தது. காய்ச்சலாக கூட இருக்கலாம் என நினைத்துக் கொண்டார்.

புல்லட்டை ஊர் குளத்துக்கு அருகில் நிறுத்தினார். ஆள் அரவமற்ற மதிய நேரம்.

சாகுல் ஹமீது அவ்வப்போது விசித்திரமாக ஏதேனும் செய்வார். அந்த விசித்திர செய்கை தான் நட்பு, சொந்தம் என எதுவும் அவரை நெருங்காவிடாமல் செய்தது. அப்படித்தான் தன்னை சுற்றி நிகழும் சம்பவங்களை மறந்து குளத்துக்குள் இறங்கி முங்கி குளிக்க நினைத்தார். ஆடைகளை களைந்து இறங்க முற்படும் போது சேற்றுக்குள் கால் வைத்தார். அது குளித்தே ஆக வேண்டிய கட்டாயத்தை அதிகப்படுத்தியது. அடுத்த காலை நல்ல பாசி படிந்த கல்லில் வைக்கும் போது இரண்டு தவளைகள் ஒன்று சேர்ந்தார் போல நீருக்குள் குதித்து தாவியது.

“என்னய எங்கேயாவது தனியா அடக்கம் பண்ணிடாதாய்யா!” நீருக்குள் முங்கிய போது அம்மாவின் சப்தம் தெளிவாக கேட்டது.

அவரே சத்தமாக “அம்மா” என கத்தி விட்டார். இனி முங்கி குளிக்காமல் நின்றபடியே குளித்து விட வேண்டும் என தீர்மானம் கொண்டார்.

“மையத்தை குளிப்பாட்டவே முடியல. எவ்வளவு கனத்து கெடக்கு. ஆசை நிறைவேறாம மவுத்தா போனா மய்யம் இப்படித்தான் கனத்து கெடக்குமாம்!”

“ஆமா, எங்க நன்னிமா மவுத்தா போகும் போது நாலு பேர் கூட சேர்ந்து மய்யத்தை தூக்க முடியல. அந்த மாதிரி கனத்து கெடந்துச்சு!”

அம்மாவின் உடலை குளிப்பாட்டிய இரண்டு வேலைக்கார பெண்மணிகள் பேசிக்கொண்டதை தான் இப்போது அவர் நினைத்துக் கொண்டிருந்தார்.

குளத்தின் நடுவே எவ்வளவு நேரம் நின்றார் என தெரியவில்லை. குளத்தில் நிற்கும்போதெல்லாம் நாயகம் அம்மா பேசுவது போலிருந்தது. இரண்டு பேர் துணியுடன் குளிக்க வந்தார்கள். சாகுல் ஹமீது புல்லட்டை பார்த்து குளத்துக்குள் இறங்காமல் தயங்கியபடி அப்படியே நின்றார்கள். அவர்களை பார்த்தவர் குளத்திலிருந்து வெளியே வந்தார். உடலை துவட்டிக்கொள்ளாமல் அப்படியே உடைமாற்றிக் கொண்டு அப்படியே புல்லட்டை கிளப்பிச் சென்றார்.

“எதுக்குங்க நம்மாளுக்கு இந்த ஊர் வம்பு!” என்ற இமாம் நூர் மனைவியின் குரலில் கவலை நிறைந்திருந்தது.

“வேற எங்க போகச்சொல்ற?”

“ஊர் உலகத்துல பள்ளிவாசலா இல்ல. ஏதாவது ஊருக்கு எழுதி போடுங்க. இல்லேன்னா பெரிய பள்ளிவாசல்ல சொல்லி வச்சா கூப்பிட போறாங்க. அந்த சிக்கந்தாபுரம் வேணாங்க. அவரு கூப்புட்டும் நீங்க போகல. இப்ப தலைவர் வேற ஆயிட்டாரு!”

இமாம் நூர் சிரித்துக் கொண்டே சொன்னார், “நல்ல மனு சங்க மட்டுமே இருக்குற ஊருக்கு தான் போகணும்னா மவுத்தா போய் சொர்க்கத்துக்கு போனாத்தான் உண்டு. காதர்கனி என்ன கழுத்தயா வெட்ட போறாரு. அல்லாஹ்வோட பாதுகாப்புல இருக்குற நம்மள யாரும் எதுவும் பண்ண முடியாது. நீ வேணா ரெண்டு நாள் கழிச்சு வா. எனக்கென்னவோ இந்த ஜும்மாவுக் குள்ள அங்க இருக்கணும்ன்னு யாரோ சொல்ற மாதிரி இருக்கு.”

சாகுல் ஹமீது வீட்டுக்குள் நுழையும் போது வீட்டுக்கு வெளியே கொட்டகை போட்டுக்கொண்டிருந்தார்கள். பொதுவாய் ஆட்கள் அதிக அளவில் வந்தால் வெளியே உட்காருவதற்காக கொட்டகை போடுவார்கள். ஆனால், இங்கு சொற்ப ஆட்களுக்காக போடப்பட்டிருந்தது.

சுந்தரம், கந்தனும் தங்கள் வீட்டில் ஏற்பட்ட துக்கம் போல கைகளை கட்டிக்கொண்டு நின்றார்கள்.

வேலைக்காரி சாகுல் ஹமீதிடம் சொன்னாள்,

“அண்ணே, மையத்தை எப்ப எடுப்பீங்கன்னு தெருஞ்சா...!”

சாகுல் ஹமீது, “தெரிஞ்சு என்ன பண்ண போற?” என சற்று அதட்டலாகவே கேட்டார்.

“இல்லண்ணே, கூட இருந்த ஒருத்தி புள்ளைக்கு உடம்பு சரியில்லேன்னு போய்ட்டா. நா ஒரே ஆளு மைய்யத்தை குளிப்பாட்ட முடியாது. எப்ப தூக்க போறோம்னு தெருஞ்சா

உதவிக்கு ஒரு ஆளை கூட்டிட்டு வருவேன்!" என்றாள் அப்பாவியாக.

சாகுல் ஹமீது அவளை திட்டியிருக்க வேண்டாமோ என தோன்றியது. தன் சட்டை பையில் கைவிட்டு துழாவினார். ஈரமான நூறு ரூபாய் தாள் இரண்டு வந்தது.

"இந்தா பணம். ஊருக்குள்ள யாரும் சும்மா வர மாட்டாங்க. வந்தவங்களுக்கு நூறு குடுத்துட்டு மிச்சத்தை நீ செலவுக்கு வச்சுக்க!" அவள் முகம் சந்தோஷமாக மாறும் என நினைத்தார். அவள் அதே அப்பாவி முகத்துடன் சென்றுவிட்டாள்.

எல்லாமே இருந்தும் மவுத்து வீட்டில் அழுவதற்கு ஆள் இல்லாதது விசித்திரமாக இருந்தது. வேலைக்காரி நாயகம் அம்மா முகத்தில் உட்காந்திருந்த ஈயை விரட்டினாள். அது ஒரு குறிப்பிட்ட கால இடைவெளியில் மீண்டும் வந்து உட்காந்தது. நேரம் செல்ல செல்ல ஈக்களின் எண்ணிக்கை இரண்டு கூடியது. குறிப்பாக மூக்கின் துவாரத்தில் உட்காரும் போது தான் கவனித்தாள். அதில் லேசாக ரத்தம் கசிந்து கொண்டிருந்தது.

ஒரு கட்டத்தில் செல்லப்பாவே காதர்கனியின் கைகளை பிடித்துக்கொண்டார். காதர்கனிக்கு இதுபோன்ற நெகிழ்வான தருணத்தில் கூட செல்லப்பாவின் பழைய செயல்பாடுகள் தான் ஞாபகத்தில் நின்றது. எனினும் சூழலை கெடுக்க விரும்பாமல் அதற்கேற்றார் போலவே இருக்க விரும்பினார் காதர்கனி. நடப்பதை அமீரா நெகிழ்ச்சியுடன் பார்த்துக்கொண்டிருந்தாள். செல்லப்பாவால் பேச முடியவில்லை.

"அண்ணே ஏதாவது பேசுணே!" என அருகில் நின்றுகொண்டு உற்சாகப்படுத்திக் கொண்டிருந்தாள் அமீரா.

சுந்தரால் வெகுநேரம் கையை கட்டிக்கொண்டு நிற்க முடியவில்லை. வெளியே வந்து நின்றான். கூடவே கந்தனும் ஓடி வந்தான்.

"ஏன்டா என்னய தனியா விட்டுட்டு வந்த?" என்று சுந்தரை திட்டினான்.

“பொணத்தையும் உன்னையும் தனியாவா விட்டு வந்தேன்? கூட ஆளு இருக்காங்கல்ல?”

“பொணம் கிணம்ன்னு சொல்லாதடா, அந்தாளு காதுல விழுந்துற போகுது!”

“ஆமாடா, ஊர்ல பெரிய தலகட்டு. தியேட்டர் முதலாளி. ஆனா, அவரு அம்மா செத்ததுக்கு கூட்டத்தை பாரு. அந்தம்மா பொணத்தோட சேத்து பதினாலு பேர் இருக்கோம். இது நிஜமாவே கேதக்கார வீடு மாதிரி தெரியல!”

“ஆமா, போறபோக்க பாத்தா இந்தம்மாவையும் நம்மதான் தூக்கிட்டு போகணும் போல!’ என்றான் கந்தன்.

“இந்த தியேட்டருக்கு வந்து இந்த ஒரு வேலையை தான் பாக்காம இருந்தோம். நம்ம பேசிக்கிட்ட மாதிரி ரெண்டு பாய் களும் அஸலாம்மலைக்கும் சொல்லி ஒண்ணா சேந்துட்டானுங்க போல!”

“ஆமா, ஊருக்குள்ள அதான் பேசிட்டு இருக்காய்ங்க. அவனுங்க சேந்துகிட்ட மாதிரி இந்தாளயும் சேத்துகிட்டா எந்த பிரச்சினையுமே இல்லையே?”

“அது எப்படி? அவனுங்க சொந்தக்காரனுங்க. ஒண்ணுகூடிக் கிட்டாங்க. இவரென்ன சொந்தமா சுறுத்தா?”

“தனித்தனியா இருக்கும் போதே என்னென்னவோ பண்ணு வானுங்க. இப்ப ஒண்ணுகூடி என்னெல்லாம் பண்ண காத் திருக்கானுங்களோ தெரியல. இப்படியே ஓடிப்போயிறலாம்ன்னா, கிழவி செத்து நம்மள இங்க நிக்க வச்சிருச்சு!”

மஸ்தான் பாய், சாகுல் ஹமீது வீட்டுக்கு ஒருவித தயக்கத்துடன் வந்து கொண்டிருந்தார். உண்மையில் இந்த வேலையை ஜாபர் வாத்தியார் செய்ய வேண்டும். சில நாட்களாகவே தன்னுடைய கருத்தில் கொஞ்சம் முரண்பட்டு வருவதால் காதர்கனி இந்த வேலையே மஸ்தான் பாயிடம் கொடுத்துவிட்டார்.

# 39

மஸ்தான் பாய் எதற்காக வந்திருக்கிறோம் என்பதை மறந்து சாகுல் ஹமீதுக்கு ஸலாம் சொன்னார்.

"சலாமலேக்கும்!" என சிரித்த முகத்துடன் சொன்னார்.

பதில் ஸலாம் சொல்லாமல் வேறு பக்கமாய் முகத்தை திரும்பிக்கொண்டார் அவர்.

"பாருங்க பெரிய முதலாளி, உங்களுக்கு புத்தி சொல்ற அளவுக்கு நானெல்லாம் பெரிய ஆளு இல்ல. ஆனா, பள்ளி வாசல் ஜமாத் சார்புல ஒரு சில விஷயம் பேசிட்டு போகலாம்ன்னு வந்தேன்!" அவர் இன்னும் முகத்தை அப்படித்தான் வைத்துக் கொண்டிருந்தார்.

மஸ்தான் தொடர்ந்து பேசினார்.

"நம்ம ராவுத்தர் இப்ப முன்ன மாதிரியெல்லாம் இல்ல. அல்லாஹ்வுக்கு பயந்து ரொம்ப மாறிட்டாரு. இப்ப செல்லப்பா கூட சேந்துட்டார்ன்னா பாத்துக்கங்க!" இப்போது சாகுல் ஹமீது திரும்பி விட்டார்.

"இப்ப என்ன விஷயமா வந்துருக்கீங்க? சீக்கிரம் சொல்லிட்டு போங்க. அம்மாவை அடக்கம் பண்ணனும்!" என்பதை எந்த ஏற்றமிறக்கமின்றி வெகு சாதாரணமாகச் சொன்னார்.

"பெரிய முதலாளி உங்ககிட்ட சொல்றதுக்கென்ன நீங்க பரம்பரை பணக்காரரு. அதுவுமில்லாம உங்க ஐயாமாருங்க

இங்க ஜமாத் தலைவரா கூட இருந்துருக்காங்க. இங்க எல்லாமே ஜாமத்து தான். அதுனால நா என்ன சொல்ல வர்றேனா." என்பதை இடைமறித்து,

"அம்மாவை தூக்கிட்டு போக பள்ளிவாசல்ல இருந்து சந்தாக்கும், அடக்கம் பண்ண இடமும் வேணும். சந்தா கட்ட தயாரா இருக்கேன்."

"உங்ககிட்ட இல்லாத சந்தாவா? இப்ப அதுவா பிரச்சினை. உங்க சினிமா கொட்டகை தான் பிரச்சினை."

சாகுல் ஹமீது முகம் கொஞ்சம் கொஞ்சமாய் மாறிக்கொண்டே போனது. அதை மஸ்தான பாய் தான் கவனிக்க தவறிவிட்டார்.

"எப்படியெல்லாம் ஒண்ணா திரிஞ்சோம்!" செல்லப்பாவால் நெகிழ முடிந்த அளவிற்கு காதர்கனியால் வளைய முடியவில்லை.

"அத விடுடா, இப்ப நீ நல்ல ரெஸ்ட் எடுக்கணும். அந்த நர்ஸ் வேற முறைச்சிட்டு போகுது பாரு!" என கண்டித்தார் காதர்கனி.

"சிங்கப்பூர்ல ஒரு தாய்லாந்துக்காரி நர்ஸா இருந்தாலே அது மாதிரியா?" என வலியோடு சிரிக்க முயன்றார் செல்லப்பா.

காதர்கனிக்கு இப்போது தலைக்குள் வேறு ஓடிக்கொண்டிருந்தது. சாகுல் ஹமீக்கு தான் கொடுத்த நெருக்கடி பலனளிக்குமா? எப்படிப்பட்ட வலிமையுடைய இருந்தாலும் தாயின் மரணத்தால் கொஞ்சம் பலவீனமாகத்தான் இருப்பார்கள். இந்த நேரத்தில் சாதித்துக் கொண்டால்தான் உண்டு.

"செல்லப்பா, அந்த நாயகம் அம்மா மவுத்து!"

"அல்லல்லா! நீதானே ஜமாத் தலைவர் என்ன பண்ண போற?"

"உன்னய மாதிரி அவனோட தியேட்டர்ல பெயிண்ட ஊத்தப்போறேன்!" என சொல்லி சிரித்தார், காதர்கனி.

செல்லப்பாவின் முகம் சமாளிக்க முடியாமல் திணறியது வெளிப்படையாய் தெரிந்தது. "நான்தான் அவனோட கொட்டகைக்கு பெயிண்டு ஊத்துனேன்னு யாரு சொன்னா?"

சிக்கந்தாபுரம் 210

“அவனோட சினிமா கொட்டகைல கை வைக்க உன்ன, என்ன தவிர வேற எவனுக்கு தைரியம் இருக்கு? நா செய்யல, அப்ப நீதானே செஞ்சிருப்ப?”

செல்லப்பா அமைதியாக இருந்த போது அமீரா அண்ணனை அழைத்தாள். “அண்ணே உங்க கூட்டாளிங்க உங்கள அவசரமா பாக்கணும்ன்னு வெளிய நிக்கிறாங்க!”

காதர்கனி யோசனையாக எழுந்தார்.

செல்லப்பா சிரித்தார், “ஜமாத் தலைவருக்கு வேல வந்துருச்சு!” மானங்கெட்டபய ஒரு நெஞ்சு வலியில சுத்தமாவே மாறிட்டானே என காதர்கனி நினைத்துக்கொண்டார்.

அண்ணன் சென்றவுடன் தன் கணவரின் தலையை தடவிக் கொடுத்தபடி அமீரா பேசினாள்.

“எங்க அண்ணன் மேல இவ்வளவு பாசம் வச்சிக்கிட்டா பதினாறு, பதினேழு வருஷமா பேசாமா இருந்தீங்க?”

செல்லப்பா லேசாய் எழுந்து உட்கார பிரயாசைபட்டார். ஆஸ்பத்திரியின் பிளாஸ்டிக் உறை போட்ட தலையணையை முதுகில் வைத்து உட்கார உதவினாள் அமீரா.

“மவுத்தாதான் போய்ட்டேன்னு தான் நினைச்சேன். ஏதோ அல்லா என்னய திரும்பவும் வாழ அனுப்பிருக்கான். மிச்ச இருக்குற ஏ வாழ்க்கையை எதுக்கு சண்ட சச்சரவோட வாழ்ந்துகிட்டு? அதான் ஒன்னாமன்னா இருந்துடலாம்னு முடிவு பண்ணிட்டேன்.”

கணவனுக்கு ஏற்பட்ட மனமாற்றம் அமீரா அதிகமெல்லாம் யோசிக்கவில்லை. இனி நடக்கப்போகும் நல்லது கெட்டதில் இரு குடும்பத்தின் சங்கம தருணங்களை நினைத்து இப்போதே கனவுகள் காண ஆரம்பித்துவிட்டாள். கணவன் சரியாகி வந்தவுடன் மூத்தவளுக்கு சடங்கு ஒன்றை நடத்தி விட வேண்டும் என்பதை இப்போதே தீர்மானித்துவிட்டாள்.

செல்லப்பா அப்படி ஒன்றும் சமாதான விரும்பி இல்லை. இனியும் போட்டிக்கு நின்றால் ஒரு ஜமாத் தலைவர் என்பவரின் முன்னால் நிறைய அவமானத்தை சந்திக்க வேண்டி வரும்.

ஊரில் நடக்கும் ஒவ்வொரு நிகழ்விலும் ஜமாத் ஒத்துழைப்பு இல்லாமல் எதுவும் நடக்காது. இன்னும் முறைத்துக் கொண்டு நின்றால் இப்போது சாகுல் ஹமீது போல தானும் ஒதுக்கப்படலாம் என பல பக்கம் நின்று யோசித்துதான் இந்த முடிவுக்கு வந்தார். இன்னும் சொல்லப்போனால் இது குறித்து தேர்தலுக்கு முன்பு கூட யோசித்து வைத்திருந்தார். இப்போது நெஞ்சு வலித்து காதர்கனியுடன் சேர்த்து வைத்தது கூட இறைவனின் விருப்பம் என்றும் தன்னை போலவே இறைவனும் சிந்திப்பதாக சற்று முன்பு கூட நினைத்தார்.

காதர்கனி அந்த அறையை விட்டு வெளியே வரும் போது மஸ்தான் பாய் திரும்பி நின்றார்.

"என்ன மஸ்தான் பாய், என்ன அவசரம் உங்களுக்கு? அந்த கிறுக்கன்ட பேசச்சொன்னேனே என்னாச்சு?" என ஒருக்களித்து நின்ற மஸ்தான் பாயை திருப்பினார்.

மஸ்தான் பாயின் வலது கண் நன்றாக வீங்கி, மூக்கு லேசாக பிய்ந்து வெடித்திருந்தது. கண்களுக்கும் மூக்கிற்கு ஒரே நேரத்தில் தாக்குதல் நடந்திருக்கிறது. காதர்கனிக்கு இப்படி நடக்கும் எனத் தெரிந்திருந்தாலும் இதை எதிர்பார்க்காதது போல முகத்தை உக்கிரமாய் மாற்ற முயற்சி செய்தார்.

"போய் வாத்தியாரை கூட்டிட்டு வாங்க!"

ஜாபர் வாத்தியார் அடுத்த பதினேழு நிமிடத்தில் வந்துவிட்டார். மஸ்தானை பார்த்ததும் அவருக்கு விளக்கங்கள் தேவைப்படவில்லை.

"இப்ப இதுக்கு என்ன சொல்ற ஜாபர்?"

ஜாபர் வாத்தியார் பெரிதாக அலட்டிக்கொள்ளவில்லை.

"இவரை எதுக்கு நீங்க நேரில் அனுப்பி வச்சீங்க ராவுத்தரே? அவரை பத்தி உங்களுக்கு தெரியுதானே?"

"அதுக்குன்னு ஒரு ஜமாத் நிர்வாகியை போட்டு இப்படித்தான் கண்ணுமுண்ணு தெரியாம அடிக்கிறதா?" இன்னும் உக்கிரமாய் சீறினார்.

உண்மையில் இதுபோன்ற ஒரு வலுவான காரணத்துக்காக தான் மஸ்தான் பாயை சாகுல் ஹமீதிடம் அனுப்பி வைத்தார். தயங்கிய மஸ்தானிடன் ஜமாத் நிர்வாகியை யாரும் கை வைக்க மாட்டார்கள் என தெம்பூட்டும் விதத்தில் பேசி அனுப்பியது காதர்கனிதான்.

"இவர் போய் என்ன கேட்டார்னு கேட்டீங்களா?" என்றார் ஜாபர்.

"எது வேணா கேட்ருக்கட்டும். அடிக்க யாரு உரிமை கொடுத்தா? எல்லாரும் நல்லா கேட்டுகங்க. அவனே வந்து மன்னிப்பு கேக்குற வரைக்கும் மவுத்து சம்பந்தமா எந்த உதவியும் செய்யக்கூடாது. மீறி யாராச்சும் செஞ்சா அந்த குடும்பத்துக்கு ஜமாத் நிக்காஹ், மவுத்து எதுலயும் நிக்காது. மஸ்தான் பாய், உடனே இதை தண்டோரா போட்டு அறிவிக்க சொல்லுங்க.."

மஸ்தான் பாய்க்கு புரிந்துவிட்டது.

காதர்கனி தான் நினைத்தது நடக்க தன் பக்கம் மீதான நியாய காரணத்தை உருவாக்கி அந்த மூலம் சாகுல் ஹமீதை பழி வாங்குவது என்று.

நேரம் இரவை எட்டியது. இரண்டு வேலைக்காரர்கள், ஒரு வேலைக்காரி, இது போக சுந்தரம், கந்தன் என சாகுல் ஹமீதிடம் வேலை பார்ப்பவர்கள் மட்டுமே இருக்கிறார்கள். மருந்துக்கு கூட ஒரு வெளியாட்கள் கூட இல்லை. முறைப்படி தகவல் கொடுக்காததால் ஏற்கனவே மனக்கசப்பில் இருக்கும் சொந்தங்கள் முற்றிலும் இந்த மவுத்தை புறக்கணித்துவிட்டார்கள்.

வேலைக்காரி ஓடி வந்தாள்.

"அண்ணே அம்மாவுக்கு மூக்குல இருந்து ரத்தம் வந்துக்கிட்டே இருக்கு. நானும் துடைச்சு பாத்துட்டேன். நிக்கவே இல்ல. ஏற்கனவே முடியாம கெடந்தவங்க உடம்பு. நைட்டு வரைக்கும் தாங்குறதே கஷ்டம்தான்!"

சாகுல் ஹமீது சுந்தரத்தை அழைத்தார்.

# 40

இருவரிடமும் ஏதேதோ சொன்னார். கந்தன் முகம் பேயறந்தது போல மாறியது.

"என்னடா இவர் பாட்டுக்கு ஏதேதோ சொல்றாரு. எனக்கு பயமா இருக்கு. பேசாம இப்படியே ஓடிப்போயிருவோமா? ஊர்ல எல்லாரும் இந்தாள கிறுக்கன்னு சொல்லும் போது நம்பல. இப்ப நம்புற மாதிரிதான் இருக்கு!" என்றான் கந்தன். சுந்தரம் அமைதியாக இருந்தான்.

"சுந்தரு, இப்படி அமைதியா இருந்தா என்ன பண்றது? நா இப்பவே ஓடப்போறேன்!"

கந்தன் திரும்பவும் தொடர்ந்தான்.

"நீயே சொல்லு! ஊரே எதுத்து நிக்கும் போது நீயோ, நானா இருந்தா என்ன பண்ணுவோம்? ஊர் கால்ல விழுந்து மன்னிப்பு கேட்டுட்டு ஆக வேண்டியத பாப்போமா? இல்ல இந்தாளு மாதிரி விவகாரமா ஏதாவது செய்வோமா?"

சுந்தரம் தன் பழைய நினைவுகளில் மூழ்கிப்போனான்.

ஊர் கட்டுப்பாட்டை மீறிய தாத்தாவின் சாவுக்கு தன் அப்பா ஊர் காலில் விழுந்து மன்னிப்பு கேட்ட பிறகு தான் காரியம் நடந்தது. அதைத்தான் இங்கேயும் எதிர்பார்த்தான். ஆனால், எதற்கும் அசைந்து கொடுக்காத சாகுல்ஹமீதை இப்போது அவனாகவே நினைத்துக்கொண்டான்.

“என்னடா பேசிட்டே இருக்கேன். செல மாதிரி நிக்கிற?”

சுந்தரத்துக்கு அவன் அப்பா கடைசியாக கூறியது அசரீரியாக காதில் கேட்டது.

“நமக்குன்னு கால் பொட்டல் நெலம் இருந்துருந்தா எந்த நாய் கால்லயும் விழுந்துருக்க வேண்டிய அவசியமே இருந்திருக்காது.”

சுந்தரம் சொன்னான். “அவர் சொன்ன மாதிரி டவுனுக்கு போய் தேவையான பொருளெல்லாம் வாங்கப்போறேன். நீ வரியா என்ன?”

“என்னடா ஆச்சு உனக்கு? நீ பண்றத பாத்தா தொடர்ந்து வேல பாப்ப போல?” என்று குரல் இறங்கி பேசினான் கந்தன்.

“அது தெரியல. ஆனா இந்த விஷயத்தில மட்டும் இவர் கூட நிக்கலாம்னு தோணுது!”

“என்னது தோணுதா? நீயும் அந்தாளு மாதிரி படம் பாத்தே மெண்டலாய்ட போல!”

“நீ வர்றியா என்ன?”

“வர்றேன். ஆனா இனிமே இந்த தியேட்டருக்கு வேலைக்கு வரமாட்டேன். அதுக்கு ஒத்துகிட்டா வர்றேன்.”

செல்லப்பாவுக்கு அமீரா சாப்பாடு ஊட்டிக் கொண்டிருந்தாள். அருகில் காதர்கனி இருந்தார்.

“இதுக்கெல்லாம் பயப்படுற ஆளுன்னு நினைச்சியா அவன?” என கொஞ்சம் சோறை முழுங்கிய போது அரை குறையான தெளிவுடன் பேசினார் செல்லப்பா.

“பயப்பட மாட்டான். ஆனா நம்ம மேல இனி கொஞ்ச பயமிருக்கும். குறிப்பா ஊர்ல புதுப்பணக்காரன் எவனாவது இருந்தா அவனுக்கும் பயம் வரும்.”

“நீ மைய்யத்தான் கரையில இடம் கொடுக்கலேன்னா வேற இடமா கிடைக்காது அவனுக்கு? தோப்பு, தொறவுன்னு எதுலயாவது அடக்கம் பண்ணிட்டு போய்ட்டே இருப்பான்.”

“அந்தம்மா, தெளிவா சொல்லிட்டு தான் மவுத்தா போயிருக்கு. நிச்சயம் நம்ம வழிக்கு வருவான். நீ வேணா பாரு.”

இருவரும் சகஜமாக பேசிக்கொள்வதை நெகிழ்ச்சியுடன் கவனித்தாள் அமீரா. அறைக்கதவை யாரோ தட்டியது போல தெரிந்தது. காதர்கனி திறந்தார். வெளியே கமால் நின்று இருந்தார்.

“மவுத்தை தூக்குற சந்தாக்கு செய்ய சொல்லிருக்காரு சாகுல்!”

“யாரு சொன்னா?”

“நம்ம பள்ளிவாசலுக்கு செஞ்சு குடுக்குற ஆசாரிதான்.”

“செய்ய முடியாதுன்னு சொல்லிருக்க வேண்டியதுதானே?”

“எப்படி ராவுத்தரே, அசலூர் யாவரிகிட்ட சொல்றது?” என்றார் கமால்.

“சரி நீ போ!” மீண்டும் செல்லப்பா அறைக்கு வந்தார்.

“என்னாச்சு?”

“சந்தாக்கு செய்ய சொல்லிருக்கான் அந்த கிறுக்கன். அவன் வேற எதோ திட்டம் போட்ருக்கான்!” என பல்லை கடித்தார் காதர்கனி.

“என்ன திட்டம் போட போறான்? அதான் நா அப்பவே சொன்னேனே, அவனோட நிலத்துல எங்கயாச்சும் புதைச்சு ஆறுமணிக்கு படம் ஓட்ட கிளம்பிருவான்!” என சிரித்தார் செல்லப்பா.

அவருக்கு உள்ளுக்குள் கொஞ்சம் மகிழ்ச்சியாக இருந்தது. இந்த விஷயத்தில் காதர்கனி மண்ணை கவ்வினால் தன் தோல்விக்கு கொஞ்சம் மருந்து தடவியது போல இருக்கும் என நினைத்துக்கொண்டார்.

“கனி, நா சொல்றத கேளு. முதல்ல அவனுக்கு சந்தாக்கு அனுப்பி வை. அப்புறம் வர்றது யோசிச்சுக்கலாம்!”

காதர்கனி யோசித்துக் கொண்டிருந்தார்.

சிக்கந்தாபுரம் 216

“இனி யோசிக்காத, ஆளாளுக்கு ஒரு சந்தாக்கு பண்ண ஆரம்பிச்சா ஜமாத்துக்கு மரியாத இல்லாம போயிரும். இந்த கிறுக்கன் விஷயத்துல கொஞ்ச பொறுமையா இருப்போம். கொட்டகைக்கு வரிசையா தொந்தரவு குடுத்துட்டே இருந்தா எவனும் வேலைக்கு வர மாட்டான். அவனும் மூடிட்டு போயிருவான்.” என அடுக்கினார் செல்லப்பா.

காதர்கனி கமாலை அழைத்தார்.

பொழுது விடிந்திருந்தது. நாயகம் அம்மாவின் மீது அத்தர் வாசனையுடன் துர்நாற்றம் கிளம்ப ஆரம்பித்திருந்தது.

“அண்ணே இன்னைக்காவது அம்மாவை தூக்கிறலாமா? வாட அடிக்க ஆரம்பிச்சிருச்சு!” என்றாள் வேலைக்காரி.

“சரி, நீ குளிவாட்டா ஆள கூட்டிட்டு வந்துரு!” என்ற சாகுல் ஹமீதிடம் வேலைக்காரி தயக்கம் காட்டினாள்.

“இல்லண்ணே இனி குளுவாட்டா ஒண்ணுமில்ல. லேசா தண்ணிய தொளிச்சிட்டு தூக்கிற வேண்டியது தான். அம்மா ஒடம்புல தண்ணிபட்டா இன்னும் வாட கிளம்பிரும். எல்லார்க்குமே கஷ்டமா போயிரும். வேணாம்ண்ணே!” என வேலைக்காரி தலை குனிந்து சொன்னாள்.

அவரிடம் எதிர்ப்பு தெரிவிக்க ஒன்றுமில்லை.

இரண்டு நாட்களாக அரைமணி நேரத்திற்கு ஒரு முறை வீட்டு வாசலில் நின்று வெளியே பார்த்துவிட்டு வீட்டுக்குள் போவது வழக்கமாகி விட்டது. அப்படித்தான் வெளியே வந்தார். மாட்டு வண்டி வந்து நின்றது. அதில் தயக்கத்துடன் இறங்கினார்கள்.

சாகுல் ஹமீதை பார்த்ததும் அவர்கள் இன்னும் தயக்கம் காட்டினார்கள். வண்டியில் இருந்து சந்தாக்கை இறங்கினார்கள்.

“என்னதிது?”

அதில் ஒருவன் சொன்னான்.

“தலைவர் உங்க வீட்ல வச்சிட்டு போக சொன்னாரு!”

“எடுத்துட்டு போங்க. இனி அது உங்க தலைவருக்கு தான் தேவைப்படும்!”

நின்றுக்கொண்டே இருந்தார்கள்.

“நா சொல்றது உங்க காதுல விழுகலையா? உங்க ஜமாத் தலைவர்கிட்ட போய் சொல்லு. இனி உங்க ஜமாத் அனுசரணை தேவையில்லன்னு சொல்லிட்டதா சொல்லுங்க இப்ப இத கொண்டு போங்க!”

வந்தவர்கள் மாட்டுவண்டியை திரும்பி கொண்டு சென்றார்கள்.

சிறிது நேரத்தில் பக்கத்து ஊரிலிருந்து மரத்தால் செய்யப்பட்ட புத்தம் புது சந்தாக்கு நான்கு சக்கர மோட்டார் வண்டியில் இருந்து இறங்கியது. அதை சுந்தரம், கந்தன் உட்பட இரண்டு வேலைக்காரரர்கள் தூக்கி உள்ளே சென்றார்கள்.

சுந்தரத்தை அழைத்தார். “இன்னொரு வேலை சொன்னேனே, ஆள் சொல்லியாச்சா?”

“சொல்லியாச்சு, இந்நேரம் ஆள் போயிருக்கும்!”

“உள்ளூர் ஆளா, வெளியூர் ஆளா?”

“உள்ளூர்ல யாரும் வரல. வெளியூர்ல ரெண்டு பேர் சொல்லியாச்சு. கூலிதான் கூட கேக்குறாங்க!”

“கேக்குறத குடுத்து உடு. பேரம் பேச வேணாம். என்னடா கந்தா மூஞ்சி ஒரு மாறியா இருக்கு. சாப்டியா?”

என்ற சாகுல்ஹமீது முகத்தில் உற்சாகம் கூடியிருந்தது.

கந்தனுக்கு ஓர் இழவு வீட்டில் சாப்பிட்டேன் என சொல்ல கூச்சமாக இருந்தது. அதிலும் முதலாளி கேட்பது இன்னும் ஆச்சரியம்.

“ஆச்சிங்க” என சுருக்கமாய் முடித்துக்கொண்டான்.

இருவரையும் அருகில் அழைத்தார்.

"ரெண்டு பேருக்கும் நிறையா சிரமம் குடுத்துட்டேனோ?" தன் முதலாளி இவ்வளவு தூரம் இறங்கி வருபவர் கிடையாது. இன்று ஏனோ அந்த இரக்கம் வாய்த்திருக்கிறது.

இருவரும் "இல்லை" என்பது போல தலையாட்டினார்.

"நம்மதான் தூக்கி போடணும் போல!" என சொல்லி விட்டு மேலே பார்த்தார். அவரது கண் லேசாய் கலங்கியிருந்தது.

"திமிர பாத்தியா? சந்தாக்கு வேணாம்னு சொல்லிட்டானா. புது சந்தாக்கு வேற வந்துருக்காம்!" என கமால் சொன்னார். காதர்கனி தலை வலித்தது போல நெற்றியை சுருக்கிக் கொண்டார்.

"இனி நடக்குறத நம்ம வேடிக்கை மட்டுந்தான் பாக்கணும். என்ன நடக்கும்னு தெருஞ்சே நம்ம அப்படி செஞ்சிருக்க கூடாது ராவுத்தரே. ரொம்ப பெரிய தப்பு பண்ணிட்டோம்!" என்றார் ஜாபர் வாத்தியார்.

"மையத்தை எங்க அடக்கம் பண்ண போறானாம்?" என்ற காதர்கனியின் குரலில் எந்த உணர்வும் இல்ல.

"தியேட்டர்ல தான். முகப்பு பக்கம் ரெண்டு பேர் அடக்கம் பண்ண குழி தோண்டிட்டு இருக்குறதா மோதினார் சொன்னாரு!"

காதர்கனி எதிர்பார்த்தார். ஆனால், இந்தளவுக்கு எதிர்பார்க்க வில்லை. ●

கா. ரபீக் ராஜா

# 41

தியேட்டரின் டிக்கெட் கொடுக்கும் இடத்தில் இருந்து சுமார் இருபது அடி தள்ளி நாயகம் அம்மாவை அடக்கம் செய்ய குழி தோண்டப்பட்ட தயாராக இருந்தது. அடக்கம் செய்த பின் அதை சுற்றி மறைத்து கட்ட தகரங்கள் தயாராக அடுக்கி வைக்கப்பட்டிருந்தது. அம்பா அதை வெகு நேரம் வேடிக்கை பார்த்துக்கொண்டிருந்தார். பின்பு என்ன நினைத்தாரோ கைலி சட்டையை மாட்டிக்கொண்டு வெளியே கிளம்பிவிட்டார். மஸ்தான் பாய்க்கு முகத்தில் விழுந்த குத்து தனக்கு விழவில்லை என்பதை அறிந்த மோதினார் முத்தலீப்பு நிம்மதி பெருமூச்சு விட்டார்.

முத்தலீப்பு கேக்க வேண்டாம் என்று தான் நினைத்தார். இருந்தாலும் கேட்காமல் இருக்க முடியவில்லை.

"அம்பா எங்க கிளம்பிட்டிங்க?"

"ஒரு முக்கியமான கல்யாணம் இருக்கு. போய்ட்டு இங்கேதான் வருவேன்!"

"எனக்கு தெரியாம, ஜமாத் போகாம என்ன கல்யாணம்? யாரோட மகளுக்கும் மகனுக்கும்?"

அதை அம்பா கண்டுகொள்ளவேயில்லை. காலில் செருப்பை மாட்டிக்கொண்டு சென்றார்.

சந்தாக்கு முழுக்க மல்லிகை பூவால் அலங்காரம் செய்யப் பட்டிருந்தது. சிறிது நேரத்தில் அம்பா வந்து சாகுல் ஹமீது கரங்களை பற்றிக்கொண்டு சிறிது நேரம் நின்றார்.

அம்பாவிடம் சாகுல் ஹமீது, "அடக்கம் பண்ற வரைக்கும் நின்னு எல்லாத்தையும் முடிச்சு குடுங்க!"

"இதெல்லாம் நீங்க சொல்லணுமா? உங்க கொட்டகைல காசே குடுக்காம எத்தனை ஏவிஎம் ராஜன் படம் பாத்துருக்கேன்" என சொல்ல நினைத்து எதுவும் கூறாமல் பெருந்தன்மையாக சிரித்தார்.

உண்மையில் அம்பா வந்தது அவருக்கு மிகுந்த நிம்மதியை கொடுத்தது. அம்மாவின் இறுதிச்சடங்கு சம்பிரதாயங்களை இவரை வைத்து முடித்து விடலாம் என நினைத்தார்.

சாகுல் ஹமீது பொறுத்தவரை யாரையும் போய் கெஞ்சி நிற்க கூடாது. இறுதி வரை ஓர் ஆளாக நின்று சமாளிக்கவே விரும்புவார். நாயகம் அம்மாவின் இறப்பு வரை தன் கொண்ட கொள்கை குறித்து இதுவரை எதுவுமே நினைத்துக்கொண்டதில்லை. இதுதான் மற்ற எல்லாரையும் விட அவரை தனித்து காட்டியது.

அம்பா என்னென்ன வாங்க வேண்டும் என்பதை ஒரு பேப்பரில் எழுதி சுந்தரத்திடம் கொடுத்தார்.

சுந்தரத்திடம்,

"முதல்ல அந்த காடா துணி வாங்கிட்டு வா. அதான் முதல்ல வேணும்!" சுந்தரம் ஓடினான். அவனை சாகுல்ஹமீது அழைத்தார்.

"எப்படி போவ?"

"சைக்கிள்ல தான்!"

"புல்லட் ஓட்டுவியா?" என பைக்குள் கிடந்த சாவியை எடுத்தார்.

சுந்தரம் உற்சாகமாய் தலையாட்டினான். சுந்தரம் ஆசையோடு வண்டி எடுத்துக்கொண்டு போவதை அவர் வேடிக்கை பார்த்

தார். நேர் பாதையில் சென்று வளைந்து மறைந்த போனான் சுந்தரம். அவன் மறந்தத்தில் இருந்து இன்னொரு உருவம் வெளிப்பட்டு வந்தது.

அது தனது வீட்டை தவிர வேறு எங்கும் செல்ல வழியே இல்லை. அருகில் வர வர பல உருவங்களை உருவகப்படுத்தி பார்த்தார். அது இமாம் நூர். சாகுல்ஹமீதை பார்த்து ஸலாம் சொன்னார்.

“பெரிய பள்ளிவாசல் ஆளுங்களுக்கு விஷயம் தெருஞ்சா பிரச்சினை!” என்றார் ஜாபர் வாத்தியார்.

“அத பீர்முகமது சமாளிச்சிருவான். அவனோட சொந்தக்காரன் அவனுக்கே எதிரா நிக்கிறதால நமக்கும் வேலை சுலபம்!” என்றார் காதர்கனி.

“மய்யத்தை ஒரு தனியார் இடத்துல அடக்கம் பண்ணது உங்களுக்கு தெரியாதான்னு கேட்டா என்ன சொல்லுவீங்க?”

“என்கிட்ட கேக்கல. அது அந்த கிருக்கனா எடுத்த முடிவுன்னு சொல்லிடலாம்!” ஜாபர் ஒரு மாதிரியாக பார்த்தார்.

“என்ன ஜாபர் பாக்குற, நம்ம ஜமாத்தில் இருந்து முறைப்படி சந்தாக்கு அனுப்பினோம். அத அவன் தான் வேணாம்னு சொன்னான். ஜமாத் உதவி செஞ்சது, அவன் தான் எதுவும் தேவையில்லன்னு மறுத்துட்டான் சொன்னா நம்ப மாட்டார்களா என்ன?” இப்போதைக்கு ஜாபரை சமாளித்தால் போதும் என்ற மனநிலையில் பேசினார்.

இருவரும் பேசிக்கொண்டிருக்கும் போது ஒருவன் ஜாபர் காதில் ஏதோ சொல்லிவிட்டு சென்றான்.

“என்ன விஷயம் ஜாபரு?”

“உங்களுக்கு தெரியாதா ராவுத்தரே?” என அலட்சியமாக சொன்னார் ஜாபர்.

“இதானே வேணாம்னு சொல்றது. என்ன விஷயன்னு சொல்லுங்க. அந்த கொட்டகைகாரன் சம்பந்தமா இருந்தா வேணாம்.”

ஜாபர் சிரித்துக்கொண்டே சொன்னார், "இமாம் நூர நீங்க உம்ராவுக்கு அனுப்பல. ஆனா அநேகமான போயிருவாரு போல!"

"யாரு அனுப்புவா?" என அருவருப்பாய் சிரித்தார்.

"வேற யாரு சாகுல்ஹமீது தான். இமாம் நூர் இப்ப அங்கதான் இருக்கார். கூடவே அம்பாவும் இருக்கார்!"

காதர்கனிக்கு கண்கள் சிவந்தன.

"எவ்வளவு திமிரு இருந்தா அடுத்த மாசத்துல இருந்து என்கிட்ட சம்பளம் வாங்க போற பயலுங்க என்கிட்ட ஒரு வார்த்த கூட கேக்கமா அங்க போயிருப்பானுங்க. இன்னைக்கே அந்த ரெண்டு பேரையும் விரட்டி விட்றேன் பாரு!"

"சந்தாக்கு அனுப்புனது நீங்கதானே?"

"ஆமா, இல்லேன்னு சொல்லையே?"

"அப்ப ஜமாத் சமாதானமாயிருச்சுன்னு எல்லாரும் நினைச்சிருக்கலாம்!"

எழுந்து இரண்டு முறை வலமிருந்து இடமாக நடந்து சென்றார். ஜாபர் வாத்தியார் அவரை சட்டை செய்யவேயில்லை.

ஜாபருக்கு காதர்கனியின் மீதிருந்த மரியாதை இமாம் நூர் விஷயத்தில் இருந்தே அடிவாங்க தொடங்கியது. இப்போது தன் பழிவாங்கும் போக்கை ஒரு சாவு வீட்டில் நிகழ்த்த வேண்டும் என்பதற்காக ஜமாத்தை பயன்படுத்துவதை ஜாபரால் ஜீரணிக்கவே முடியவில்லை.

"ராவுத்தரே...!" என்றார் ஜாபர்.

குறுக்கும் நெருக்குமாய் நடந்த காதர்கனி ஆர்வமாய், "சொல்லு ஜாபரு!"

"ஜமாத்துல எனக்கு என்ன பொறுப்பு குடுக்க போறீங்க?"

இந்த நேரத்தில் இந்த கேள்வியை எதிர்பாராத காதர்கனி,

“என்ன ஜாபர் இப்ப கேக்குற, முன்னாலேயே சொல்லி வச்ச மாதிரி உனக்கு செயலாளர் பதவி குடுத்துருக்கு!”

“மன்னிக்கணும் ராவுத்தரே, அதுக்கு வேற யாரையாவது போட்டுக்கங்க!”

ஜாபரின் அருகில் வந்து காதர்கனி, “வேற ஏதாவது எதிர்பார்க்குறீயா?” என சற்றே கோபமாக கேட்டார்.

“எனக்கு இந்த ஜமாத்தே வேணாம். சொந்த வேலையே பாக்க முடியல. வேலை பாக்குற ஸ்கூல்லயும் இன்னும் முறைப்படி சொல்லல. சொன்னா அதுக்கு ஒத்துக்குவாங்களான்னு தெரியல. அதுனால வேணாம்னு முடிவு பண்ணிருக்கேன். நீங்க தயவுசெய்து தப்பா எடுத்துக்கக் கூடாது!”

தன் கோட்டை சுவர் சரிந்தது போல கடுகடுத்தார் அவர்.

“எல்லாரும் சொல்லி வச்ச மாதிரி கழுதருக்குறீங்க? வாக்கு தவறுவதுதான் ஒரு வாத்தியாருக்கு அழகா?”

ஜாபர் அமைதியாக இருந்தார். அது காதர்கனிக்கு இன்னும் கோபத்தை தூண்டியது.

“உங்க இஷ்ட மயிருக்கு வர்றது, போறதுக்கு இது ஆண்டி மடம் இல்ல. ஒழுங்கா ஒரு வருஷமாவது பொறுப்புல இருந்துட்டு போ. இல்லேன்னா....!” என பேச்சிடையே விட்ட இடைவேளையை ஓர் எச்சரிக்கையாக பாவிக்குமாறு ஜாபரை பார்த்து கூறுவது போல் இருந்தது.

ஜாபர் சிரித்தார். “வேணாம்னு சொல்ற ஆள்கிட்ட போய் பொறுப்பை திணிக்கிறது சரியில்ல ராவுத்தரே!”

“ஜாபரு, என்னோட கோபத்தை ரொம்ப தூண்டுற மாதிரி பேசுற. இதே வேற ஆளா இருந்தா என்ன செய்வேன்னு உனக்கே நல்லா தெரியும்!” தலை வரை ஏறிய கோபத்தை சற்று முழுங்கியபடி பேசினார்.

“சரிங்க ராவுத்தரே, நா கிளம்புறேன்!”

"நீ இந்த ஊர்ல இருக்கவே முடியாது ஜாபர்!"

ஜாபர் சிரித்துக்கொண்டே சொன்னார்.

"நான் இப்ப கூட டிரான்ஸ்பர்க்கு தான் பேசிட்டு வர்றேன். இன்னும் ரெண்டு மாசத்துல நானே நினைச்சாலும் இந்த ஊர்ல இருக்க முடியாது!" என கூறியபடி வேகமாக நடந்து சென்று சைக்கிளை எடுத்தார்.

காதர்கனிக்கு முகம் சிவந்து போய் உட்காந்தார். இடது கையில் வலி ஏறியது. கைகளை உதறிவிட்டு நடப்பதை மனைவி ஜமீலா பயத்துடன் பார்த்தாள்.

ஜாபர் வத்தியாருக்கு வந்த தகவலில் படி இறப்புக்கு சொற்ப ஆட்களே வந்திருப்பதாக சொல்லப்பட்டது. தான் வந்ததை அறிந்தால் சாகுல் ஹமீதின் உளமாற்றம் பற்றி நிறைய சிந்தித்துக் கொண்டு வந்தார் ஜாபர் வாத்தியார். சரியாய் எட்டு நிமிடத்தில் சாகுல்ஹமீது வீட்டை வந்தடைந்தார். அப்போது நிகழ்ந்து கொண்டிருந்தவை யாவும் நம்புவதற்கு கடினமாக இருந்தது. கண்களை கசக்கிவிட்டுப் பார்த்தார். ●

# 42

ஜாபர் வாத்தியார் ஏதோ இனம் புரியாத அற்புதம் நிகழ்ந்தது போல அந்த காட்சியை பார்த்து நின்றார். சாகுல் ஹமீதின் வீடு மக்களின் வெள்ளத்தில் மிதந்து கொண்டிருந்தது. தன்னை பார்த்ததும் என்ன மாதிரியான மனநிலைக்கு உள்ளாவர் என்ற யோசனையில் வந்தவருக்கு இனி அது பற்றி எந்த பிரக்ஞையும் இல்லை. இனி அந்த கூட்டத்தில் மிதந்து சென்று நாயகம் அம்மாவின் ஜனாஸாவை பார்ப்பதே கடினம் எனும் போது சாகுல் ஹமீதை பார்ப்பதெல்லாம் நடக்காத ஒன்று என நினைத்துக்கொண்டார்.

நாயகம் அம்மாவின் உடலை புத்தம் புதிய சந்தாகில் ஏற்ற தயாராக இருந்தது. இமாம் நூர், அம்பா இருவரும் விழுந்த சாவுக்கு தலைமை தாங்குவது போன்று கூட்டத்திற்கு கட்டளைகளை பிறப்பித்துக்கொண்டிருந்தார்கள்.

உடலை சந்தாக்கில் ஏற்றி வைத்தார்கள். ஜாபர் வாத்தியார் சாகுல் ஹமீது முகம் அழுவது போன்ற கற்பனையை மனதில் நிறுத்திக்கொண்டார். உடல் வீட்டை விட்டு வெளியேறியது. யார் யாரோ அழுதது போல இருந்தது. அம்பாவும் சாகுல் ஹமீதும் கடைசி கட்ட ஆலோசனையில் இருப்பதை காதர்கனி பார்த்திருந்தால் வேடிக்கையாக இருந்துருக்குமே என நினைத்துக் கொண்டார்.

சந்தாக்கை மக்களில் சிலர் மாறி மாறி சுமந்து கொண்டார்கள். அது சாகுல் ஹமீதுக்கு இந்த காட்சி, தியேட்டரில் காலை காட்சி

முடிந்து வரும் ரசிகர்களை மதிய காட்சி ரசிகர்கள் ஆர்வத்துடன் படம் பற்றி விசாரிப்பது போல இருந்தது.

ஒட்டுமொத்த மக்களின் மனம் ஒரு பெண்ணின் மனதிற்கு ஈடானது. எந்த நேரத்தில் என்ன சிந்திக்கும் என்பது அவர்களுக்கே தெரியாது. கேட்க பார்க்க ஆளில்லாத அனாதை சவ ஊர்வலம் போல இருக்கும் என எதிர்பார்த்த சாகுல் ஹமீதுக்கு இது திருவிழா போல இருந்தது.

இறுதி ஊர்வலத்தில் ஒரு ராஜாவின் நகர்வலம் போல கம்பீரமாக நடந்து வந்தார். போதாக்குறைக்கு இருபுறமும் திரண்டு வேடிக்கை பார்க்க நின்ற பெண்களின் பார்வையை வரவேற்பு போல மானசீகமாக கருதிக்கொண்டார். இன்னும் மூன்று தெருக்களை கடந்து விட்டால் தியேட்டருக்கு வந்து விடலாம்.

"இனிமே தியேட்டருக்கு சுடுகாட்டு கொட்டகைன்னு பேரு வந்துரும்!" என காதர்கனியிடம் செல்லப்பா சிரித்தார்.

காதர்கனியும் சேர்ந்து சிரித்தார். ஆனாலும், உள்ளுக்குள் தவறு செய்து விட்டோமே என நினைத்தார். தனக்கு நிகரான சொத்தில் இருப்பவனின் பலம் தெரியாமல் சாதாரணமாக நினைத்து விட்டோமோ என உள்ளுக்குள் மருக்கிக்கொண்டே இருந்தார்.

ரகுமானும் அலிமாவும் அருகருகே உட்கார்ந்து பகிரங்கமாக பேசிக் கொண்டிருந்தார்கள். அது படிப்பை பற்றி ஆரம்பித்து இடையிடையே ஒருவரை ஒருவர் சீண்டிக்கொண்டு சிரித்தார்கள்.

அமீரா ஜமீலாவிடம் சொன்னாள், "இவன் முன்ன இவ பின்ன பிறந்திருந்தா ரெண்டுக்கும் பேசி முடிச்சிருக்கலாம்."

ஜமீலா, "இப்ப என்ன மோசம் வந்துச்சு, வயசு முன்ன இருந்தா என்ன? ரகுமான் வளத்திக்கு அலிமா சின்னவ மாதிரிதான் இருக்கா" இவளும் வயிற்றை தடவிக்கொண்டே சிரித்தாள்.

இறுதி ஊர்வலம் தியேட்டரை இருபது நிமிடத்தில் அடைந்து விடும் போல் தெரிந்தது. பல பேர் தங்கள் தோள்களில்

சந்தாக்கை சுமந்து சென்று மாற்றிக்கொண்டார்கள். அனைவரும் நடந்து செல்லும் சப்தம் மிதமான அதிர்வை ஏற்படுத்தி புழுதியை கிளப்பியது. யாரும் ஒருவருக்கொருவர் பேசிக்கொள்ள வில்லை. மிகப்பெரும் சவாலை முறியடிக்கும் வைராக்கியத்திற்கு காத்திருந்தவர்கள் போல இருந்தார்கள்.

நாயகம் அம்மாவின் உடல் தியேட்டரை வந்தடைந்தது. உடலை டிக்கெட் கொடுக்கும் தாழ்வாரத்தில் வைத்து விட்டு அனைவரும் ஜனாஸா தொழுகைக்கு பள்ளிவாசலுக்குள் சென்று கை, கால், முகம் கழுவினார்கள். இமாம் நூர் அனைவரையும் ஜனாஸா தொழுகைக்கு அழைத்தார். அனைவரும் வரிசையாக நின்று கொண்டார்கள்.

சாகுல் ஹமீது முதல் வரிசையில் நின்றார். வரிசையின் எண்ணிக்கையை ஒன்றைப்படையாக அமைக்கும்படி எங்கோ கேட்ட குரலில் அடிப்படையில் ஒன்பது நீண்ட வரிசைகள் அமைந்தது. வரலாற்றிலேயே ஒரு தியேட்டரில் தொழுகை நடந்தது இங்குதான் நடந்திருக்க வேண்டும். கந்தனும் சுந்தரமும் வேடிக்கை பார்த்துக்கொண்டு இருந்தார்கள்.

இமாம் நூர் குரலில் தொழுகை ஆரம்பித்தது. நீண்ட கனத்த அமைதியில் சிலரின் நெட்டி முறித்த சொடக்கு சப்தம் மட்டுமே கேட்டது. இமாமின் கம்பீர குரலில் தொழுகை மூன்று நிமிடங்களில் நிறைவு பெற்றது.

அம்பா மேற்பார்வையில் நாயகம் அம்மாவின் உடல் விரைவாக அடக்கம் நடைபெற்று முடிந்தது. உடனே அதை சுற்றி தகரம் போல அமைத்து அடக்கம் செய்யப்பட்ட இடத்தை மூடி வைத்தார்கள். அதையொட்டி நீண்ட பிரார்த்தனையும் நடந்தது. அதில் எழுந்த "ஆமீன்" சப்தத்தில் சாகுல் ஹமீதின் விசும்பல் யாருக்கும் கேட்கவில்லை.

அன்று வானம் விரைவாக இருளத் தொடங்கியது.

மோதினார் மகரீப் தொழுகைகான பாங்கில் ஈடுபட்டார். சாகுல் ஹமீது தியேட்டரின் அலுவலகத்தில் அமைதியாக அமர்ந்திருந்தார்.

“இன்னிக்கு நைட்டு இங்க தூங்கவே பயமா இருக்குடா. ஏதோ சுடுகாட்டுல இருக்குற மாதிரியே இருக்கு!” என்றான் கந்தன்.

“எங்க வீடே இதுக்கு முன்னாடி சுடுகாடாதான் இருந்துச்சு!” என சிரித்தான் சுந்தரம்.

“நானும் பாத்துட்டுதான் இருக்கேன். உன்னோட நட வடிக்கையே சரியில்ல. உன்னய இந்த தியேட்டருக்கு ஓனரா ஆக்குறதா யாரும் சொல்லிருக்காங்களா? உண்மைய சொல்லு.” அவன் பதில் வெளிப்படும் முன்பே சாகுல் ஹமீது இருவரையும் அழைத்தார்.

அலுவலகத்தில் ஏதோ எழுதிக்கொண்டிருந்தார். இருவரும் அவர் முன்பு நின்றார்கள். இருவரையும் அருகில் அழைத்தார். சென்றார்கள். எழுந்து சென்று இருவரது பையிலும் கணிசமான ரூபாய் நோட்டுக்களை திணித்தார். அது நிச்சயம் மூன்று மாத சம்பளத்துக்கு இணையாக இருக்கும். கந்தன் மறுத்தது போல பணத்தை வாங்கி கீழ் பையில் பத்திரமாக வைத்துக்கொள்வதை பார்த்த சுந்தரத்துக்கு சிரிப்பு வந்தது.

மீண்டும் பணத்தை எடுத்து கந்தனை அழைத்தார்.

“வேணாங்க, கொடுத்ததே போதும்!” என பெருந்தன்மையாக காட்டிக்கொண்டான் கந்தன்.

“டேய் உனக்கில்ல! நைட்டு பொட்டி வருது. பெட்டி வரும் போது பணத்தை அங்க குடுத்துரு!” சுந்தரத்துக்கு வெளியே போய் சிரிக்க வேண்டும் போல இருந்தது.

இருவரும் அந்த அறையை விட்டு வெளியேறினார்கள்.

“என்ன கந்தா, வேலைய விட்டு போகணுன்னு சொன்ன?”

“ஆமா, போகனும்!”.

“போக வேண்டியதுதானே?”

“கொஞ்ச நாள் போகட்டும்!” என சொன்ன போது அவனுக்கே சிரிப்பு வந்தது.

இருவரும் நாயகம் அம்மாவின் அடக்கம் செய்யப்பட்ட இடத்தில் இருந்து வெகு அருகில் பேசிக்கொண்டிருந்தார்கள்.

சாகுல் ஹமீது சுந்தரத்தை சப்தம் போட்டு அழைத்தார்.

“நாளைக்கு முழுக்க படம் பாக்க யார்கிட்டயும் காசு வாங்காத!”

“யார்கிட்டயும்னா?”

“நம்ம ஊர்க்கார பயலுங்களதான் சொல்றேன். வெளிய போர்டு எழுதி வை!” ஏன் என கேட்குமளவிற்கு சுந்தரத்திற்கும் சாகுல் ஹமீதுக்கு ஒரு வித நட்பு நிலை எட்டியிருந்தாலும் அவன் கேட்கவில்லை.

அது ஊர் மக்களின் அன்புக்கு நன்றி தெரிவித்தல் என அவனுக்கு தெரியும். அவருக்கு தெரிந்த ஒரே அன்பு பாராட்டல் இதுதான்.

“தலைவர் எப்படா அம்மா போகும். அத தியேட்டர்ல புதைச்சிட்டு சந்தோஷமா இருக்கலாம்னு இருந்தாரோ?” என சிரித்தான் கந்தன்.

“சிரிக்காத அவர் காதுல விழுந்துட போகுது. நீ போய் பேப்பர்ல எழுதி வெளிய போய் ஒட்டு.”

“ஏன்டா சுந்தரம், அம்மா செத்து ஈரம் காயல. அதுக்குள்ள பகல் காட்சின்னா உலகம் தாங்காதேடா!” என மீண்டும் சிரிக்க முற்பட்டான். சுந்தரம் அதில் கலந்து கொல்லாதவன் போல இருந்தான்.

நாயகம் அம்மாவின் அருகே வெளிச்சத்துக்கு பெரிய குழல் விளக்கு பொருத்தப்பட்டது. வெளிச்சத்தில் கொஞ்சம் அமானுஷ்யம் விலகியிருந்தது போல சுந்தரத்திற்கு தோன்றியது.

“டேய் சொன்னத செஞ்சியா?”

“ரொம்ப விரட்டாத, எழுதிட்டு தானே இருக்கேன். நைட்டு தூக்கம் வராதே! இவ்வளவு பணம் இருந்தா யாருத்தான் தூக்கம் வரும்?” என கேள்வி கேட்டு அவனே பதில் சொல்லிக்கொண்டான்.

சாகுல் ஹமீது நீண்ட நேரம் எதையோ எழுதிக்கொண்டிருந்தார். பின்பு அதை ஒரு கவரில் வைத்து மடக்கி மூடினார்.

வெளியே அறிவிப்பு ஒட்டப்பட்டுருந்தது, "நாளை நான்கு காட்சிகள் முற்றிலும் இலவசம்!" ●

## 43

தியேட்டரில் கூட்டம் கூட தொடங்கியது. இலவச காட்சி காண்பதற்கு கூடிய கூட்டத்தை விட நாயகம் அம்மாவின் அடக்கம் செய்யப்பட்ட இடத்தை பார்ப்பதற்கு தான் அதிகமாக ஆட்கள் வந்திருந்தார்கள், குறிப்பாக பெண்கள். சிலர் வழிபடும் தோரணையில் நின்றார்கள். "அம்மா செத்து போன மறுநாளே கொட்டகையை தொறந்து திருவிழா கொண்டாடுறானே" என விமர்சனம் வைத்தவர்கள் கூட அந்த கூட்டத்தில் ஒருவராக நின்றார்கள்.

எப்போதும் கதவை அடைத்துக்கொண்டு டிக்கெட் வாங்கி கிழித்து உள்ளே அனுப்பும் கந்தன் வேடிக்கை மட்டுமே பார்த்துக்கொண்டிருந்தான். ஆட்கள் முற்றிலும் ஒழுக்கமாக உள்ளே சென்றார்கள். இன்னும் வெளியே கூட்டம் நின்று கொண்டிருந்தது. அவர்களை அடுத்த காட்சிக்கு வருமாறு சுந்தரம் அனுப்பி வைத்து கதவை சாத்தினான். அரங்குக்குள் இருள் சூழ்ந்தது.

சாகுல் ஹமீது இடைவேளை நேரத்தில் கொடுக்கப்படும் தின்பண்டங்கள் கூட இலவசமாக விநியோகம் செய்யும் படி சுந்தரத்தை பணித்தார்.

"இந்தாளு ரொம்ப ஓவரா போற மாதிரி தெரியுது. ஷோவுக்கு ஐநூறு பேர் இருக்காணுங்க. இவனுங்க அப்படியே என்ன மொய்ச்சா நா செத்தே போயிருவேன். என்னையும் அந்தம்மா பக்கத்துல தான் புதைக்கணும்" என்றான் கந்தன்.

"ஆரம்பிச்சிட்டியா, படம் போட்டு கொஞ்ச நேரத்துல நீயும் நானும் அவங்க உக்காந்திருக்குற இடத்துலயே போய் கொடுப் போம். கொஞ்ச நேரத்தில முடிஞ்சிரும்" என்று ஏற்கனவே வகுத்து வைத்த திட்டத்தை சொன்னான் சுந்தரம்.

சாகுல் ஹமீதிடம் நிறைய மாற்றங்கள் தெரிந்தது. அவர் சிரித்து யாரும் பார்த்ததே இல்ல. காதலிக்க நேரமில்லை படத்தை சிரிக்காமல் வெறிக்க வெறிக்க பார்த்தவர் இவர் ஒருவர் தான் என கந்தன் கிண்டலாக சொல்லுவான்.

மக்கள் ரசித்து சிரித்து படத்தை பார்த்தார்கள். யாரும் விசிலடிக்கவில்லை. அவ்வப்போது ஓர் இரங்கல் கூட்டத்தின் ஆதரவு காட்சிக்கு வந்திருக்கிறோம் என்பதையும் அறிந்திருந்தார்கள்.

"அவங்க அம்மாவை அடக்கம் பண்ணதால எவனும் தியேட்டருக்கு வர பயப்படுவான்னு தான் இந்த இலவச காட்சின்னு நினைக்கிறேன்!"

பதிலுக்கு எதுவும் பேசாமல் நடக்கும் போது சுந்தரத்தின் செருப்பு அறுந்து போனது.

"பாரு செருப்பே அந்துருச்சு, நா சொன்னது தான் சரி!" என மீண்டும் சிரித்தான்.

இரண்டு நாட்கள் போனது. காதர்கனி ஒரு தீர்மானத்தோடு பெரிய பள்ளிவாசல் முதன்மை நிர்வாகியை சந்திக்க தலைநகரத்துக்கு பயணமானார். பெரிய காத்திருப்புக்கு பின்னர் நிர்வாகியை சந்தித்தார்.

வெண்தாடியுடன் அமர்ந்திருந்த அவருக்கு காதர்கனி மிக பணிவான ஸலாம் வைத்தார்.

"சிக்கந்தாபுரத்தில் இருந்து வந்துருக்கேன்!" என்றதும் நிர்வாகியின் முகம் நீண்ட யோசனைக்கு சென்றுவிட்டு வந்தது.

"சொல்லுங்க என்ன விஷயம்?"

"ரொம்ப நாளா என்ன, ரொம்ப வருஷமா அநியாயம் நடக்குது. அங்க பள்ளிவாசலுக்கு ஒருத்தன் சினிமா தியேட்டரை

வச்சிட்டு அல்லாஹ்வுக்கு விரோதமான ஷைத்தான் வேலையெல்லாம் செய்றான்.” என மூச்சுவிடாமல் ஒப்பித்தார். கூடவே வந்த விஷயத்தை திக்கித் திணறாமல் சொன்னதற்கு பெருமைப் பட்டுக் கொண்டார்.

அவரை பார்த்து மெலிதாக சிரித்த நிர்வாகி, “சின்ன வயசுல நானே அங்க ரெண்டு தடவை சினிமா பாக்க வந்துருக்கேன்.”

காதர்கனிக்கு என்னவோ போலாகிவிட்டது என்றாலும், அடுத்த விஷயத்தை வீசினார்.

“அந்த கொட்டகை முதலாளி அவங்க அம்மாவோட மைய்யத்தை ஊர் ஜமாத் மைய்யாத்தான்கரையில் புதைக்காம அவரோட தியேட்டர்ல வச்சு அடக்கம் பண்ணி ஊரோட கட்டுப்பாட்டை மீறிருக்கார். அதுவுமில்லமா ஊர்ல யாருக்கும் ஜமாத்ங்குற மரியாதையே இல்லாம போயிருச்சு. நோம்பு நாளு, ஜூம்மா நாளுன்னு தொழுகைக்கு வர்றவங்களை சினிமா பாட்டு போட்டு கொட்டகைக்கு இழுக்குறான் அந்த முதலாளி!” மீண்டும் மூச்சிரைக்க பேசி முடித்தார்.

“இழுகுறாங்கன்னா? அந்த முதலாளி வாசலில் நின்னு கூப்புடுறாரா?” என சிரித்தார் அவர்.

இந்த கேள்வியை எதிர்பார்க்காத காதர்கனி,

“அந்த கொட்டகையால ஒழுக்கம் கெட்டு போயிருச்சு. இன்னொன்னு அவங்க அம்மா அடக்கம் பண்ணிருக்குறதால எதிர்காலத்துல அது தர்ஹாவா மாறக்கூட வாய்ப்பிருக்கு”

நிர்வாகி கண்ணாடியை கழற்றி துடைத்து மறுபடியும் மாட்டிக்கொண்டார்.

பின்பு தன் தாடியும் நீவிக்கொண்டே இருந்தார். இவை அனைத்தும் காதர்கனி பேசிக்கொண்டிருக்கும் போதே நிகழ்ந்தது.

இனி காதர்கனிக்கு பேச எதுவுமில்லாமல் அமைதியாக இருந்தார். அவரின் பதிலுக்கு வேண்டி, அவர் எதுவும்

சொல்லாமல் அருகில் அடுக்கி வைக்கப்பட்டிருந்த ஃபைலை எடுத்தார். அதை தீவிரமாக புரட்டினார்.

ஒருமுறை மட்டும், "நீங்க சிக்கந்தாபுரம் தானே?" என கேட்டார். அடுத்து இன்னொரு ஃபைலை எடுத்து தேடி ஒரு கடிதம் ஒன்றை எடுத்து பார்த்தார். பின்பு அந்த கடிதத்தை காதர்கனியிடம் நீட்டினார். எதுவும் புரியாமல் கடிதத்தை படித்தார்,

"பெரிய பள்ளிவாசல் நிர்வாகிகளுக்கு, சிக்கந்தாபுரம் ஜமாத்தை சேர்ந்த சாகுல்ஹமீது எழுதிக் கொண்டது. பல நூறு இசுலாமிய குடும்பங்கள் வாழும் இந்த ஊரில் அடக்கம் செய்யும் இடம் சரியான பாதை வசதி இல்லாமல் மழை நேரத்தில் அடக்கம் செய்ய முடியாத அளவுக்கு இருப்பதை அறிந்து வருந்துகிறேன். இத்தகைய சூழலில் என் தாயார் வபாதாகி விட்டார். அதை இந்த ஊர் மக்களுக்கு சாதகமாக்கி கொள்ள தீர்மானம் செய்தேன். அதன்படி என் தாயாரை சிக்கந்தாபுரம் தொழுகை பள்ளிக்கு எதிரே உள்ள எனது திரையங்கில் அடக்கம் செய்துள்ளேன். அது எனது ஆயுளுக்கு பிறகு ஊர் மக்களின் பயன்பாட்டுக்காக அடக்கம் செய்யும் மைய்யத்தான்கரையாக மாற்றிக்கொள்ள பெரிய பள்ளிவாசல் நிர்வாகி அவர்களுக்கு சம்மதம் தெரிவிக்கிறேன். இதை முறைப்படி அரசு பதிவேட்டில் பதிவு செய்திருக்கிறேன். என் இறப்பு நிகழ்ந்த ஒரு மாதத்திற்கு பின் பெரிய பள்ளிவாசல் நிர்வாகம் முறைப்படி என் இடத்தை கையகபடுத்திக் கொள்ளுமாறு இந்த கடிதத்தின் வாயிலாக தெரிவிக்கிறேன். எதிர்காலத்தில் என் சம்பந்தப்பட்ட யாரும் என் மேற்படி சொத்துக்கு சொந்தம் கொண்டாட வந்தால் அது தங்களை எவ்விதத்திலும் கட்டுப்படுத்தாது."

*குறிப்பு:* என்னைப் பற்றிய இந்த சிக்கந்தாபுரம் இது வரை என்ன நினைத்து கொண்டிருந்தார்கள் இனி என்ன நினைப்பார்கள் என்ற எவ்வித கவலையும் எனக்கு இல்லை. எனக்கும் என் இறைவனுக்குமான தொடர்பு எனது கல்புக்கும் என்னைப் படைத்த ரப்புக்குமானது.

*இதை நான் யாருக்கும் நிரூபிக்க நினைத்ததே இல்லை. "நிச்சயமாக அல்லாஹ் உங்கள் தோற்றங்களையோ, உங்கள் பொருட்களையோ பார்ப்பதில்லை. மாறாக, உங்கள் உள்ளங்களையும், உங்கள் செயல்களையுமே பார்க்கிறான்" எப்படியோ இந்த வாசகம் தட்டுத்தடுமாறிய இந்த இன்சானின் காதுகளில் விழுந்தது அதை நான் இறுகப்பற்றிக்கொண்டேன். அவ்வளவே.*

*என்னையும் எனது தாயார் அடக்கம் செய்த இடத்திற்கு அருகிலேயே அடக்கம் செய்ய இதன் மூலம் வஸிய்யத்து செய்கிறேன்.*

– சாகுல்ஹமீது

காதர்கனியைப் பார்த்தார் அந்த நிர்வாகி. அவர் ஏதும் சொல்லாமல் எச்சில் முழுங்கியபிடி வெளியே வந்தார். மகிழ்ச்சியும் அல்லாமல் துக்கமும் அல்லாமல் என்னவென்றே தெரியாத மனநிலையில் காரில் உட்கார்ந்து கொண்டார். செவ்வந்தியப்பன் காரை கிளம்பிக்கொண்டு சென்றான்.

"நம்ம பேசிய மாதிரியே ஒரு விஷயம் நடந்திருக்கு!" என்றான் கந்தன். அந்த இரவில் பூச்சி சப்தத்தை மீறி ஒலித்தது அவனின் குரல்.

"எத சொல்ற?" என்ற சுந்தரம் சற்று ஆர்வமில்லாதவன் போல கேட்டான்.

"இந்த பாய்ங்க எவ்வளவுதான் அடிச்சுக்கிட்டாலும் ஒரே ஒரு சலமமலைக்கும்ல ஒண்ணு சேந்துருவானுங்கனு சொன்னத சொன்னேன்!"

"ஆமா பெருசா கண்டுபிடிச்சிட்ட, பேசாம தூங்கு. நாளைக்கு பெட்டி எடுக்க போகணும்ல!" என தூங்க முயற்சி செய்தான்.

"இப்பெல்லாம் மேனேஜர் ஸார் முன்ன மாதிரி பேசுறதில்ல!" என அவனது போர்வையை வேகமாக இழுத்துவிட்டான்.

"உனக்கு என்னதான்டா வேணும்?"

“உண்மைய சொன்னா கோச்சிக்கமாட்டியே?”

“என்னடா?” என தூக்க அசதியில் சலிப்பாய் கேட்டான் சுந்தரம்.

“ஒண்ணுக்கு அடக்க முடியல. கொஞ்சம் துணைக்கு வர்றியா?” என அடி வயிற்றில் கையை வைத்துக்கொண்டு கேட்டான்.

“ஏன்டா அந்தம்மா பின்னாடி வந்து நிக்கிறது வெட்கமா இருக்கா?” என வெடித்து சிரித்தான்.

“நேரம் பாத்து பழிவாங்காதடா! என்ற கந்தன்,

“இன்னொன்னு கவுனிச்சியா நம்ம முதலாளி எதோ ஒரு முடிவுல இருக்காரு. அது என்னென்னுதான் தெரியல!”

சுந்தரம் ஏதும் சொல்லாவிட்டாலும் அதை ஆமோதித்தது போல இருந்தது அவனது உடல் மொழி. தொடர்ந்து இருவரும் ஏதோ பேசிக்கொண்டிருக்க,

தியேட்டர் அலுவலகத்தில் சாகுல் ஹமீது சப்தமாக இருமும் சப்தம் கேட்டது.

“அம்மா கொஞ்ச நாள் பொறுத்துக்க” என சாகுல்ஹமீது நாயகம் அம்மாவிடம் பேசிக்கொண்டிருக்க சிக்கந்தாபுரம் உறங்கிக் கொண்டிருந்தது.

– முற்றும் –

குறிப்புகள்